मिडविंटर मर्डर

ॲगाथा ख्रिस्ती

मिडविंटर मर्डर

सिद्धहस्त 'क्राइम–क्वीन' लेखिकेच्या रहस्यकथा

भाषांतर : प्रणव सखदेव

MANJUL

मंजुल पब्लिशिंग हाउस

First published in India by

MANJUL

Manjul Publishing House

Corporate and Editorial Office

• 2nd Floor, Usha Preet Complex, 42 Malviya Nagar,
Bhopal 462 003 – India

Sales and Marketing Office

• C-16, Sector 3, Noida, Uttar Pradesh 201301, India
Website: www.manjulindia.com

Distribution Centres

Ahmedabad, Bengaluru, Kochi, Kolkata, Chennai,
Hyderabad, Mumbai, New Delhi, Pune

Marathi edition first published in 2025

ISBN 978-93-5543-879-9

Translated by: Pranav Sakhadeo

Printed and bound in India by Saurabh Printers Pvt. Ltd.

अनुक्रमणिका

प्रस्तावना :
ॲब्नी हॉल इथला ख्रिसमस

चेशायरमध्ये वॉट्स यांच्याकडे जाऊन आम्ही ख्रिसमस साजरा करायचो. जिमी त्याची वार्षिक सुटी तेव्हा घ्यायचा. तो आणि मॅज तीन आठवड्यांसाठी सेंट मॉरित्झला जायचे. तो निष्णात स्केटर होता आणि त्याला अशा प्रकारे सुट्टी व्यतीत करणं फार आवडायचं. मी आणि माझी आई शिॲडलला जायचो. ज्याला नंतर 'मॅनॉर लॉज' असं नाव दिलं गेलं. त्यांचं ते नवं घर तेव्हा बांधून व्हायचं असल्याने, आम्ही ख्रिसमसचा सण ॲब्नी हॉल इथे साजरा करायचो, तेव्हा आमच्यासोबत वृद्ध वॉट्स जोडपं, त्यांची चार मुलं आणि जॅक असे असायचे. तुम्ही लहान असाल, तर ख्रिसमस साजरा करण्यासाठी ते घर फार सुरेख होतं. त्या घरात व्हिक्टोरियन गॉथिक प्रकारच्या भरपूर खोल्या होत्या, मार्गिका होत्या, अनपेक्षित अशा पायऱ्या होत्या. मागचे तसंच पुढचे जिने होते, कोनाडे होते. लपण्यासाठी लहान मुलांना आवडावं असं सारं काही होतं. त्याशिवाय तिथे होते तीन वेगवेगळे पियानो आणि एक ऑर्गन. ते तुम्हाला वाजवता यायचे. तिथे कशाची कमरता असेल, तर उजेडाची; फार अंधारं होतं ते घर. अपवाद होता मोठ्या ड्रॉइंग रूमचा. तिथे हिरव्या रंगाच्या भिंती होत्या आणि मोठाल्या खिडक्या.

तोवर मी आणि नॅन वॉट्स चांगल्या मैत्रिणी झालो होतो. आम्ही नुसत्या मैत्रिणी नव्हतो, तर आम्हा दोघींना सारखंच पेय प्यायला आवडायचं. ते म्हणजे क्रीम. साधं, नुसतं *क्रीम*. मी डेव्हनशायरला राहणारी असल्यामुळे, मी डेव्हनशायरचं क्रीम भरपूर प्रमाणात प्यायलं होतं; पण कच्चं क्रीम मात्र त्याहून जास्त छान लागायचं. नॅन माझ्याबरोबर टॉर्केला राहिली असताना, आम्ही दोघी गावातल्या डेअऱ्यांना भेटी द्यायचो, तेव्हा अर्धा ग्लास दूध आणि अर्धा ग्लास क्रीम असं प्यायचो. जेव्हा मी ॲब्नीला तिच्यासोबत राहायचे, तेव्हा आम्ही घरच्या शेतावर जायचो आणि अर्धा

पाइंट भरून क्रीमवर आडवा हात मारायचो. आमची ही क्रीमपानाची सवय नंतरच्या आयुष्यातही चालू राहिली. मला अजूनही आठवतं की, सनिंगडेलमध्ये आम्ही क्रीमचे कार्टन्स घेऊन तिथल्या गोल्फ मैदानात जायचो. तिथल्या क्लब हाउसच्या बाहेर आपापल्या पतींची वाट पाहत क्रीमपानाचा आनंद लुटायचो. गोल्फ खेळाच्या फेऱ्या झाल्या नंतर आमचे पती यायचे.

ॲब्नी म्हणजे खादाडीसाठी स्वर्ग होतं. मिसेस वॉट्स यांची साठवणीची खोली हॉलच्या पलीकडे होती. ती काही माझ्या आजीच्या साठवणीच्या खोलीसारखी नव्हती. माझ्या आजीच्या खोलीत जणू खजिना लपवला असल्यागत ती कडीकुलूप लावून बंद केलेली असायची; पण या खोलीत कुणालाही बिनधास्त प्रवेश असे. तिथल्या सगळ्या भिंती कपाटांनी भरलेल्या होत्या आणि त्यात सर्व प्रकारच्या मिठाया, गोड पदार्थ भरलेले असायचे. एक बाजू पूर्णतः चॉकलेट्स, त्यांचे खोके यांची होती. खोक्यांवर चिठ्ठ्या लावलेल्या असत, तसंच दुसरीकडे बिस्किट्स, जिंजरब्रेड, वाळवलेली फळं, मुरांबे आणि असं बरंच काही असायचं.

ख्रिसमस म्हणजे सगळ्यात मोठा सण, अविस्मरणीय असा. पलंगाला मोजा लटकवायचा. प्रत्येकाला मिळालेल्या भेटींच्या थप्प्यांमुळे एकेक खुर्ची भरली की, मग न्याहारी करायची. मग धावतपळत चर्च गाठायचं आणि परत येऊन भेटी उघडून पाहायच्या. दोन वाजता ख्रिसमस डिनरची वेळ व्हायची. ब्लाइंड्स खाली ओढले जायचे. दिवे लावले जायचे. सगळं काही चमचमू लागायचं. पहिल्यांदा ऑयस्टरचं सूप (मला आवडत नसे), टर्बोट मासा, त्यानंतर उकडलेली टर्की, भाजलेली टर्की आणि मग भाजलेलं बीफ. हे सारं पोटात गेलं की, मग प्लम पुडिंग, मागोमाग गोड पाय आणि ट्रायफल. त्यानंतरही अनेक प्रकारचे गोडाचे पदार्थ सुरूच असायचे. *द अफेअर ऑफ द ख्रिसमस पुडिंग* या कथेत मी या मेजवानीचं तपशिलामध्ये वर्णन केलं आहे. माझी खात्री आहे की, आजच्या पिढीने असं काही कधी पाहिलं नसेल; तसंच आजच्या काळात कुणाच्या पचनशक्तीला हे एवढं सगळं पचेल तरी का, असाही प्रश्न आहेच. ते काही असलं, तरी आमची पचनशक्ती मात्र तेव्हा चांगलीच शक्तिशाली होती.

खाण्याच्या बाबतीत मला बहुतेकदा हम्फ्री वॉट्सबरोबर स्पर्धा करावी लागायची. वॉट्स यांचा हा मुलगा जेम्सच्या वयाएवढाच होता. माझ्या मते तो तेव्हा एकविशीचा किंवा बाविशीचा असला पाहिजे आणि मी होते बारा-तेरा वर्षांची. तो राजबिंडा, तरुण पुरुष होता आणि त्याबरोबर चांगला अभिनेताही. तो लोकांना चांगलं रिझवे, त्यांची करमणूक करे. तसंच तो कथाकथनही उत्तम करे. मी लोकांच्या प्रेमात पटकन पडणारी असले, तरी मी त्याच्या प्रेमात पडले नाही. मी कशी काय प्रेमात पडले *नाही,* याचं मला आश्चर्य वाटतं. कारण, माझ्या मते तेव्हा

मी अशक्य कोटीतल्या, कधीही घडू शकणार नाही अशा प्रेमप्रकरणांमध्ये गुंतलेली असायचे - त्यात प्रसिद्ध व्यक्तींचा भरणा होता. जसं की, लंडन शहराचे बिशप, स्पेनचा राजा अल्फान्सो आणि अर्थातच विविध अभिनेते. द *बॉन्डमॅनमध्ये* जेव्हा मी हेन्री एनली याला पाहिलं, तेव्हा मी त्याच्या प्रेमात बुडाले. *मस्य बोकेअरमधल्या* लेविस वॉलर याच्याही मी प्रेमात पडले होते, तेव्हा त्याने त्याच्या चाहत्यांसाठी के. ओ.डब्ल्यू. असा गट तयार केला होता. मी त्या गटात नुकतीच सहभागी झाले होते.

हम्फ्री आणि मी ख्रिसमस डिनरवर ताव मारायचो. ऑयस्टर सूप पिण्यात तो माझ्या पुढे असला, तरी बाकीच्या बाबतीत आमच्यात बरोबरी असे. आम्ही दोघं पहिल्यांदा भाजलेली टर्की खायचो, मग उकडलेल्या टर्कीचा आस्वाद घ्यायचो. त्यानंतर शेवटी बीफचे चांगले चार-पाच मोठाले काप. या जेवणामध्ये मोठी माणसं एकाच प्रकारची टर्की खाऊन शांत बसत; पण मला आठवतं आहे त्यानुसार वृद्ध मिस्टर वॉट्स मात्र बीफ तसंच टर्की दोन्हींचा आस्वाद घ्यायचे. त्यानंतर आम्ही प्लम पुडिंग, पाय आणि ट्रायफल खायचो - मी संयम राखत ट्रायफल टाळायचे, कारण मला त्यातली वाइनची चव आवडत नसे. त्यानंतर मग क्रॅकर्स, द्राक्षं, संत्री, इल्वाज प्लम्स, कार्ल्सबाड प्लम्स आणि साठवलेली फळं. शेवटी, दुपारच्या वेळेस, आपापल्या आवडीनुसार मूठभर वेगवेगळी चॉकलेट्स साठवणीच्या खोलीतून आणली जायची. दुसऱ्या दिवशी मी आजारी पडायचे का? पित्ताचा त्रास होऊन? नाही, कधीच नाही. मला एकदाच पोटदुखीचा त्रास झाल्याचं आठवतं, तेव्हा मी सप्टेंबर महिन्यात कच्ची सफरचंदं खाल्ली होती. मी जवळपास दररोज कच्ची सफरचंदं खायचे; पण त्या वेळी मात्र मी जरा जास्तच खाल्ली असली पाहिजेत.

आणखी एकदा मला आठवतं, सहा-सात वर्षांची असताना मी मशरूम खाल्ली होती. रात्री अकरा वाजता, पोटात कळ आल्याने मी जागी झाले आणि धावत पळत ड्रॉइंग रूममध्ये गेले. तिथे माझे आई-बाबा काही लोकांसमवेत बसले होते, गप्पा मारत होते. मी ओरडले, 'मी मरणार आहे! मला मशरूमची विषबाधा झालीय.' आईने चटकन मला शांत केलं आणि औषध म्हणून आयपेकाकुआन्हा वाइनचा डोस दिला. ती वाइन आमच्या औषधांच्या कपाटात कायम ठेवलेली असे. मग, 'तू काही झालं तरी मरणार नाहीस', असं म्हणून तिने मला दिलासा दिला.

मी काही झालं तरी ख्रिसमसच्या काळात आजारी पडल्याचं मला आठवत नाही. नॅन वॉट्स अगदी माझ्यासारखीच होती; तिचं पोटही विलक्षण होतं. खरंतर, मला त्या दिवसांची आठवण होते, तेव्हा सगळ्यांची पोटं किती छान होती असं वाटतं. अर्थात तेव्हा लोकांना आतड्याचे अल्सर्स वगैरे व्हायचे, नाही असं नाही, त्यामुळे काळजी घ्यायला पाहिजे होती; पण तरी तेव्हा कुणी मासे आणि दूध एवढ्याच आहारावर जगत असल्याचं मला तरी आठवत नाही. गावंढळ आणि

खादाडांचा काळ? हो; पण मजेचा, उत्साहाने भारावलेलाही काळ. तरुण असताना मी एवढं काय काय खाल्लं हे पाहता (मी नेहमी भुकेली असायचे) मी एवढी बारीक कशी काय राहिले हा मला प्रश्नच पडतो. हडकुळी कोंबडीच जणू!

नंतर ख्रिसमसची सुखद सुस्ती, अर्थात मोठ्यांसाठी. लहान मुलं पुस्तकं वाचत, त्यांच्या भेटी पाहत. आणखी चॉकलेट्स खात आणि असंच चालू राही. नंतर अप्रतिम चहा, सोबत तितकाच सुंदर ख्रिसमक केक आणि बरंच काही. शेवटी रात्रीचं जेवण – गार टर्की आणि गरमागरम पाय. रात्री नऊ वाजता, ख्रिसमस ट्री. ज्यावर आणखी भेटी लटकवलेल्या असायच्या. किती सुंदर, अविस्मरणीय दिवस. पुढचा ख्रिसमस येईस्तोवर लक्षात ठेवावा असा.

– ॲगाथा ख्रिस्ती

मिडविंटर मर्डर

चॉकलेटचा खोका

वादळी रात्र होती. बाहेर, गुरगुरल्यासारखा आवाज करत वारा त्वेषाने वाहत होता आणि पाऊस खिडक्यांच्या तावदानांवर येऊन सपासप वार करत होता.

प्वारो आणि मी खोलीतल्या शेकोटीकडे तोंड करून बसलो होतो. उबदार ज्वाळांच्या दिशेने आम्ही पाय पसरले होते. आमच्या दोघांत होतं एक छोटंसं टेबल. माझ्या बाजूला निगुतीने गाळलेला गरमागरम ताडीचा पेला होता, तर प्वारोच्या बाजूला गरम दाट चॉकलेटचा कप. कितीही पैसे खर्च करून मी असं चॉकलेट प्यायलं नसतं! प्वारोने गुलाबी रंगाच्या चायना कपातून त्या तपकिरी पेयाचा एक घोट घेतला आणि समाधानाने सुस्कारा टाकला.

'आयुष्य किती छान आहे!' तो पुटपुटला.

'हो, जुनी म्हण आहे ही,' मी मान्य केलं. 'मला चांगली नोकरी आहे आणि तीही अगदी चांगली! आणि माझ्या समोर आहे प्रसिद्ध...'

'पुरे ते कौतुक!' प्वारो म्हणाला.

'पण तू आहेसच प्रसिद्ध! जेव्हा मी मागे वळून तुझ्या यशाकडे पाहतो, तेव्हा मला थक्क व्हायला होतं. तुला अपयश म्हणजे काय हे माहीतच नाही जणू!'

'नको रे मस्करी करूस!'

'नाही, मी खरंच म्हणतोय. तू कधी अपयशी *झालायस* का?'

'किती तरी वेळा! तूही झाला असशीलच की! दरवेळेस *नशीब* काही आपल्या बाजूला असतंच असं नाही. कधी मला फार उशिरा पाचारण करण्यात आलं. कितीतरी वेळा माझ्यासारखं लक्ष्य असलेलं दुसरं कोणीतरी तिथे आधीच पोहोचलं. मी यशाच्या अगदी जवळ पोहोचलो असताना, दोनदा मला आजाराने ग्रासलं. चढ-उतार तर असतातच आयुष्यात.'

‘मला तसं म्हणायचं नव्हतं,’ मी सांगितलं. ‘मला असं विचारायचंय की, तुझ्या चुकीमुळे कधी तुला एखाद्या केसमध्ये सपशेल अपयश आलं आहे का?’

‘अच्छा, आलं लक्षात! म्हणजे तुला असं विचारायचं आहे ना की, माझ्या चुकीमुळे मला मोठा भुर्दंड पडला का? एकदा असं झालं मित्रा...’ त्याच्या चेहऱ्यावर मंद हसू पसरलं, ‘हो, एकदा असं घडलं. मीच मूर्ख बनलो.’

तो त्याच्या खुर्चीत पुढे होऊन बसला.

‘हे बघ, मित्रा, मला माहितेय तू माझ्या थोड्या फार यशांच्या सगळ्या नोंदी ठेवल्या आहेस ते. मी तुझ्या संकलनात आणखी एका कथेची भर घालू इच्छितो, अपयशाची कथा!’

त्याने पुढे होऊन शेकोटीमध्ये लाकडाचा छोटा ओंडका टाकला. फायरफ्लेसजवळ असलेल्या डस्टरला काळजीपूर्वक हात पुसले. मग खुर्चीत मागे बसून त्याने आपली कथा सांगायला सुरुवात केली.

‘मी तुला जी कथा सांगणार आहे (मिस्टर प्वारो म्हणाला) ती खूप वर्षांपूर्वी बेल्जियममध्ये घडली. त्या काळी फ्रान्समध्ये चर्च आणि शासनयंत्रणा यांच्यात घमासान संघर्ष सुरू होता. मिस्टर पॉल देरूलार्द हे एक महत्त्वाचे अधिकारी होते. त्यांना एखादं मंत्रिपद नक्की मिळणार, हे उघड गुपित होतं. कॅथलिक पक्षाचे ते कडवे विरोधक होते आणि त्यांना जर सत्ता मिळाली असती, तर त्यांना कडवा विरोध होणार हेही तितकंच उघड होतं. अनेक बाबतीत ते विचित्र होते. ते स्वतः जरी मद्यसेवन आणि धूम्रपान करत नसले, तरी याचा अर्थ ते नीतिवान होते असा नाही. हेस्टिंग्ज, *आलं असेलच तुझ्या लक्षात, पुरुषांमधल्या भांडणांचं कारण असते एखादी बाई... नेहमीच!*

‘काही वर्षांपूर्वी त्यांनी ब्रसेल्सच्या एका तरुण स्त्रीशी विवाह केला होता. तिच्यामुळे त्यांना भरपूर संपत्ती मिळाली. अर्थातच, त्यांच्या कारकिर्दीच्या उभारणीकरता हा पैसा कामी आला. कारण, त्यांचं कुटुंब काही श्रीमंत नव्हतं. तरी त्यांना वाटलं असतं, तर त्यांना त्यांच्या नावाआधी ‘बॅराँ’ अर्थात उमराव अशी विशेष उपाधी लावता आली असती.

त्यांना मुलं वगैरे काही झाली नव्हती आणि लग्नानंतर दोनच वर्षांनी त्यांची पत्नी जिन्यावरून खाली पडून मरण पावली. तिच्या पश्चात तिची सगळी मालमत्ता तिने त्यांच्या नावे केली होती. त्या मालमत्तेत ब्रसेल्समधल्या ॲव्हेन्यू लुईस या भागातलं एक मोठं घर होतं.

याच घरात त्यांचा अचानक मृत्यू झाला. ही घटना घडली तेव्हाच योगायोगाने एका मंत्र्याने राजीनामा दिला होता, ज्याचं पद आपल्या पॉल महोदयांना मिळणार

होतं. त्यांच्या कारकिर्दीबद्दलची सगळी कागदपत्रं छापण्यात आली होती. रात्रीच्या जेवणानंतर झालेल्या त्यांच्या अचानक मृत्यूमागचं कारण हृदय निकामी होणं असं सांगण्यात आलं.

माझ्या मित्रा, त्या काळी मी बेल्जियन डिटेक्टिव्ह फोर्सचा एक सदस्य होतो, हे तुला माहीत आहे. मिस्टर पॉल देरूलार्द यांच्या मृत्यूत मला तितकासा रस नव्हता. तुला माहीत आहेच की, मी एक *चांगला कॅथलिक* आहे, त्यामुळे त्यांचा मृत्यू एक प्रकारे चांगलीच बाब होती.

माझ्या सुट्टीला तीन दिवस होताहेत न होताहेत, तेव्हाच माझ्या घरी एक व्यक्ती भेटायला आली. एक स्त्री. तिने चेहरा लपवायला जाळीदार बुरखा घातला होता; पण मला तरी ती *चांगलीच तरुण वाटली.*

'तुम्हीच मिस्टर एर्क्युल प्वारो का?' तिने खालच्या पट्टीत विचारलं. तिचा आवाज गोड होता.

मी खाली झुकून होकार दिला.

'डिटेक्टिव्ह सर्व्हिसचे?'

मी पुन्हा एकदा झुकून होकार दिला. 'आपण बसून घ्यावं, मी विनंती करतो आपल्याला, मॅडम,' मी म्हणालो.

माझ्या विनंतीचा स्वीकार करत ती पुढे केलेल्या खुर्चीवर बसली. तिचा चेहरा सुंदर असला, तरी गालावरून वाहिलेल्या अश्रूंचे ओघळ दिसत होते आणि कुठल्यातरी बोचऱ्या चिंतेमुळे तो भयभीतही वाटत होता.

'मिस्टर,' ती म्हणाली, 'तुम्ही सुट्टीवर आहात, मला माहितेय, त्यामुळे तुम्ही खासगी केस घेण्याकरता मोकळे असाल. मला पोलिसांकडे जायची इच्छा नाही, हे तुम्हाला समजलं असेलच.'

मी मान हलवून हो म्हणालो, 'पण मॅडम, तुम्ही जी विचारणा करताय ती अशक्य आहे. कारण, सुट्टीवर असलो, तरी मी पोलीस आहे.'

ती म्हणाली, '*माझं ऐकून तर घ्या, मिस्टर.* तुम्ही फक्त तपास करावा एवढीच माझी इच्छा आहे. तपासातून हाती आलेले निष्कर्ष पोलिसांना देण्याचं पूर्ण स्वातंत्र्य तुम्हाला आहे. मला जे वाटतंय, ते जर खरं असेल, तर आपल्याला पोलीस यंत्रणेची आवश्यकता लागेलच.'

हे ऐकून मग फारशी खळखळ न करता मी आपली सेवा देण्यास तयार झालो.

तिच्या गालांवर किंचित लाली पसरली. 'धन्यवाद, मिस्टर. मिस्टर पॉल देरूलार्द यांच्या मृत्यूचा आपण तपास करावा, अशी मी विनंती करते.'

'काय?' मी चकित होत विचारलं.

'मिस्टर, मी खात्रीने काही सांगू शकत नाही; पण एक स्त्री म्हणून मला आतून असं वाटतंय, किंबहुना मला *खात्री* वाटतेय की, मिस्टर देरूलार्द यांचा मृत्यू नैसर्गिकरीत्या झालेला नव्हता!'

'पण डॉक्टरांनी तर...'

'डॉक्टर चुकीचे असू शकतात. ते किती धडधाकट होते. कृपया, मिस्टर प्वारो, मी तुम्हाला कळकळीची विनंती करते... मला मदत करा...'

बिचारी दुःखाने वेडीपिशी झाली होती. त्या भरात माझ्या पायाही पडली असती. मी तिला जमेल तितकं शांत करायचा प्रयत्न केला.

'मी तुम्हाला मदत करीन, मॅडम. तुमची भीती आधारहीन आहे, असं मला खात्रीने वाटतं; पण तरी आपण पाहू या. पहिल्यांदा, त्यांच्या घरी राहणाऱ्या लोकांची तपशिलात माहिती सांगा.'

'घरी नोकर होते – जेनेट, फेलिस आणि खानसामा डेनिस. डेनिस अनेक वर्षं तिथे होती. इतर मुली साध्या, खेडवळ होत्या. शिवाय फ्रान्स्वा होता; पण तोही खूप जुना नोकर आहे. मिस्टर पॉल यांच्यासोबत त्यांची आई राहायची आणि मीही. माझं नाव व्हर्जिनी मेसनार्द. मी दिवंगत मॅडम देरूलार्ड अर्थात मिस्टर पॉल यांच्या पत्नीची दूरची गरीब बहीण. मी त्यांच्याकडे तीन वर्षांपासून काम करते आहे. मी आता तुम्हाला सगळ्यांची नावं सांगितली आहेत. घरात आणखी दोन पाहुणे राहायचे.'

'ते कोण?'

'मिस्टर द सेंट अलार्द, फ्रान्समधले मिस्टर देरूलार्द यांचे शेजारी आणि त्यांचे इंग्रजी मित्र, मिस्टर जॉन विल्सन.'

'ते अजूनही तुमच्यासोबत राहताहेत?'

'हो, मिस्टर विल्सन राहताहेत; पण मिस्टर अलार्द काल गेले.'

'बरं. मग तुमचं म्हणणं काय आहे, मिस मेसनार्द?'

'तुम्ही घरी अर्धा तास भेट दिलीत, तर फार बरं होईल. तुम्ही का आला आहात, याबद्दल मी काहीतरी कथा रचीन. तुम्ही पत्रकार आहात, तुम्ही मिस्टर अलार्द यांच्या ओळखीने पॅरिसवरून आला आहात, असा तुमचा परिचय मला करून देता येईल. असंही मॅडम देरूलार्द यांची प्रकृती नाजूक असते, त्यामुळे त्या काही एवढ्या खोलात शिरणार नाहीत.'

'मिस मेसनार्दची चतुर योजना ऐकून, मी घरी भेट देण्यास तयार झालो आणि त्या दिवंगत अधिकाऱ्याच्या आईला थोडा वेळ भेटलो. तिचं व्यक्तिमत्त्व छाप पाडणारं आणि खानदानी असलं, तरी तिला तब्येतीची साथ तितकी नव्हती. त्या भेटीनंतर मी घरात फिरायला मोकळा झालो.

'माझ्या मित्रा, (प्वारो बोलू लागला) मला किती अडचणी आल्या असू शकतात, हे तुला समजेल का नाही, मला प्रश्न पडला आहे. इकडे तीन दिवसांपूर्वी मृत्युमुखी पडलेला एक पुरुष होता. काही *काळंबेरं* घडण्याची शक्यता खरी असती, तर एकच शक्यता होती – *विषबाधा!* आणि प्रेताची पाहणी करण्याची शक्यता संपुष्टात आली होती, तसंच विष कशामधून दिलं गेलं असावं यासाठी अभ्यास करण्याची किंवा विश्लेषण करण्याची किंवा तपासाची शक्यताही नव्हती. खोटे किंवा कसेही का असेना; पण कोणतेही सुगावे विचारात घ्यायला उपलब्ध नव्हते. त्या माणसाला विष देण्यात आलं होतं का? का त्याचा मृत्यू नैसर्गिकच होता? मला, या एर्क्युल प्वारोला कोणत्याही मदतीशिवाय हे ठरवायचं होतं.

'प्रथम, मी नोकरांच्या मुलाखती घेतल्या आणि त्यांच्या मदतीने त्या संध्याकाळी काय काय घडलं, याचा आढावा घेतला. त्या रात्रीच्या जेवणावर आणि ते वाढण्याच्या पद्धतीवर मी विशेष लक्ष केंद्रित केलं. खोलगट भांड्यामधून मिस्टर देरूलार्द यांनी स्वतःच सूप वाढून घेतलं. त्यानंतरचा पदार्थ होता कटलेट्स, मग चिकन. त्यानंतर पाकातली फळं. सगळे पदार्थ जेवणाच्या टेबलावर ठेवले होते आणि ते स्वतः देरूलार्द यांनीच वाढून घेतले. एका मोठ्या भांड्यात भरून कॉफी टेबलापाशी आणण्यात आली म्हणजे विष देऊन मारणं अशक्य होतं. कारण, सगळ्यांनाच विषबाधा झाली असती!

जेवण झाल्यानंतर मॅडम देरूलार्द आपल्या अपार्टमेंटमध्ये रवाना झाल्या. त्यांच्या सोबतीला मिस व्हर्जिनीदेखील गेल्या. तीन पुरुष मिस्टर देरूलार्द यांच्या स्टडीत गेले. तिथे त्यांनी थोडा वेळ गप्पा मारल्या आणि तेव्हा, अचानकच, अधिकारी धपकन् खाली पडले. मिस्टर द सेंट अलार्द त्वरेने बाहेर गेले आणि त्यांनी फ्रान्स्वाला तत्काळ डॉक्टरांना बोलवण्यास सांगितलं. नक्कीच हा अंतर्गत रक्तस्राव असणार, असं मिस्टर अलार्द म्हणाल्याचं फ्रान्स्वाने सांगितलं; पण डॉक्टर जेव्हा आले, तेव्हा रुग्णाने प्राण सोडले होते.

मिस व्हर्जिनी यांनी माझी ओळख मिस्टर जॉन विल्सन यांच्याशी करून दिली. ते मध्यमवयीन, अंगाखांद्याने मजबूत बांध्याचे गृहस्थ होते. त्या काळी ज्याला 'जॉन बुल इंग्लिशमन' म्हटलं जायचं, तसे. त्यांनी आपल्या ब्रिटिश फ्रेंच भाषेत तेव्हा काय घडलं ते सांगितलं. ते बऱ्याच अंशी इतरांसारखंच होतं.

'देरूलार्द यांचा चेहरा लाल पडला आणि ते खाली पडले.'

यापेक्षा आणखी काही सापडलं नाही. त्यानंतर मी ती दुःखद घटना जिथे घडली, तिथे म्हणजे त्या स्टडीत गेलो. तिथे माझ्या विनंतीवरून, मला एकटं सोडण्यात आलं. मिस मेसनार्द यांच्या म्हणण्याला दुजोरा मिळेल, असं तिथे काहीही नव्हतं. तिचा तो एक भ्रम होता, यावर मला विश्वास ठेवणं भाग होतं.

त्या मृत पुरुषाबद्दल तिच्या मनात निर्माण झालेल्या उत्कट प्रेमभावनांमुळे बहुधा ती घडलेल्या घटनेकडे तितक्या सर्वसामान्य दृष्टीने पाहू शकत नव्हती, तरीही मी स्टडीची बारकाईने तपासणी केली. शोध घेतला. एकच शक्यता होती की, इंजेक्शनची सुई मृत पुरुषाच्या खुर्चीमधून त्याला टोचण्यात आली असावी. त्या इंजेक्शनमध्ये जीवघेणं औषध असावं. काही काळ टोचलेली ती सुई कुणाच्या लक्षातही आली नसावी; पण या म्हणण्याला दुजोरा देणाऱ्या खुणा मला काही केल्या सापडू शकल्या नाहीत. मी सुस्कारा टाकत हताश होऊन खुर्चीत बसलो.

'*तपास* सोडावा लागेल मला!' मी मोठ्याने म्हणालो, 'इथे कोणताही सुगावा नाही! सगळं काही अगदी नॉर्मल आहे.'

मी असं म्हणालो, न म्हणालो तोच माझी नजर टेबलाशेजारी उभ्या असलेल्या एका मोठ्या चॉकलेटच्या खोक्यावर पडली आणि माझं हृदय धडधडू लागलं. तो कदाचित मिस्टर देरूलार्द यांच्या मृत्यूबाबतचा सुगावा नसू शकला असता; पण तिथे काहीतरी *वेगळं* होतं, जे मला सापडलं. मी खोक्याचं झाकण उघडलं. तो चॉकलेट्सनी पूर्ण भरला होता; कुणीही हात न लावल्यासारखा. एकही चॉकलेट कमी नव्हती; पण त्यातली वेगळी गोष्ट नजरेत भरणारी होती. हेस्टिंग्ज, माझ्या मित्रा म्हणजे असं की, तो खोका होता गुलाबी रंगाचा; पण त्याचं झाकण होतं *निळ्या* रंगाचं. आता, आपण गुलाबी खोक्यावर निळी रिबीन लावलेली नेहमी पाहतो किंवा त्याच्या उलटही असतं; पण खोका एका रंगाचा आणि झाकण वेगळ्याच रंगाचं... अंहं, असं कधी नसतं! *काहीतरी गडबड होती.*

ही घटना तशी लहानशी होती. ती माझ्या फार फायद्याची नसावी असं मला वाटलं, तरी ती नेहमीपेक्षा वेगळी असल्याने त्याबद्दल तपास करायचा मी निश्चय केला. मी बेल वाजून फ्रान्स्वाला बोलावलं आणि त्याच्या मालकांना गोड पदार्थ आवडायचे का, असं विचारलं. त्याच्या ओठांवर मंद, उदासवाणं स्मित तरळलं.

'मिस्टर, ते वेडे होते गोड पदार्थांचे. घरी नेहमी चॉकलेट्सचे खोके ठेवलेले असत. तुम्हाला माहितेय, ते कुठलीही वाइन वगैरे प्यायचे नाहीत.'

'पण मग या खोक्याला तर हातही लावलेला नाही?' मी त्याला झाकण उघडून दाखवलं.

'माफ करा, मिस्टर; पण हा नवा खोका आहे. ज्या दिवशी त्यांचा मृत्यू झाला त्याच दिवशी तो खरेदी केला होता. इतर जवळ जवळ संपले होते.'

'म्हणजे मग त्या दिवशी इतर खोके संपवण्यात आले,' मी हळूच म्हणालो.

'हो, मिस्टर. मला सकाळी रिकामे खोके सापडले आणि ते मी फेकून दिले.'

'मिस्टर देरूलार्द दिवसभर सारखे गोड पदार्थ खायचे का?'

'बऱ्याचदा रात्री जेवणानंतर खायचे, मिस्टर.'

मला अंधूकसा आशेचा किरण दिसू लागला.

'फ्रान्स्वा,' मी विचारलं, 'तू एखादं गुपित ठेवू शकतोस का?'

'तशी गरज असल्यास, हो, मिस्टर.'

'*फारच छान!* मग ऐक, मी पोलीस आहे. कुणाला सांगू नकोस आणि तू तो दुसरा खोका शोधू शकशील का?'

'हो, येईल की मिस्टर. कचऱ्याचा डब्यात तो असेल,' असं म्हणून तो निघून गेला आणि काही मिनिटांत धुळीने माखलेला खोका घेऊन आला. माझ्याकडे असलेल्या खोक्याची ती नक्कल होती, फक्त या वेळी खोका होता *निळ्या* रंगाचा आणि झाकण होतं *गुलाबी* रंगाचं. मी फ्रान्स्वाचे आभार मानले आणि पुन्हा एकदा कुठे काही सांगू नकोस, असं बजावलं. मग मी फार काही शोधाशोध न करता ॲव्हेन्यू लुईसमधून बाहेर पडलो.

त्यानंतर मी मिस्टर देरूलार्द यांना पाहायला आलेल्या डॉक्टरांची भेट घेतली. त्यांच्याकडून माहिती काढून घेणं कठीण काम होतं. कारण, वैद्यकीय शब्दांच्या चौकटीत त्यांनी खुबीने स्वतःला अडकवून घेतलं होतं; पण मला असं वाटलं की, त्यांच्या केसबद्दल त्यांना तेवढी खात्री नव्हती.

'अशा प्रकारचे प्रसंग बऱ्याचदा घडलेले आहेत,' जेव्हा मी त्यांना काही प्रमाणात निःशस्त्र केलं, तेव्हा त्यांनी आपलं निरीक्षण मांडलं. 'अचानक रागाची झीट येणं, हिंस्र भावना – तेही एवढ्या जड जेवणानंतर... मग संतापाच्या भरात रक्त वेगाने वाहत डोक्यात जातं आणि... असं घडतं!'

'पण मिस्टर देरूलार्ड यांच्या मनात कोणतीही हिंस्र भावना नव्हती.'

'नव्हती? त्यांची मिस्टर द सेंट अलार्द यांच्याबरोबर चांगली बाचाबाची झाली होती.'

'का झाली होती?'

'*अगदी उघड आहे!*' डॉक्टरांनी खांदे उडवले. 'मिस्टर द सेंट अलार्द कट्टर कॅथलिक नव्हते का? त्यामुळे चर्च की शासनयंत्रणा या झगड्यात त्यांच्या मैत्रीला तडे गेले. वाद–चर्चा झडल्या नाहीत, असा एकही दिवस गेला नव्हता. मिस्टर द सेंट अलार्द यांच्या मते देरूलार्द पूर्णतः ख्रिस्तविरोधी झाले होते.'

ही माहिती अगदी अनपेक्षित होती, त्यामुळे माझ्या डोक्यातली विचारचक्रं फिरू लागली.

'आणखी एक प्रश्न डॉक्टर : चॉकलेटमधून माणूस मरेल एवढ्या विषाचा डोस देता येणं शक्य आहे का?'

'अगदी शक्य आहे,' डॉक्टरांनी हळू आवाजात सांगितलं, 'वाफ व्हायची शक्यता नसेल, तर शुद्ध प्रुसिक आम्ल गिळता येणाऱ्या छोट्या गोळ्यांमधून सहज

देता येऊ शकतं; पण हे तितकं विचारात घ्यावं असं वाटत नाही. मॉर्फिन किंवा स्ट्रिखनिन यांनी भरलेलं चॉकलेट असेल तर...' त्यांचा चेहरा वाकडातिकडा झाला. 'मिस्टर प्वारो तुमच्या लक्षात आलं असेलच – एक घास पुरेसा ठरेल! त्याची किंचितशीदेखील कल्पना नसलेला माणूस बचावणं कठीण.'

'धन्यवाद, डॉक्टर.'

मी त्यांचा निरोप घेतला. त्यानंतर मी केमिस्टांकडे चौकशी केली. खासकरून ॲव्हेन्यू लुईसच्या भागांतल्या केमिस्टांची. पोलीस असणं अशा वेळी चांगलं असतं. मला हवी असलेली माहिती सहज मिळाली. त्यानुसार फक्त एकदा ह्या घरी, विष दिलं गेल्याचं मला समजलं. मॅडम देरूलार्द यांच्या डोळ्यांत घालण्यासाठी ॲट्रोपाइन सल्फेटचे आय ड्रॉप्स. ॲट्रोपाइनचा वापर विष म्हणून करता आला असता आणि काही क्षण मला आनंदाचं भरतं आलं खरं; पण लगेच त्यावर पाणी फेरलं गेलं. कारण ॲट्रोपाइनची विषबाधा झाल्यानंतरची लक्षणं ही टोमाइनच्या विषबाधेच्या लक्षणांशी खूपशी साध्यर्म्य दर्शवणारी होती आणि मी तपास करत असलेल्या केसच्या बाबतीत तसं काही साम्य आढळलं नव्हतं. शिवाय, ते प्रिस्क्रिप्शनदेखील बरंच जुनं होतं. मॅडम देरूलार्द यांना बऱ्याच वर्षांपासून मोतीबिंदूचा त्रास होता.

मी निराश होऊन निघालो, तेवढ्यात केमिस्टने मला हाक मारून बोलावलं.

'*एक मिनिट हं, मिस्टर प्वारो.* मला आठवतं की, हे प्रिस्क्रिप्शन घेऊन आलेली ती मुलगी काहीतरी म्हणाली म्हणजे *इंग्लिश* केमिस्टकडे जायलाच लागेल असं काहीतरी. तुम्ही एकदा तिकडे चौकशी करून पाहा.'

मी तसं केलं. पुन्हा एकदा माझ्या अधिकारी पदाचा वापर करून, मी मला हवी असलेली माहिती मिळवली. मिस्टर देरूलार्द यांच्या मृत्यूच्या एक दिवस आधी, त्या केमिस्टने मिस्टर जॉन विल्सन यांच्या नावे एक प्रिस्क्रिप्शन तयार केलं होतं. त्यात बनवाबनवीचा काही प्रकार नव्हता. ट्रिनिट्राइनच्या छोट्या गोळ्यांचं ते साधं प्रिस्क्रिप्शन होतं. मला गोळ्या पाहता येतील का, मी विचारलं. केमिस्टमने मला त्या दाखवल्या आणि माझं हृदय वेगाने धडधडू लागलं. कारण, त्या छोट्या गोळ्या *चॉकलेटच्या* होत्या.

'विष आहे का हे?' मी विचारलं.

'नाही, सर.'

'याचे कसे परिणाम होतात हे सांगू शकाल?'

'तुमचा रक्तदाब कमी होतो यामुळे. अंजायना पेक्टोरिससारख्या हृदयविकाराकरता या गोळ्यात देतात, त्यामुळे तुमच्या धमन्यांवरचा ताण कमी होतो...'

मी त्याचं बोलणं मध्येच तोडलं, '*बरं बरं!* या मोठ्या मोठ्या, क्लिष्ट शब्दांचा मला काही फायदा नाही. मला सांगा, यामुळे चेहरा लालबुंद होऊ शकतो का?'

'नक्कीच होतो.'

'समजा मी एकाच वेळी या दहा-वीस गोळ्या खाल्ल्या, तर काय घडेल?'

'असं काही न करण्याचा सल्ला मी देईन,' तो कोरडेपणाने उत्तरला.

'तरीही तुम्ही म्हणताय की हे विष नाही?'

'अशा अनेक गोष्टी आहेत, ज्या माणसाला मारू शकतात; पण त्यांना विष असं म्हणत नाहीत,' त्याने उत्तर दिलं.

मी आनंदाने त्या दुकानातून काढता पाय घेतला. निदान, आता काहीतरी घडू लागलं होतं तर!

आता मला समजलं होतं की, जॉन विल्सन यांच्याकडे खून करण्याची साधनं होती - पण त्यामागचा हेतू काय होता? ते उद्योग-व्यापाराच्या कामासाठी बेल्जियमला आले होते. मिस्टर देरूलार्द यांच्याशी त्यांची थोडीफार ओळख होती. त्यांना मदत करण्याची विनंती विल्सन यांनी केली होती, त्यामुळे वरवर पाहता, देरूलार्द यांच्या मृत्यूमुळे त्यांना काही फायदा होईल, असं दिसत तरी नव्हतं. शिवाय मी त्यांच्याबद्दल इंग्लंडमध्ये थोडीफार चौकशी केली. त्यानुसार त्यांना अंजायना या वेदनादायी हृदयविकाराचा काही वर्षांपासून त्रास जडला होता, त्यामुळे त्यांच्याकडे या गोळ्या असणं हे अगदी नैसर्गिक होतं. असं असलं तरी, कुणीतरी चॉकलेटच्या खोक्यापाशी गेलं, त्या व्यक्तीने चुकून पहिल्यांदा पूर्ण भरलेला खोका उघडला आणि मग वरच्या चॉकलेटमधला मालमसाला काढून टाकला, त्यामध्ये जितक्या राहतील, तितक्या छोट्या ट्रिनिट्राइनच्या गोळ्या कोंबल्या, असं मला खात्रीने वाटत होतं. ती चॉकलेट्स चांगली लांबुडकी होती. त्यामध्ये वीस किंवा तीस गोळ्या भरता येणं सहज शक्य होतं; पण हे कुणी केलं असावं?

घरामध्ये दोन पाहुणे होते. जॉन विल्सन यांच्याकडे साधन होतं. सेंट अलार्द यांच्याकडे होता हेतू. लक्षात घे, ते कट्टर, धर्मांध होते. अंध असणं वेगळं आणि धर्मांध असणं आणखी वेगळं! त्यांनी काहीही करून जॉन विल्सन यांच्या ट्रिनिट्राइनच्या गोळ्या मिळवल्या असू शकतील का?

आणखी एक लहानशी कल्पना माझ्या मनात आली. ओह, तू माझ्या अशा कल्पनांवर हसतोस ना! विल्सनकडच्या ट्रिनिट्राइन गोळ्या संपल्या का होत्या? अर्थातच इंग्लंडहून येताना त्यांनी पुरेसा साठा आणला असणार. मी ॲव्हेन्यू लुईसला पुन्हा एकदा भेट दिली. विल्सन बाहेर गेले होते; पण त्यांच्या खोलीत काम करणारी मुलगी, फेलिसी मला भेटली. मी तिला तत्काळ विचारणा केली की, मिस्टर विल्सन यांच्या औषधांच्या गोळ्यांची बाटली काही दिवसांपूर्वी गायब झाली होती का? तिने लगेच अधीरपणे उत्तर दिलं. माझी शंका खरी होती. तिच्यावर, फेलिसीवर त्याचा ठपका आला होता. त्या इंग्लिश सद्‌गृहस्थाला असं खात्रीने

वाटलं की, फेलिसीच्या हातून ती फुटली; पण ती कबूल करत नव्हती; पण खरंतर तिने गोळ्यांना कधी हातही लावला नव्हता. तिच्या मते ते काम जेनेटचं असावं, कारण, तिला कायम इकडेतिकडे नाक खुपसायची सवय होती –

फेलिसी भराभरा सांगत होती. मी तिला शांत केलं आणि निरोप घेतला. मला हवं ते सारं काही आता समजलं होतं. फक्त आता माझं म्हणणं सिद्ध करायचं बाकी होतं. जे माझ्या मते, तितकं सोपं नव्हतं. सेंट अलार्द यांनी जॉन विल्सन यांच्या मांडणीमधून ट्रिनिट्राइन गोळ्यांची बाटली काढली होती, असं *मला* वाटत होतं; पण इतरांना सांगण्याआधी, मला पुरावा गोळा करणं आवश्यक होतं आणि माझ्याकडे तसं काहीही नव्हतं!

ठीक आहे. हरकत नाही. चालायचंच. तुला स्टायलस प्रकरणातली आपली अडचण आठवते ना, हेस्टिंग्ज? त्या वेळीही मला *माहीत* होतं; पण खुनी कोण आहे हे सिद्ध करण्यासाठी मला पुराव्यामधली शेवटची कडी शोधायला बराच काळ लागला होता.

मी मिस मेसनार्द हिला भेटायला गेलो. ती आली. मी तिच्याकडे मिस्टर द सेंट अलार्द यांचा पत्ता मागितला. तिचा चेहरा थोडासा आक्रसला.

'तुम्हाला त्यांचा पत्ता का हवाय?'

'मिस, आवश्यक आहे ते,' ती जरा साशंक भासली. काळजीत पडल्यासारखी.

'ते तुम्हाला काहीही सांगू शकत नाही. ते या जगात नसतातच जणू. त्यांच्या आजूबाजूला काय चाललं आहे, हेही त्यांना बहुतेकदा समजत नाही.'

'अच्छा, तसं असेलही मिस; पण तरी ते मिस्टर देरूलार्द यांचे जुने मित्र आहेत, त्यामुळे ते मला काही गोष्टी सांगू शकतील. भूतकाळातल्या... पूर्वीचे वाद, खुन्नस. भांडणं. किंवा प्रेमप्रकरणं वगैरे...'

त्या मुलीचा चेहरा गोरामोरा झाला आणि तिने ओठ चावला, 'ठीके, तुम्हाला हवं तसं – पण; पण... माझ्याकडून चूक झाली आहे, असं मला आता वाटतं. माझ्या मागणीखातर तुम्ही चौकशीला तयार झालात याबद्दल धन्यवाद; पण मी तेव्हा दुःखात होते. उद्विग्न मनःस्थितीत होते असं म्हणा हवं तर. आता मला तरी या सगळ्या प्रकरणात कोणतं रहस्य आहे असं काही वाटत नाही. मिस्टर, मी आपल्याला विनंती करते की, हे सगळं सोडून द्या.'

माझं तिच्याकडे बारीक लक्ष होतं.

'मिस,' मी म्हणालो, 'कधी कधी कुत्र्याला वास चटकन लागत नाही; पण एकदा तो लागला ना की, मग त्याचा माग काढल्याशिवाय तो राहत नाही! अर्थात तो चांगला कुत्रा असला तर! आणि मिस, मी एर्क्युल प्वारो चांगला, खूप चांगला कुत्रा आहे.'

काही न बोलता ती वळली. काही मिनिटांनी तिने कागदाच्या तुकड्यावर पत्ता लिहून दिला. मी तिथून निघालो. फ्रान्स्वा बाहेर माझी वाट पाहत थांबला होता. त्याने काळजीभरल्या नजरेने माझ्याकडे पाहिलं.

'मिस्टर, काही खबरबात?'

'नाही, अजून तरी काही नाही, मित्रा.'

'बिचारे, *आमचे* देरूलार्द साहेब!' त्याने निःश्वास सोडला, 'माझे विचारही त्यांच्यासारखेच होते. मला पाद्री, धर्मगुरूंबद्दल काही वाटत नाही; पण या घरात मी तसं काही बोलणार नाही. सगळ्या बायका फार धर्मपरायण असतात. चांगली गोष्ट आहे बहुधा. *मॅडमही धर्मनिष्ठ आहेत आणि मिस व्हर्जिनीदेखील.*'

'मिस व्हर्जिनी? त्या *धार्मिक* आहेत?' मला प्रश्न पडला. पहिल्यांदा पाहिलेला, गालांवर अश्रूंचे ओघळ उमटलेला तिचा उत्कट चेहरा मला आठवला.

मिस्टर द सेंट अलार्द यांचा पत्ता मिळाल्यावर मी वेळ वाया दवडला नाही. अ‍ॅंद्रेन इथल्या त्यांच्या हवेलीपाशी मी पोहोचलो खरा; पण त्यांच्या घरामध्ये प्रवेश मिळवण्यासाठी काहीतरी ठोस कारण शोधायला मला काही दिवस थांबावं लागलं. शेवटी मी प्रवेश मिळवलाच, माझ्या मित्रा! कसा काय, तुला प्रश्न पडला असेल – प्लंबर म्हणून! त्यांच्या झोपायच्या खोलीमध्ये थोडीशी गॅसगळती होते आहे, अशी योजना करण्यासाठी मला थोडा वेळ लागला. मी माझी हत्यारं घेण्यासाठी गेलो आणि जेव्हा माझ्यासाठी मैदान मोकळं असेल अशाच वेळी परतलो. मी कशाचा शोध घेत होतो, मला माहीत नव्हतं. एक गोष्ट नक्की होती. काही सापडण्याची शक्यता कमी आहे, असं मला वाटलं. पुरावा मागे ठेवण्याचा धोका ते पत्करणार नव्हते, तरीही मला त्यांच्या मांडणीच्या वर छोटंसं कपाट दिसलं, तेव्हा त्याच्या आत काय आहे, हे पाहण्याची इच्छा मी रोखू शकलो नाही. त्याचं कुलूप उघडणं अगदी सोपं होतं. दार झटक्यात उघडलं. त्यात बऱ्याच जुन्या बाटल्या भरलेल्या होत्या. मी थरथरत्या हातांनी एकेक बाटली हातात घेतली. अचानक, माझ्या तोंडून आश्चर्योद्गार बाहेर पडले. मित्रा, जरा विचार कर मला काय दिसलं असेल! माझ्या हातात इंग्लिश केमिस्टचं लेबल लावलेली छोटी बाटली होती. त्यावर लिहिलं होतं : *ट्रिनिट्राइनच्या गोळ्या. आवश्यकतेनुसार एक घेणे. मिस्टर जॉन विल्सन.*

मी माझ्या भावनांना आवर घातला, कपाट बंद केलं, ती बाटली माझ्या खिशात टाकली आणि गॅसगळती दुरुस्त करायच्या कामाला लागलो! आपण आपलं काम चोख, पद्धतशीर केलं पाहिजे. नंतर मी हवेलीतून बाहेर पडलो आणि लवकरात लवकरची मायदेशी परतणारी ट्रेन पकडली. मी ब्रसेल्सला रात्री उशिरा पोहोचलो. मी माझ्या पोलीस प्रमुखासाठी अहवाल लिहीत असताना, मला एक

चिठ्ठी मिळाली. ती वृद्ध मॅडम देरूलार्द यांच्याकडून आली होती. मला तातडीने ॲव्हेन्यू लुईस इथे बोलावण्यात आलं होतं.

फ्रान्स्वाने दार उघडलं, 'मॅडम तुमचीच वाट पाहत आहेत.'

त्याने मला त्यांच्या अपार्टमेंटमध्ये नेलं. त्या मोठ्या खुर्चीत बसल्या होत्या. तिथे मिस व्हर्जिनी यांचा मागमूस नव्हता.

'मिस्टर प्वारो,' ती वृद्ध स्त्री म्हणाली, 'मला आत्ताच समजलंय की, तुम्ही इथे खोटं रूप घेऊन आला होतात. तुम्ही पोलीस अधिकारी आहात.'

'हो, खरं आहे, मॅडम.'

'तुम्ही माझ्या मुलाच्या मृत्यूचा तपास करण्यासाठी इथे आलात होतात ना?'

पुन्हा मी उत्तरलो : 'हो, मॅडम.'

'मग तुमच्या चौकशीतली प्रगती मला सांगितलीत, तर मला आनंद होईल.'

मी थोडा विचारात पडलो.

'तुम्हाला हे सारं कसं काय समजलं, हे पहिल्यांदा मला जाणून घ्यायला आवडेल, मॅडम.'

'अशा व्यक्तीकडनं, जी आता या जगात नाही.'

तिच्या तोंडून विचारपूर्वक बाहेर पडलेले शब्द ऐकल्यावर माझं मन गोठलं. माझ्या तोंडून काही शब्द फुटेना.

'त्यामुळेच, मी आपल्याला विनंती करते की, तुमच्या तपासाच्या प्रगतीबद्दल मला तातडीने माहिती द्यावी, मिस्टर.'

'मॅडम, माझा तपास करून झाला आहे.'

'माझ्या मुलाला...?'

'हो, मुद्दाम मारण्यात आलं होतं.'

'कुणी ते माहितेय का तुम्हाला?'

'हो, मॅडम.'

'कोणी?'

'मिस्टर द सेंट अलार्द.'

'चूक. मिस्टर द सेंट अलार्द असा गुन्हा करण्यास असमर्थ आहेत.'

'माझ्याकडे तसा पुरावा आहे.'

'मला पुन्हा एकदा सगळं काही सांगाल का, मी विनंती करते.'

या वेळी मी विनंती मान्य केली. मग मी टप्प्याटप्प्याने सत्यापर्यंत कसा गेलो, हे सांगितलं. त्यांनी लक्ष देऊन सगळं काही ऐकलं. शेवटी, डोकं हलवलं.

'अगदी, सगळं बरोबर आहे, सगळं; फक्त एक गोष्ट सोडून. माझ्या मुलाला मारणारी ती व्यक्ती मिस्टर द सेंट अलार्द नसून, मी आहे, त्याची आई.'

मी त्यांच्याकडे निरखून पाहिलं. त्या आपली मान हलवत राहिल्या. 'मी तुम्हाला बोलावून घेतलं हे बरंच झालं. व्हर्जिनीने कॉन्व्हेंटला निघून जाण्याआधी मला सगळं काही सांगितलं. हा दयाळू परमेश्वर असल्याचा पुरावाच आहे म्हणायचं, तर ऐका, मिस्टर प्वारो! माझा मुलगा दुष्ट पुरुष होता. चर्चला त्याने अन्याय्य आणि क्रूर पद्धतीने वागवलं. त्याचं आयुष्य म्हणजे नश्वर पाप होतं. त्याने आपल्या बाजूने इतरांनाही फरफटत नेलं; पण हे इतकंच नव्हे, याहून वाईट म्हणजे एकदा सकाळी मी माझ्या खोलीतून बाहेर आले असताना, मी माझ्या सुनेला जिन्याच्या वरच्या टोकाला उभं असलेलं पाहिलं. ती पत्र वाचत होती. माझा मुलगा गुपचूप तिच्या मागे येऊन उभा राहिला. त्याने तिला पटकन ढकललं आणि ती खाली पडली. तिचं डोकं संगमरवराच्या पायऱ्यांवर आपटलं. तिला उचललं, तेव्हा तिने प्राण सोडले होते. माझा मुलगा खुनी होता आणि फक्त मला, त्याच्या आईला हे माहीत होतं.'

काही क्षण त्यांनी आपले डोळे मिटून घेतले. 'माझ्या वेदना, माझं दुःख तुम्हाला समजू शकत नाही, मिस्टर. मी काय करायला पाहिजे होतं? त्याला पोलिसांच्या हवाली केलं पाहिजे होतं? मला ते शक्य झालं नाही. माझं कर्तव्य होतं ते; पण माझी तब्येत फार कमकुवत आहे. शिवाय, त्यांनी माझ्यावर विश्वास ठेवला असता? माझी दृष्टी अधू आहे. मला त्यांनी चुकीचं ठरवलं असतं म्हणून मी शांत राहिले; पण माझी सदसद्विवेकबुद्धी मला शांत बसू देईना. मी तोंड न उघडणं म्हणजे मीही खुनात सहभागी असणं. माझ्या मुलाला त्याच्या पत्नीची सगळी संपत्ती मिळाली, त्यामुळे तो एखाद्या हिरव्यागार झाडासारखा बहरून गेला आणि आता तर त्याला मंत्रिपदही मिळणार होतं. चर्चला त्याने दिलेली अन्याय्य वागणूक आता दुप्पट झाली असती आणि बिचारी व्हर्जिनी. सुंदर, निरागस, मूलतः धार्मिक मुलगी. ती त्याच्याकडे आकर्षित झाली होती. बायकांना आकर्षित करून घेण्याची विचित्र आणि भयंकर अशी शक्ती होतीच त्याच्याकडे. मला पुढे काय होणार हे दिसलं. ते थांबवणं काही माझ्या हातात नव्हतं. तिच्याशी लग्न वगैरे करण्याचं त्याच्या मनात अजिबातच नव्हतं. मग अशी वेळ आली, जेव्हा त्याच्यासाठी सर्वस्व देण्याची तिची तयारी होती.

'मला माझा रस्ता खुला झाल्याचं दिसलं. तो माझा मुलगा होता. मी त्याला जीव दिला. मी त्याच्यासाठी जबाबदार होते. त्याने एका बाईला मारलं होतं आणि आता तो आणखी एकीच्या आत्म्याचा विनाश करणार होता! मी मिस्टर विल्सन यांच्या खोलीत गेले आणि गोळ्यांची बाटली घेतली. ते एकदा हसत हसत म्हणाले होते की, एका माणसाला मारण्याएवढ्या गोळ्यांचा साठा त्यांच्याकडे आहे! मी

स्टडीत गेले आणि टेबलाशेजारी नेहमी ठेवलेला चॉकलेट्सचा मोठा खोका उघडला; पण मी चुकून नवा खोका उघडला. तिथे टेबलापाशी आणखीही एक होता. त्यात एकच चॉकलेट उरलं होतं. त्याने गोष्टी आणखीनच सोप्या झाल्या. माझा मुलगा आणि व्हर्जिनी यांच्याशिवाय कुणीही चॉकलेट खाणारं नव्हतं. त्या रात्री मी तिला माझ्यासोबत राहायला सांगितलं. माझ्या योजनेनुसार सर्व काही घडलं...'

काही क्षण थांबून तिने आपले डोळे मिटले, पुन्हा उघडले.

'मिस्टर प्वारो, मी सगळं काही तुम्हाला सांगितलंय. आता सगळं तुमच्या हाती आहे. मी फार दिवस जगणार नाही, असं मला सांगण्यात आलंय. परमेश्वराच्या पुढ्यात गेल्यावर माझ्या कर्माची जबानी मला द्यायची इच्छा आहे. मग मी पृथ्वीवर असतानाही ती द्यायला नको का?'

मी जरा गोंधळलो. विचार केला, 'पण मॅडम, ती बाटली तर रिकामी आहे.' मी थोडा वेळ काढण्यासाठी म्हणालो. 'ती मिस्टर द सेंट अलार्द यांच्याकडे कशी काय गेली?'

'जेव्हा ते माझा निरोप घ्यायला आले, तेव्हा मी ती हळूच त्यांच्या खिशात टाकली मिस्टर. तिचं काय करायचं, हे मला काही केल्या उमगत नव्हतं. मी एवढी अशक्त झाले आहे की, मला कुणाच्याही मदतीशिवाय फिरता-हलता येत नाही आणि माझ्या खोल्यांमध्ये ती रिकामी बाटली सापडली असती, तर शंकाकुशंकांचं रान पेटलं असतं. मिस्टर...' असं म्हणून त्या ताठ बसल्या, 'मिस्टर द सेंट अलार्द यांच्यावर शंका उपस्थित केली जावी, यासाठी मी हे काही केलं नाही! मी स्वप्नातही तसा विचार करू शकत नाही. त्यांच्या नोकराला रिकामी बाटली सापडल्यावर तो काही विचार न करता ती सरळ फेकून देईल, असा मी विचार केला.'

मी मान झुकवून म्हणालो, 'आलं लक्षात, मॅडम.'

'मिस्टर, तुमचा निर्णय काय आहे?'

त्यांचा आवाज कठोर, ठाम आणि स्पष्ट होता. त्यांची मान ताठ आणि सरळ होती.

मी उभा राहिलो.

'मॅडम,' मी म्हणालो, 'तुमचा दिवस चांगला जावो, यासाठी माझ्या सदिच्छा. मी माझा तपास केला आणि मी अपयशी झालो! त्यामुळे हे प्रकरण बंद झालं.'

तो काही क्षण शांत बसला. मग म्हणाला, 'एक आठवड्याभरात ती बाई मेली. मिस व्हर्जिनीने कॉन्व्हेंटमधली परीक्षा पास केली आणि त्यानुसार पुढे ती नन झाली. मित्रा, अशी आहे ही कथा. मी यामध्ये फार काही चांगली कामगिरी केली नाही, हे मान्य केलं पाहिजे.'

'पण याला अपयश म्हणता येणार नाही,' मी नकार दर्शवत म्हणालो, 'अशा परिस्थितीत तू आणखी काय करणार होतास?'

'अरे, मित्रा!' प्वारो ओरडला. अचानक तो उत्तेजित झाला. 'तुला दिसत नाहीये का? मी महामूर्ख, छत्तीस वेळा मूर्ख ठरलो! माझा मेंदू अजिबातच नीट काम करत नव्हता. संपूर्ण तपासात सुगावा माझ्या हाती होता.'

'कोणता सुगावा?'

'*चॉकलेटचा खोका!* तुला समजलं नाही? दृष्टी निर्दोष असलेला कोणता माणूस अशी चूक करेल? मॅडम देरूलार्द यांना मोतीबिंदू आहे, हे मला ठाऊक झालं ते अॅट्रोपाइन ड्रॉप्समुळे. घरामध्ये एकच अशी व्यक्ती होती, जिच्या दृष्टीला कोणतं झाकण कुठे लावलं आहे हे कळू शकणार नव्हतं. चॉकलेटच्या खोक्यामुळे मी योग्य मार्गाला लागलो आणि तरीही शेवटपर्यंत त्याचं खरंखुरं महत्त्व जाणून घेण्यात मला सातत्याने अपयश आलं.

'तसंच माझी मानसिकता चुकीची ठरली. जर मिस्टर द सेंट अलार्द खुनी असते, तर त्यांनी ती बाटली कधीही आपल्याकडे ठेवली नसती. त्यांच्याकडे ती सापडणं हा त्यांच्या निरपराधत्वाचा पुरावा होता. मिस व्हर्जिनीकडून त्यांची मानसिक स्थिती चांगली नसते, हे त्याआधीच समजलं होतं. मी सांगितलेलं हे सगळं प्रकरणं, सगळी हकिकत मला उघडं पाडणारी, त्यामुळे माझ्यासाठी त्रासदायक होती! मी ही कथा फक्त तुलाच सांगितली आहे, बरं, तेव्हा कृपया लक्षात घे, मी त्यात चुकलो आहे! एका वृद्ध स्त्रीने साध्या पद्धतीने आणि हुशारीने गुन्हा केला आणि मी, एर्क्युल प्वारो पूर्णतः *गंडलो*. मला ते समजलं नाही. अरे देवा, त्याचा विचारही करवत नाही आता! जाऊ दे, सोडून दे किंवा – तुला कधी वाटलं की, माझा अहंकार फार वाढला आहे, तर त्यासाठी लक्षात ठेव. अर्थात असं घडणं कठीण असलं, तरी तो वाढू शकतो.'

मी मंद स्मित केलं.

'*ठीक*. समजा तसं झालंच मित्रा, तर तेव्हा तू मला काय म्हणशील – तर 'चॉकलेटचा खोका'. चालेल?'

'अगदी मान्य, चालेल!' मी म्हणालो.

'शेवटी,' प्वारो तत्काळ म्हणाला, 'तो एक अनुभव होता! युरोपातल्या सगळ्यात बुद्धिमान माणसाने म्हणजे मी एवढं तरी दिलदार असायला पाहिजे की नको! काय?'

'चॉकलेटचा खोका,' मी हळूच पुटपुटलो.

'काय म्हणालास, मित्रा?'

मी प्वारोच्या निष्पाप चेहऱ्याकडे पाहिलं. तो माझं बोलणं ऐकण्यासाठी पुढे झुकला होता. मी पाघळलो. त्याच्या अधिकारवाणीचा त्रास मलाही बऱ्याचदा झाला होता; पण मी युरोपातला सर्वांत बुद्धिमान माणूस नसलो, तरी तेवढा उदार होऊच शकत होतो की!

'काही नाही,' मी मुद्दाम खोटं बोललो आणि मनातल्या मनात हसत पुन्हा एकदा पाइप पेटवला.

ख्रिसमस शोकांतिका

'माझी एक तक्रार आहे,' जमा झालेल्या लोकांकडे पाहत सर हेन्री क्लिदरिंग म्हणाला. त्याचे डोळे चमकत होते. पाय पसरून बसलेला कर्नल बॅन्ट्री फायरप्लेसवरील लाकडं ठेवायच्या मांडणीकडे आठ्या घालून पाहत होता. जणू काही तो संचलनाचे नियम मोडणारा एखादा सैनिकच असावा, त्याची पत्नी गुपचूप फुलझाडांच्या कंदांची माहितीपुस्तिका पाहत होती. ती पुस्तिका उशिराच्या पोस्टाने आली होती. डॉ. लॉइड कौतुकाने एकटक जेन हेलियरकडे पाहत होता आणि ती सुंदर तरुण अभिनेत्री तिच्या गुलाबी रंग लावलेल्या नखांकडे पाहत विचारात गढून गेली होती. फक्त ती प्रौढ कुमारिका, मिस मार्पल ताठ बसली होती आणि तिचे फिकट निळे डोळे सर हेन्रीच्या नजरेला भिडले.

'तक्रार?' तिने विचारलं.

'हो, गंभीर अशी तक्रार. आपण सहा जण आहोत, तीन बायका; तीन पुरुष आणि इथे मी पीडित पुरुषांच्या वतीने निषेध नोंदवतो. आपण आज इथे तीन कथा सांगितल्या – आणि त्या सगळ्या सांगितल्या तीन पुरुषांनी! स्त्रियांनी न्याय्य वाटा उचललेला नाही, याबद्दल मी निषेध करतो.'

'ओह!' मिसेस बॅन्ट्री चकित होऊन उद्‌गारली. 'आम्ही आमचा वाटा उचलला आहे. आम्ही तुमच्या कथा नीट ऐकल्या, त्यांची हुशारीने प्रसंशाही केली. आम्ही खराखुरा स्त्रीत्वाचा दृष्टिकोन दर्शवला आहे – आम्ही स्वतःला प्रकाशझोतात आणलेलं नाही!'

'ही तर चांगलीच पळवाट झाली,' सर हेन्री म्हणाला; 'पण असं चालणार नाही आणि अरेबियन नाइट्सचा शिरस्ता फार चांगला आहे! त्यामुळे, पुढे सांग, शहरजादे...'

'मी?' मिसेस बॅन्ट्रीने विचारलं, 'पण माझ्याकडे सांगण्यासारखं काही नाहीये. माझ्या आजूबाजूला कधीही खून, रक्तपात झालेला नाही किंवा रहस्यमयही काही नाही.'

'माझा खून, रक्तपात यांवर मुळीच भर नाही,' सर हेन्री म्हणाला, 'पण तुम्हा तिघींकडे एखादं गुपित किंवा एखादं रहस्य असणारच ना! मला खात्री आहे. आता सांगा, मिस मार्पल – 'कामगार महिलेची योगायोगाची गोष्ट' किंवा 'आयांच्या बैठकीमागचं रहस्य' असं काहीतरी. मला सेंट मेरी मीडमध्ये असं नाराज करू नका.'

मिस मार्पलने डोकं हलवलं.

'सर हेन्री, तुम्हाला रस वाटेल असं काही नाही. आमची अशी गुपितं, रहस्यं अर्थातच असतात, जसं की गायब झालेली कोळंबी; पण त्यात तुम्हाला रस नसणार. कारण, ते रहस्य फारच क्षुल्लक निघालं; पण तरी त्यामुळे मानवी स्वभावावर मोठ्या प्रमाणात प्रकाश पडला.'

'तुम्हीच तर मला माणसांच्या स्वभावावर निरीक्षण करायला शिकवलंत,' सर हेन्री गंभीरपणे म्हणाला.

'तुमचं काय, मिस हेलियर?' कर्नल बॅन्ट्रीने विचारलं, 'तुम्हाला वेगवेगळे अनुभव आले असले पाहिजेत.'

'हो, खरंय,' डॉ. लॉइड म्हणाला.

'मला?' जेन म्हणाली, 'म्हणजे तुम्हाला म्हणायचंय की, माझ्या बाबतीत झालेलं काहीतरी मी तुम्हाला सांगू?'

'किंवा तुमच्या मित्र-मैत्रिणींच्या बाबतीत,' सर हेन्रीने सुधारणा केली.

'ओह!' जेन असंच म्हणायचं म्हणून म्हणाली, 'मला असे अनुभव वगैरे काही आलेले नाहीत – म्हणजे तसा वेगळा अनुभव काही नाही. अर्थात, फुलं देणं आणि विचित्र चिठ्ठ्या वगैरे; पण पुरुष असेच असतात ना? मला वाटत नाही...' असं म्हणून ती थांबली आणि विचारांत गढून गेली.

'ठीक आहे. मग आता आपल्याला गायब झालेल्या कोळंब्यांची कथाच ऐकली पाहिजे,' सर हेन्री म्हणाला, 'मग सुरू करा, मिस मार्पल.'

'सर हेन्री, तुम्हाला तुमचे विनोद फारच आवडतात. कोळंब्यांची गोष्ट काही नाहीये; पण आता मला जरा विचार करू दे. मला एक प्रसंग आठवतोय खरा. खरंतर प्रसंगही नाही तो, त्याहून गंभीर. एक शोकांतिका आणि मीही एक प्रकारे त्यात गुंतले होते आणि मी जे काही केलं, त्याबद्दल मला कधीही पश्चात्ताप झालेला नाही, वाईट वाटलं नाही. अजिबात म्हणजे अजिबात नाही; पण जे घडलं, ते इथे सेंट मेरी मीडमध्ये नव्हे.'

'अरेरे, भ्रमनिरास झाला माझा,' सर हेन्री म्हणाला, 'पण मी आनंदाने ऐकेन. तुम्ही निराश करणार नाही, याची खात्री आहे मला.'

चांगला श्रोता असल्यागत लक्षपूर्वक ऐकत तो बसला. मिस मार्पल गोरीमोरी झाली.

'मी योग्यरीत्या तुम्हाला सांगू शकीन, अशी आशा करते,' ती काळजीभरल्या सुरात म्हणाली, 'मी *भरकटत* जाईन की काय, अशी मला भीतीही वाटते. आपण एखाद्या बिंदूपासून दुसरीकडे कुठेतरी जातो, तरी आपल्याला तसं काही होतंय याची कल्पनाही नसते. शिवाय प्रत्येक बाब, तथ्यं आता योग्य क्रमाने आठवणंदेखील कठीण आहे. मी ही कथा वाईट पद्धतीने सांगितली, तर कृपया मला सहन करा. फार वर्षांपूर्वी घडलेली गोष्ट आहे ही.

'मी आधी म्हणाले, त्याप्रमाणे सेंट मेरी मीडशी या गोष्टीचा काही संबंध नाही. खरंतर, याचा संबंध हायड्रो – '

'म्हणजे समुद्रावरचं विमान का?' जेनने विचारलं. आश्चर्याने तिचे डोळे विस्फारले.

'नाही, तुला ते कळणार नाही,' मिसेस बॅन्ट्रीने स्पष्ट केलं. तिच्या पतीने त्यात एका वाक्याची भर टाकली :

'भयंकर... अतिभयंकर ठिकाण! लवकर उठावं लागतं आणि घाणेरड्या चवीचं पाणी प्यावं लागतं. बऱ्याच म्हाताऱ्या बाया वेळ घालवत बसलेल्या असतात तिथे. नको त्या, फालतू कुचाळक्या. देवा, मी जेव्हा विचार करतो...'

'आर्थर,' मिसेस बॅन्ट्री शांतपणे म्हणाली, 'तुला तिथं जाऊन भरपूर फायदाच झालाय, माहीत आहे ना...'

'पण त्या म्हाताऱ्या बाया कुचाळक्या करत बसलेल्या असतात...' कर्नल बॅन्ट्री कुरकुरत म्हणाला.

'हो, हे *खरं* आहे,' मिस मार्पल म्हणाली, 'मी स्वतःसुद्धा...'

'प्रिय मिस मार्पल,' कर्नल घाबरून जोरात ओरडला, 'मला अजिबातच तुमच्याबद्दल असं म्हणायचं नव्हतं...'

मिस मार्पलचे गाल गुलाबी झाले. हाताने खूण करून मिस मार्पलने त्याला थांबवलं.

'पण हे *सत्य* आहे, कर्नल बॅन्ट्री. मलाही अशा गप्पा मारायला आवडतं, हे इथे नमूद करते. मला जरा विचार करू दे, आठवू दे. हो, घोटाळ्यांबद्दल बोलणं, तुम्ही म्हणालात त्याप्रमाणे. असं पाहा, चांगलंच असतं ते आणि लोकांना त्याबद्दल फार राग-राग असतो. खासकरून तरुणांना. माझा एक भाचा आहे. तो पुस्तकं लिहितो आणि माझ्या मते फार हुशारही आहे. त्याने लोकांच्या चारित्र्याबद्दल कोणत्याही पुराव्याशिवाय बोलण्यावर खरमरीत *टीका* केली आहे. असं बोलणं

किती दुष्टपणाचं असतं, वगैरे वगैरे; पण मी असं म्हणेन की, या तरुणांपैकी कोणीही जरासाही थांबून *विचार* करत नाही. त्यांना तथ्यांचा बारकाईने अभ्यास करायला खरोखरीच आवडत नाही, त्यामुळे मुळात यातला महत्त्वाचा मुद्दा असा की : *जितक्या जास्त कुचाळक्या,* तुम्ही म्हणता त्याप्रमाणे – तितकं त्यात *सत्य!* आणि माझ्या मते, मी म्हणाले त्याप्रमाणे जर त्यांनी तथ्यांचा अभ्यास केला, तर दहांपैकी नऊ वेळा त्या कुचाळक्या खऱ्या असल्याचं त्यांना आढळेल! लोकांना त्यामुळेच त्यांचा एवढा राग राग येत असावा असं वाटतं.'

'काहीतरी प्रेरणा मिळून बांधलेले अंदाज,' सर हेन्री म्हणाला.

'नाही, ते वेगळं. मी म्हणतेय त्यात सराव आणि अनुभव लागतो. मी ऐकलंय त्यानुसार, जर तुम्ही एखाद्या इजिप्तच्या तज्ज्ञाला ते विचित्र छोटे बीटल दाखवले, तर तो त्यांना पाहून आणि स्पर्शून तुम्हाला त्याच्या सनावळ्या वगैरे सांगतो किंवा ती स्वस्तातली नक्कल आहे का, हेही सांगतो. प्रत्येक वेळी तो हे कसं करतो, यासाठी ठोस असा नियम सांगू शकत नाही; पण अशा प्रकारच्या वस्तू हाताळण्यात त्याचं आयुष्य गेलंय.

'मी हेच सांगायचा प्रयत्न करते आहे (वाईटरीत्या, मला माहितेय). माझा भाचा ज्यांना 'अनावश्यक बायका' असं म्हणतो, त्यांच्या हाती भरपूर वेळ असतो आणि त्यांना सर्वांत जास्त रस असतो तो माणसांमध्ये आणि त्यामुळे, तुम्ही पाहा, त्या तज्ज्ञ होत जातात. आताचे तरुण लोक पाहा, माझ्या तरुणपणी ज्या गोष्टी मुक्त बोलता यायच्या नाहीत, त्या ही तरुण मंडळी बिनधास्त बोलतात; पण त्याच वेळी दुसरीकडे, ही मंडळी फार भोळीभाबडी असतात हो. त्यांचा प्रत्येकावर आणि प्रत्येक गोष्टीवर विश्वास बसतो आणि शांतपणे, हळुवारपणे जरी कुणी त्यांना सावध करण्याचा प्रयत्न केला, तरी ते म्हणतात, तुमचं मन व्हिक्टोरियन काळातलं आहे – आणि ते अशा काही थाटात बोलतात, जणू काही आपण *सिंक* आहोत.'

'पण शेवटी,' सर हेन्री म्हणाले, 'सिंक असण्यात काय चूक?'

'बरोब्बर,' मिस मार्पल अधीरपणे म्हणाली, 'माझ्या घरातली ती सगळ्यात महत्त्वाची वस्तू आहे; पण अर्थात ती रोमँटिक नाही. आता मी इथे कबूल करते की, सगळ्यांप्रमाणेच मला माझ्या *भावना* आहेत, विचार आहेत आणि कधी कधी अविचारी टिप्पण्या करून मी लोकांना क्रूरपणे दुखावतेदेखील. मला माहितेय की, पुरुषांना घरातल्या गोष्टींमध्ये फार काही रस नसतो; पण इथे मी माझी नोकर, इथेलचा उल्लेख केलाच पाहिजे. ती सुंदर आणि हरप्रकारे आज्ञाधारक मुलगी आहे. आता तिला पाहिल्या पाहिल्या मला असं लक्षात आलं की, ती ॲनी वेब आणि बिचाऱ्या मिसेस ब्रुइटची मुलगी यांच्यासारखीच आहे. जर *संधी* मिळाली, तर ती *कशावरही* हात मारेल, त्यामुळे महिन्याभरानंतर मी तिला जाऊ दिलं आणि ती

प्रामाणिक, सभ्य आणि सौम्य आहे असं शिफारस पत्रही दिलं; पण खासगीमध्ये मात्र मी वृद्ध मिसेस एडवर्ड्सला तिच्याबाबतीत सावध केलं आणि त्यामुळे माझा भाचा, रेमंड प्रचंड रागावला. तो म्हणाला की, असा कपटीपणा, दुष्टपणा त्याने कधीही पाहिला नाही - हो, *कपटी, दुष्टपणा.* बरं, ठीक आहे. ती लेडी ॲश्टन यांच्याकडे कामाला गेली, त्यांना सावध केलं पाहिजे असं मला काही वाटलं नाही आणि मग काय? त्यांच्या आतल्या कपड्यांच्या सगळ्या लेस कापलेल्या आणि हिऱ्यांची दोन ब्रुचेस घेतलेली. त्या मुलीने मध्यरात्रीच पळ काढला आणि तेव्हापासून तिच्याबद्दल कुणालाही काही कळलेलं नाही!'

मिस मार्पल थांबली. तिने खोल श्वास घेतला आणि पुढे सांगू लागली.

'केस्टन स्पा हायड्रो इथे जे काही घडलं, त्याच्याशी याचा काही संबंध नाही असं म्हणाल; पण एक प्रकारे तो तसा आहे. कारण, पहिल्यांदा मी जेव्हा सँडर्स पती-पत्नीला एकत्र पाहिलं, तेव्हा त्याला तिचा काटा काढायचा आहे हे मला पक्कं समजलं होतं.'

'अं?' पुढे झुकून सर हेन्री उद्‌गारला. मिस मार्पलने त्याच्याकडे शांतपणे पाहिलं.

'सर हेन्री, मी म्हणाले तसं मला खात्रीने माहीत झालं होतं. मिस्टर सँडर्स धिप्पाड, तुकतुकीत कांतीचा, दिसायला चांगला होता आणि त्याचा स्वभावही उत्साही, आनंदी होता, त्यामुळे लोकांना तो आवडायचा. तो त्याच्या पत्नीशीही अत्यंत चांगला वागत होता; पण मला माहीत होतं! त्याला तिचा काटा काढायची इच्छा होती ते.'

'अहो, मिस मार्पल...'

'हो, मला माहीत आहे तुम्ही काय म्हणताय. माझा भाच्याची, रेमंड वेस्टची प्रतिक्रियाही अशीच असती. तो मला म्हणाला असता की, तुझ्याकडे पुरावा काय? पण वॉल्टर होन्स आठवतोय का, ग्रीन मॅन रेस्तराँचा मालक. तो आपल्या पत्नीसोबत एकदा चालला असताना, ती नदीत पडून मेली - आणि विम्याचे सगळे पैसे *त्याला* मिळाले! असे आणखी एक-दोन पुरुष आज मुक्त फिरताहेत. त्यातला एक तर छान, आरामात आयुष्य जगतोय. एक जण स्वित्झर्लंडला पत्नीसोबत सुट्टी व्यतीत करायला गेला. मी तिला सावध केलं होतं की, नको जाऊस म्हणून बिचारी माझ्यावर रागावली वगैरे नाही. नुसतीच हसली माझ्याकडे पाहून. तिच्या हॅरीबद्दल माझ्यासारखी म्हातारडी बाई असं काहीतरी बोलते आहे हे पाहून तिला मजा वाटली; पण काय झालं - अपघात! आणि हॅरीने आता दुसऱ्या बाईशी लग्न केलंय; पण मी तरी काय करू शकते? मला *माहीत* होतं; पण पुरावा नव्हता.'

'अहो! मिस मार्पल,' मिसेस बॅन्ट्री ओरडली, 'तुम्ही खरंच सांगताय?'

'प्रिय मुली, अशा बाबी नेहमी घडणाऱ्या आहेत - खरंतर खूपच सामान्य आणि हे सद्गृहस्थ मोहाला बळी पडतात, कारण मोह एवढे शक्तिशाली असतात ना, त्यामुळे असं काही घडलं, तर तो अपघात वाटणं सोपं असतं. मी म्हणाले तसं, सँडर्स पती-पत्नीच्या बाबतीत मला माहीत होतं. ट्रॅममध्ये लक्षात आलं माझ्या. ट्रॅम गर्दीने खचाखच भरली होती आणि मला बाहेर जायचं होतं. आम्ही तिघंही उतरू लागलो आणि मिस्टर सँडर्सचा तोल गेला आणि तो बरोब्बर त्याच्या पत्नीवर पडला, त्यामुळे ती जिन्यावरून खाली डोक्यावर पडली असती; पण सुदैवाने, कंडक्टर चांगला ताकदवान तरुण होता, त्याने तिला पकडलं.'

'पण हा अपघात असेल, नाही का?'

'अर्थातच अपघात होता तो - याहून चांगलं अपघाताचं नाटक काय असू शकणार! पण मिस्टर सँडर्स मर्चंट सेवेत होता. त्यानेच मला सांगितलं. कशाही हेलकावे घेणाऱ्या बोटीत जो माणूस आपला तोल सावरू शकतो, तो ट्रॅममध्येही सहज तोल सावरू शकतोच ना! माझ्यासारख्या म्हातारीलाही जे जमतं ते त्याला का नाही जमणार!'

'हं म्हणजे आपण असं म्हणू की, तुम्हाला त्या प्रसंगानंतर तसं वाटू लागलं,' सर हेन्री म्हणाला. 'तुमची खात्रीच पटली.'

त्या वृद्ध स्त्रीने मानेने होकार दिला.

'मला पुरेशी खात्री आहे आणि माझी तशी खात्री पटल्यानंतर थोड्याच काळात आणखी एक घटना रस्ता ओलांडताना घडली. आता मी तुम्हाला विचारते, मी काय करू सर हेन्री? एका समाधानी, चांगल्या विवाहित स्त्रीचा लवकरच खून केला जाणार होता.'

'अहो, काय सांगताय! माझा तर श्वासच अडकला क्षणभर.'

'याचं कारण, आजकाल लोकांना सत्याला सामोरं जायचं नसतं. असं काही असूच शकत नाही, असा विचार करणं तुम्ही पसंत करता; पण असं होतं आणि मला ते माहीत होतं; पण आपले हात बांधलेले असतात ना! म्हणजे मी तरी पोलिसांकडे जाऊ शकले नाही आणि मी त्या तरुण बाईला सावधही केलं होतं; पण ते व्यर्थच गेलं. तिने त्या पुरुषाच्या सेवेत स्वतःला वाहून घेतलं होतं. मला त्यांच्याबद्दल जितकं जाणून घेता आलं, तितकं मी घेतलं. शेकोटीभोवती बसून विणकाम करताना बरंच काही ऐकायच्या संधी मिळतात. मिसेस सँडर्स (ग्लॅडीज, तिचं नाव) तर बोलायला आतुरच होती. त्यांचं लग्न तसं नवीनच होतं. तिच्या पतीला काहीतरी मालमत्ता मिळणार होती; पण तोवर काही काळ तरी ते फार दारिद्र्यात होते. खरं म्हणजे तेव्हा तिच्या तुटपुंज्या उत्पन्नावर चाललं होतं. किती

वेळा आपण ही गोष्ट ऐकतो. ती मूळ भांडवलाला हात घालू शकत नव्हती, त्याचा तिला खेद होता. याचा अर्थ कुणाचं तरी डोकं ताळ्यावर होतं म्हणायचं! पण ते पैसे तिच्या इच्छेनुसार ती देऊन टाकू शकणार होती. मी हे गुपित तिच्याकडून काढून घेतलं. लग्नानंतर लगेच तिने आणि तिच्या पतीने आपापली मृत्यूपत्रं तयार केली होती. त्यात त्यांची संपत्ती एकमेकांना द्यावी असं लिहिलं होतं. फारच हृद्य! अर्थात, जॅकला ती मालमत्ता मिळायची बाकी होतं. तीच एक काळजी त्यांना सतत वाटायची; पण तोवर फारच गरिबी होती. ते वरच्या मजल्यावरच्या एका खोलीत राहायचे. तिथे सगळ्या नोकराचाकरांच्या खोल्या होत्या आणि तिथे आग लागली असती तर ते खूप धोकादायक होतं. तरी नशीब, आग लागल्यावर बाहेर पडायच्या मार्गाला लागूनच त्यांची खिडकी होती. तिथे बाल्कनी होती का, अशी मी चौकशीही केली. बाल्कन्या फार धोकादायक असतात बरं! एक धक्का आणि तुम्हाला कळलंच असेल...!

'मी तिच्याकडून बाल्कनीत न जाण्याचं वचन घेतलं; मला स्वप्न पडलं असं मी तिला सांगितलं होतं, त्यामुळे ती प्रभावित झाली. अंधश्रद्धांचा वापर करून आपण कधी कधी बरंच काही करू शकतो. ती भोळी मुलगी होती, तिची कांती धुतल्यासारखी फिकट होती, असंच म्हणायला हवं आणि तिच्या मानेपाशी अस्ताव्यस्त केसांचा अंबाडा असायचा. ती फार पटकन विश्वास ठेवणारी होती. मी काय सांगितलं होतं, ते तिने आपल्या पतीला पुन्हा सांगितलं होतं आणि त्याने माझ्याकडे एक-दोनदा कुतूहलाने पाहत असल्याचं मी बघितलं होतं. *तो* अजिबात विश्वासार्ह नव्हता आणि मी ट्रॅममध्ये होते, हे *त्याला* ठाऊक होतं.

'पण मला काळजी वाटली. भयंकर काळजी. कारण, त्याला बाजूला काढण्याकरता काही मार्ग दिसत नव्हता. हायड्रोला जे काही घडणार होतं, ते मला थांबवता आलं असतं. कारण, मला त्याच्याबद्दल संशय येतोय, हे त्याला जाणवून द्यायला मला त्याला काहीतरी बोलता आलं असतं; पण त्याने काय होणार होतं? त्याची योजना त्याने पुढे ढकलली असती, एवढंच. नाही, मला असं वाटू लागलं की, केवळ एकच एक धाडसी धोरण लागू झालं असतं. कसंतरी करून त्याला जाळ्यात अडकवायचं. जर मी त्याला, मी निवडीन त्या पद्धतीने तिचा प्राण घे, असं म्हणून तसं करायला भाग पाडू शकले असते... तर त्याचा खरा चेहरा दिसला असता. मग तिला कितीही का धक्का बसेना, तिला सत्याला सामोरं जावंच लागलं असतं.'

'बापरे!' डॉ. लॉइड म्हणाला, 'पटण्याजोगी कोणती योजना तुम्ही पुढे केली?'

'घाबरू नका - मला काहीतरी सापडलं असतंच,' मिस मार्पल म्हणाली, 'पण तो माझ्यापेक्षा हुशार निघाला. तो थांबला नाही. मला संशय आला आहे,

असं त्याला वाटलं असेल आणि मला काही निश्चित कळण्याआधीच त्याने घाव घातला. मला अपघाताबद्दल शंका असणार, हे त्याला माहीत होतं, त्यामुळे त्याने खूनच केला.'

वर्तुळात बसलेल्या लोकांच्या तोंडून आश्चर्योद्गार बाहेर पडले. मिस मार्पलने मान हलवली आणि ओठ घट्ट दाबून चेहरा गंभीर केला.

'मी फारच तुटक, अर्धवट सांगितलं असं मला वाटतं. नक्की काय घडलं हे जसंच्या तसं सांगायचा मी प्रयत्न केला पाहिजे. माझ्या मनात त्याबद्दल फार कडवट भावना आहेत. मला सारखं असं वाटतं की, मी ते सारं थांबवायला पाहिजे होतं; पण परमेश्वर सगळ्याचा साक्षी असतो. त्याला सगळं ठाऊक असतं. मला जे करता आलं, ते मी केलं.

तिथे विचित्र, भीतिदायक आणि नकोसं वातावरण होतं. आम्हा सगळ्यांवर कशाचं तरी ओझं असल्यासारखं वाटायचं. दुर्दैवाचं सावट असल्यासारखं. सुरुवात करायची तर ती जॉर्जपासून केली पाहिजे. सामान वाहून नेणारा हमाल होता तो. तिथे तो अनेक वर्षांपासून काम करत होता आणि तो सगळ्यांना ओळखायचा. त्याला ब्रॉंकायटिस आणि न्यूमोनिया झाला. चौथ्या दिवशी तो मेला. फार, फार दुःखद. सगळ्यांनाच त्याच्या जाण्याने धक्का बसला आणि तेही ख्रिसमसच्या चार दिवस आधी. त्यानंतर घरकाम करणाऱ्या नोकराणींपैकी एक मुलगी चोवीस तासांच्या आत बोटाला जंतुसंसर्ग झाल्याने मेली. बिचारी! फार चांगली मुलगी होती.

मी मिस ट्रोलोप आणि वृद्ध मिसेस कारपेंटर यांच्यासोबत ड्रॉइंग रूममध्ये होते. मिसेस कारपेंटर म्हणजे जरा विचित्रच बाई. दुष्टात्मा असल्यागत त्यांना या सगळ्याची मजा वाटत होती. आनंद घेत होत्या त्या, माहितेय...'

'लिहून घ्या,' त्या म्हणाला, 'ही तर सुरुवात आहे. तुम्हाला माहितेय ना ती म्हण? *आजा बिजा आणि मग... तिज्या.* ही म्हण कितीतरी वेळा खरी होते. पुन्हा पुन्हा. आणखी एक मृत्यू होणार. अगदी नक्की होणार. शंकाच नको आणि आपल्याला फार काळ वाट नाही पाहावी लागणार. *दोनवर कधीच थांबत नाही, तिसरा हवाच.*'

'त्यांनी हे शब्द उच्चारले, मान हलवली आणि सुयांचा क्लिक क्लिक आवाज करत विणकाम करू लागल्या. तेवढ्यात मी वर पाहिलं, तर मिस्टर सँडर्स दारापाशी उभा. मिनिटभरासाठी तो बेसावध होता आणि त्याच्या चेहऱ्यावर मला त्याच्या मनातले भाव स्पष्ट दिसले. अगदी जसेच्या तसे. माझ्या अखेरच्या श्वासापर्यंत माझा यावर विश्वास असेल की, दुष्टात्मा मिसेस कारपेंटर यांच्या शब्दांनी त्याची विचारचक्रं सुरू झाली. त्याचं मन वेगाने काम करू लागल्याचं मी पाहिलं.

तो हसत आणि त्याच्या खेळकर पद्धतीने खोलीत आला.

'लेडीज, ख्रिसमसकरता तुमच्यासाठी मी काही खरेदी करून आणू का?' त्याने विचारलं. मी खाली केस्टनमध्ये जातो आहे.

'तो हसत आणि काहीबाही बोलत मिनिट-दोन मिनिटं तिथे थांबला आणि बाहेर पडला. आधी सांगितल्याप्रमाणे, मी घाबरले होते. मी थेटच विचारलं -

'मिसेस सँडर्स कुठे दिसली नाही? कुणाला ठाऊक आहे का?'

'मिसेस ट्रोलोप म्हणाल्या की, मॉर्टिमर्स नामक मैत्रिणीकडे ती ब्रिज खेळायला गेली आहे आणि त्यामुळे माझं मन काही क्षण सैलावलं; पण तरीही मला खूप काळजी वाटत होती आणि काय करावं हे समजत नव्हतं. अर्ध्या तासाने मी माझ्या खोलीत गेले. तिथे मी वर जाताना मला जिन्यावरून खाली जाणारे, माझे डॉक्टर कोल्स भेटले. मला त्यांच्याशी माझ्या संधिवाताबद्दल बोलायचं असल्याने, मी त्यांना तिथून माझ्या खोलीत नेलं, तेव्हा त्यांनी मला (विश्वासात घेऊन) बिचाऱ्या मेरीच्या मृत्यूबद्दल सांगितलं. व्यवस्थापकाला ही बातमी बाहेर फुटू द्यायची नव्हती, असं ते म्हणाले, त्यामुळे तुम्ही कुणाला हे काही सांगू नका, अशी विनंती त्यांनी मला केली. अर्थात, त्या बिचाऱ्या मुलीने अखेरचा श्वास घेतल्या क्षणापासून आम्ही सगळ्या त्याबद्दलच बोलत होतो, हे काही मी त्यांना सांगितलं नाही. असल्या गोष्टी कधी ना कधीतरी बाहेर पडतातच आणि त्यांच्यासारख्या अनुभवी माणसाला हे चांगलंच माहीत असलं पाहिजे; पण डॉ. कोल्स फार साधे, सरळ होते. कधीही शंकेखोरपणा न करणारे. ज्यावर त्यांना विश्वास ठेवायचा असेल, त्यावर ते विश्वास ठेवत आणि त्यामुळे एक मिनिटभराने मी सावध झाले. कारण, ते म्हणाले की, ते सँडर्स यांच्याकडे जात आहेत. मिस्टर सँडर्सने त्याच्या पत्नीला एकदा जरा पाहायला या असं सांगितलं आहे. तिची अवस्था फार काही चांगली नव्हती, अपचन वगैरेमुळे ती आजारी पडली होती.

'आता अगदी त्याच दिवशी आधी ग्लॅडीज सँडर्सने मला सांगितलं होतं की, तिची पचनशक्ती अगदी चांगली आहे आणि त्याबद्दल ती देवाचे आभारच मानते.

'आता तुम्हीच पाहा! माझ्या सगळ्या शंका शंभर पटीने वाढतात की नाही. तो तयारी करत होता - कशाची? डॉक्टरांशी याबद्दल बोलावं की नाही, याचा विचार करत असतानाच ते निघून गेले. जरी मी काही बोलले असते, तरी मला काय सांगावं हे काही समजलं नसतं. मी माझ्या खोलीच्या बाहेर गेले. तेवढ्यात मला दस्तूरखुद्द सँडर्सच दिसला. तो वरच्या मजल्यावरून खाली येत होता. त्याने बाहेर जायचा पोशाख घातला होता आणि शहरामधून मला काही हवंय का, असं मला विचारलं. मी त्या पुरुषाशी शक्य तितकं सभ्यपणे वागायचा प्रयत्न केला! मी थेट लाउंजमध्ये गेले आणि चहाची ऑर्डर दिली. मला आठवतं, तेव्हा साडेपाच वाजले होते.

'आता पुढे काय घडलं, हे मला स्पष्ट सांगता येईल का, याबद्दल मला चिंता वाटते. मी लाउंजमध्ये पावणेसात वाजेपर्यंत होते, तोच मिस्टर सँडर्स तिथे आला. त्याच्यासोबत दोन सद्गृहस्थ होते आणि तिघेही पुरुष जरा जास्तच उत्साहात वाटले मला. मिस्टर सँडर्सनी त्याच्या दोघा मित्रांचा निरोप घेतला आणि मी मिस ट्रोलोप यांच्याबरोबर बसले होते, तिथे तो आला. ख्रिसमस भेट म्हणून त्याने त्याच्या पत्नीला बॅग आणली होती. त्यावर त्याला आमचं मत हवं होतं.

'आणि असं पाहा, लेडीज, मी रांगडा खलाशी गडी. असल्या गोष्टींबाबत मला काय माहीत असणार? माझ्याकडे निवडीकरता तीन बॅगा आल्या आहेत आणि मला त्यावर तज्ज्ञांचं मत हवं आहे,' तो म्हणाला.

'अर्थातच, आम्हाला मदत करायला आवडेलच, असं आम्ही म्हणालो. माझ्याबरोबर वरती याल का, असं त्याने विचारलं. तो पुढे म्हणाला की, त्याची पत्नी कोणत्याही क्षणी तिथे येऊ शकत असल्याने, तिथे त्या वस्तू आणणं योग्य नव्हतं, त्यामुळे आम्ही त्याच्याबरोबर वर गेलो. त्यानंतर जे घडलं, ते मी कधीही विसरू शकणार नाही - आत्ताही बघा, माझा हात किंचित कापतोय.

'मिस्टर सँडर्सने बेडरूमचं दार उघडलं आणि खोलीतला दिवा लावला. आमच्यापैकी कुणी पाहिल्यांदा पाहिलं मला माहीत नाही...

'मिसेस सँडर्स जमिनीवर पालथी पडली होती - मेलेली.

'मी पहिल्यांदा पुढे गेले. तिचा हात हातात घेऊन नाडी लागते का ते पाहिलं; पण नाडी लागत नव्हती. तिचा हात थंड आणि कडक पडला होता. तिच्या डोक्याशेजारीच वाळूने भरलेला एक मोजा पडला होता. त्याच हत्याराने तिला मारण्यात आलं होतं. मूर्ख मिस ट्रोलोप जोरजोरात रडू लागली, डोक्याला हात लावून कण्हू लागली. सँडर्स मोठ्याने ओरडला, भेकला, 'माझी बायको, माझी प्रियतमा...' आणि पळत तिच्याकडे गेला. मी त्याला स्पर्श करण्यापासून रोखलं. असं बघा, त्या क्षणी मला खात्री होती की, हे त्यानेच केलं आहे आणि तिथे असं काहीतरी असलं पाहिजे, जे त्याला उचलायचं असावं किंवा लपवायचं असावं.

'कशालाही हात लावायला नको,' मी म्हणाले, 'मिस्टर सँडर्स, स्वतःला सावरा. मिस ट्रोलोप, कृपया खाली जाऊन व्यवस्थापकाला बोलावून आणा.'

'मी तिथेच खाली झुकून बसले. मी सँडर्सला तिथे एकटं सोडणार नव्हते आणि तरीही मला इथे मान्य करणं भाग आहे की, तो पुरुष जर अभिनय करत असेल, तर त्याचा अभिनय विलक्षण चांगला होता. तो हरवल्यासारखा, वेडा झाल्यासारखा आणि भ्यायल्यासारखा, काही समजत नसल्यासारखा वागत होता.

काही क्षणांत व्यवस्थापक तिथे आला. त्याने खोलीची एका क्षणात तपासणी केली आणि आम्हा सगळ्यांना बाहेर काढलं. दार बंद केलं. चावी स्वतःकडे

घेतली. त्यानंतर तो गेला आणि त्याने पोलिसांना फोन केला. फोन येण्याआधीचं युग जास्त चांगलं होतं असं म्हणायची पाळी आली (नंतर आम्हाला समजलं की, फोनची लाइन बिघाडामुळे बंद पडलेली होती), त्यामुळे व्यवस्थापकाला पोलीस स्थानकात निरोप्या पाठवावा लागला. हायड्रो मुख्य शहरापासून बरंच बाहेर होतं, माळरानाच्या एका टोकाला. इजा, बिज्या तिज्याची मिसेस कारपेंटरची भविष्यवाणी खरी ठरल्यामुळे तिला फार आनंद झाला होता. मी असं ऐकलं की, सँडर्स बाहेर माळावर वेड्यासारखा डोकं हातात धरून भटकत राहिला आणि रडत राहिला. त्याला प्रचंड दुःख झाल्याचं तो प्रत्येक कृतीतून दाखवत होता.

'शेवटी एकदाचे पोलीस आले. ते व्यवस्थापक आणि मिस्टर सँडर्स यांच्यासोबत वर गेले. त्यानंतर त्यांनी मला बोलावलं. मी वर गेले. टेबलापाशी इन्स्पेक्टर बसला होता. तो बुद्धिमान, देखणा पुरुष होता. मला तो आवडला.

'तुम्ही मिस जेन मार्पल?' त्याने विचारलं.

'हो.'

'जेव्हा मृत व्यक्तीचं प्रेत सापडलं, तेव्हा तुम्ही तिथे होतात, असं मला समजलं, मॅडम?'

'मी हो म्हणाले आणि नेमकं काय घडलं हे सगळं जसंच्या तसं वर्णन करून सांगितलं. कोणीतरी त्याच्या प्रश्नांची व्यवस्थित उत्तरं देऊ शकतं आहे, हे पाहून त्या बिचाऱ्याला जरा दिलासा वाटला असावा, असं मला वाटलं. कारण, त्याआधी त्याला सँडर्स आणि एमिली ट्रोलोप यांच्याशी बोलावं लागलं होतं. ते दोघंही माझ्या मते तरी पूर्णतः मनोधैर्य खचलेले होते. ती तर मूर्खच आहे! मला आठवतं, माझ्या प्रिय आईने मला शिकवलं की, चांगल्या स्त्रीने सार्वजनिक आयुष्यात कायम स्वतःवर नियंत्रण ठेवूनच असलं पाहिजे, मग एकटी असताना ती कितीही भावनिक होऊ शकते.'

'प्रशंसनीय सल्ला आहे हा,' सर हेन्री गंभीर होत म्हणाला.

'माझं बोलून झाल्यावर इन्स्पेक्टर म्हणाला :

'धन्यवाद, मॅडम. आता मी तुम्हाला पुन्हा एकदा प्रेताकडे पाहण्याची विनंती करतो. तुम्ही खोलीत प्रवेश केलात, तेव्हा प्रेत अगदी याच स्थितीत पडलेलं होतं का? ते हलवण्यात वगैरे आलेलं नाहीये ना?'

'मी सँडर्सला तसं करण्यापासून परावृत्त केल्याचं मी सांगितलं आणि इन्स्पेक्टरने बरोबर केलंत असं दर्शवण्यासाठी मानेने होकार दिला.

'ते गृहस्थ तर भयंकरच दुःखात आहेत,' त्याने टिप्पणी केली, 'हो, तसं वाटतं खरं.' मी उत्तरले.

'मला नाही वाटत की, मी 'वाटतं' या शब्दावर मुद्दाम जोर वगैरे दिला असावा; पण इन्स्पेक्टरने माझ्याकडे उत्सुकतेने पाहिलं.

'प्रेत सापडलं, तेव्हा ते असंच्या असं होतं, असं आपण म्हणू शकतो म्हणजे?' त्याने विचारलं.

'अपवाद त्या हॅटचा, हो,' मी उत्तरले. इन्स्पेक्टरने माझ्याकडे धारदार नजरेने पाहिलं.

'हॅट? म्हणजे काय?'

'मी स्पष्ट केलं की, ती हॅट त्या बिचाऱ्या ग्लॅडीजच्या डोक्यावर होती, आता मात्र ती तिच्या शेजारी पडली आहे. अर्थात, मला वाटलं की, पोलिसांनी तसं काही केलं असावं; पण इन्स्पेक्टरने मात्र त्याला नकार दिला. तोवर तरी कशालाही हात लावण्यात आला नव्हता किंवा काहीही हलवण्यात आलं नव्हतं. त्याने प्रश्नांकित नजरेने त्या पांढऱ्याफट्ट पडलेल्या प्रेताकडे उभं राहून पाहिलं. ग्लॅडीज बाहेरच्या कपड्यांमध्ये होती – मोठा लालजर्द ट्वीडचा कोट, ज्याला करड्या रंगाची फर कॉलर होती. तिच्या शेजारी पडलेली हॅट फेल्टची, स्वस्तातली होती.

इन्स्पेक्टर काही मिनिटं शांत उभा राहिला. त्याच्या कपाळावर आठ्या पडल्या. त्याला एक कल्पना सुचली.

'मॅडम, तुम्हाला प्रेताच्या कानात, कानातले होते का किंवा मृत व्यक्तीला कानातले घालण्याची सवय होती का, असं काही आठवतंय का?'

'नशिबाने मला बारीक निरीक्षण करण्याची सवय आहे. मला आठवलं की, हॅटच्या कडेखालून मगाशी मला बारीकशी मोत्यांची चमक दिसली होती, तरी त्या वेळी माझं त्याकडे फारसं लक्ष गेलं नव्हतं, त्यामुळे मी त्याच्या प्रश्नाला होकारार्थी उत्तर दिलं.'

'आता सगळं स्पष्टच होतंय. या बाईंच्या दागिन्याची केस लुटली आहे – तिच्याकडे फार काही मौल्यवान नव्हतं, माझ्या मते – आणि तिच्या बोटातली अंगठीही काढून घेण्यात आली आहे. खुन्याला तिच्या कानातल्यांचा नक्कीच विसर पडला असावा आणि खून झाल्याचं उघड झाल्यानंतर पुन्हा ते घेण्यासाठी तो इथे आला असावा. काय माणूस आहे! किंवा कदाचित...' तो खोलीत एकटक पाहत राहिला आणि हळू आवाजात म्हणाला, 'तो या खोलीत लपून बसला असावा – पूर्ण वेळ.'

'पण मी ही कल्पना खोडून काढली. मी स्पष्ट केलं की, मी स्वतः पलंगाच्या खाली पाहिलं होतं आणि व्यवस्थापकाने कपाटांची दारं उघडून पाहिली होती. एखादा पुरुष लपू शकेल, अशी इतर कुठलीही जागा तिथे नव्हती. कपाटातला हॅट ठेवायचा कप्पा कुलूपबंद केला होता हे खरं असलं, तरी तो कप्पा फार उथळ आणि लहान होता. त्यात कुणी लपून बसणं अशक्य बाब होती.

'मी हे सगळं सांगत असताना इन्स्पेक्टर होकारार्थी मान हलवत राहिला.

'मी तुमचं म्हणणं ग्राह्य धरतो, मॅडम,' तो म्हणाला, 'असं असेल, तर मग मी आधी म्हणालो त्याप्रमाणे तो नक्कीच परत आला असावा. फारच भारी दिसतोय खुनी!'

'पण व्यवस्थापकाने तर खोलीचं दार बंद केलं आणि किल्ल्या आपल्याकडे ठेवून घेतल्या होत्या!

'त्याने काही फरक पडत नाही. बाल्कनी आणि आपत्कालीन स्थितीसाठीचा जिना आहे ना! तिथून हा चोर आला. कारण, तुम्ही त्याच्या कामात अडथळा आणलात. तो खिडकीतून सटकला आणि जेव्हा तुम्ही सगळे जण गेलात, तेव्हा परत आला, आपलं काम तमाम केलं आणि निसटला.

'तुम्हाला खात्रीने असं वाटतं की, तो चोर *होता?*' मी विचारलं.

तो कोरडेपणाने म्हणाला, 'अं.. आता दिसतंय तरी तसं, नाही?'

'पण त्याच्या बोलण्याच्या सुरात असं काहीतरी होतं ज्याने माझं समाधान झालं. मला वाटलं की, मिस्टर सँडर्स वठवत असलेली शोकाकुल पतीची भूमिका तो तितकी गांभीर्याने घेणार नाही.

'असं पाहा, मी मोकळेपणाने मान्य करते. मला जे वाटतं, त्याच्या पूर्णतः अमलाखाली मी होते, फ्रेंच ज्याला *ठाम कल्पना* म्हणतात तशी. त्या सँडर्सचा त्याच्या पत्नीला मारण्याचा इरादा आहे, हे मला ठाऊक होतं. त्या विचित्र आणि विलक्षण अशा गोष्टीला, योगायोगाला मी भीक घातली नव्हती. मिस्टर सँडर्सबद्दलची माझी मतं पूर्णतः खरी आणि *बरोबर* होती. मला खात्रीच होती तशी. तो माणूस हरामखोर होता. त्याच्या दुःख व्यक्त करण्याच्या खोटारड्या पद्धतींना मी क्षणभरही भरीस पडले नव्हते, *आश्चर्यचकित* आणि *दुःखाने वेडापिसा* झाल्याची त्याने केलेली भूमिका इतकी चपखल होती की, त्या वेळी मला मिनिटभर ते खरंच वाटलं, ते मला आठवलं. अगदी *नैसर्गिक, स्वाभाविक* वाटत होतं. तुम्हाला कळलं असेल, मी काय सांगतेय ते. मी इथे हे मान्य केलं पाहिजे की, इन्स्पेक्टरशी झालेल्या संभाषणानंतर माझ्या मनात शंकेची पाल चुकचुकली. कारण, जर सँडर्सने हे भयंकर कृत्य केलं असेल, तर त्याने आपत्कालीन जिन्याने परत येऊन आपल्या पत्नीच्या कानातले का नेले असावेत, यामागचं कारण मला काही केल्या समजत नव्हतं. असं करणं काही *शहाणपणाचं* नव्हतं आणि सँडर्स चांगलाच शहाणा गडी होता – त्यामुळेच तो मला नेहमीच फार धोकादायक वाटला.'

मिस मार्पलने तिच्या भोवती बसलेल्या प्रेक्षकांकडे पाहिलं.

'माझा रोख कुठे आहे, हे कदाचित तुम्हाला कळेल. या जगात अनपेक्षित असंच बऱ्याचदा घडताना दिसतं. मला पूर्ण खात्री होती आणि कदाचित, माझ्या मते त्यामुळेच माझी दृष्टी आंधळी झाली. अंतिम परिणाम माझ्यासाठी धक्कादायक ठरला. कारण, *निःशंकरीत्या मिस्टर सँडर्सने गुन्हा केला असू शकत नाही, हे सिद्ध झालं...*'

मिसेस बॅन्ट्रीच्या तोंडून आश्चर्योद्गार बाहेर पडला. मिस मार्पलने तिच्याकडे पाहिलं.

'मी गोष्टीला सुरुवात केली, तेव्हा तुम्हाला हे अपेक्षित नव्हतं, मला माहितेय; पण खरं सांगू, मलाही हे अपेक्षित नव्हतं; पण सत्य हे सत्य असतं आणि आपण चुकीचे असल्याचं सिद्ध झालं, तर त्याचा नम्र स्वीकार केला पाहिजे आणि नव्याने सुरुवात केली पाहिजे. तो मिस्टर सँडर्स खून करायला मागेपुढे न पाहणारा माणूस आहे, असं मला मनापासून माहीत होतं – आणि माझं हे ठाम मत कायम तसंच राहिलं.

'आणि आता, तुम्हाला खरी तथ्यं ऐकायला आवडतील. तुम्हाला माहीत आहे त्यानुसार मिसेस सँडर्स दुपारी मॉर्टीमर्सकडे मैत्रिणींसोबत ब्रिज खेळायला गेली होती. तिथून ती सव्वासहाला निघाली. तिच्या मैत्रिणीच्या घरापासून हायड्रोपर्यंतचं अंतर चालत पंधरा मिनिटांचं होतं. घाईने चाललो, तर आणखी कमी. ती साडेसहाच्या सुमारास तिथे पोहोचली असली पाहिजे. तिला आत शिरताना कुणीही पाहिलं नव्हतं, त्यामुळे ती बाजूच्या दाराने आत शिरली असावी आणि थेट आपल्या खोलीत गेली असावी. तिथे तिने आपले कपडे बदलले (ब्रिज पार्टीला जाताना तिने तपकिरी–पिवळट रंगाचा कोट आणि स्कर्ट घातला होता, जो कपाटात लटकवलेला होता) आणि पुन्हा बाहेर पडण्यासाठी कपडे घालून तयार झाली असतानाच जोरदार तडाखा बसला. शक्यता अशी आहे की, तिने तिच्यावर प्रहार करणाऱ्या व्यक्तीला पाहिलं नाही. मला माहितेय त्यानुसार तरी वाळूने भरलेली पिशवी हे अत्यंत प्रभावी, कार्यक्षम असं शस्त्र आहे. घडलेल्या घटनेनुसार, असं दिसतं की, हल्ला करणारी व्यक्ती खोलीत लपलेली होती, शक्यतो मोठ्या वॉर्डरोबमध्ये. तिने ते उघडलं नव्हतं.

'आता मिस्टर सँडर्सच्या हालचालींकडे वळू या. मी सांगितल्यानुसार तो साडेपाच किंवा थोडासा नंतर बाहेर पडला. एक–दोन दुकानांमध्ये जाऊन त्याने खरेदी केली. त्यानंतर तो सहा वाजता ग्रँड स्पा हॉटेलमध्ये शिरला. तिथे त्याला त्याचे दोन मित्र भेटले. त्यांच्याच बरोबर तो नंतर हायड्रोला परतला. ते बिलियर्ड्स खेळले आणि मी गोळा केलेल्या माहितीनुसार, त्यांनी सोडा–विस्कीचे प्यालेही रिचवले. ते दोघं मित्र (हिचकॉक आणि स्पेंडर, अशी त्यांची नावं) खरंतर त्याच्याबरोबर सहा वाजल्यानंतर पूर्ण वेळ होते. त्यानंतर ते हायड्रोला परतले आणि तो त्यांचा निरोप घेऊन मला आणि मिस ट्रोलोपला भेटायला आला. मी आधी सांगितलं होतं त्याबद्दल, तेव्हा पावणेसात वाजले होते. या वेळी त्याची पत्नी आधीच मृत झालेली होती.

'मी तुम्हाला सांगितलं पाहिजे की, मी त्याच्या दोघा मित्रांशी स्वतःहून बोलले. मला ते काही आवडले नाहीत. ते चांगले सद्गृहस्थ नव्हते; पण एक गोष्ट

नक्की की, ते जे काही सांगत होते ते पूर्ण सत्य होतं. ते म्हणजे सँडर्स संपूर्ण वेळ त्यांच्या सोबत होता.

'आणखी एक गोष्ट मला कळली. ती अशी की, ब्रिजचा खेळ सुरू असताना मिसेस सँडर्सला एक फोन आला होता. कोणी मिस्टर लिटिलवर्थ नावाचा माणूस तिच्याशी बोलू इच्छित होता. ती कशाने तरी उत्साहित आणि आनंदित झाली आणि त्या नादात तिने खेळताना एक-दोन मोठ्या चुकाही केल्या. ती अपेक्षित वेळेच्या आधीच तिथून निघाली.

'मिस्टर सँडर्सला त्याच्या पत्नीच्या मित्रांपैकी लिटिलवर्थ नावाचा कोणी इसम माहिती आहे का, अशी विचारणा केली असता, त्याने अशा कुणाचंही नाव माहीत नसल्याचं सांगितलं आणि यावरून त्याच्या पत्नीचा दृष्टिकोन काय होता, हे मला दिसून आलं. तिलाही, लिटिलवर्थ हे नाव माहीत नव्हतं, असं दिसतं, तरीही ती टेलिफोन झाल्यावर, हसत आणि गोरीमोरी होत परतली. यावरून असं वाटतं की, जे कुणी हे केलं होतं त्याने आपलं खरं नाव सांगितलं नाही आणि यातच शंकास्पद, काळंबेरं काहीतरी वाटतं, नाही का?

'असो, चोरीची गोष्ट, जी घडण्याची शक्यता नाही किंवा मग पर्यायी गोष्ट अशी की, मिसेस सँडर्स कुणालातरी भेटायला जाण्यासाठी तयार होत होती. तो कुणीतरी आपत्कालीन मार्गाचा वापर करून तिच्या खोलीत आला होता का? त्यांच्यात भांडण झालं का? किंवा त्याने दगाफटका करून हल्ला केला का?'

मिस मार्पल थांबली.

'मग?' सर हेन्रीने विचारलं, 'उत्तर काय?'

'कुणी सांगू शकेल का? काही अंदाज?'

'अंदाज करण्यात मी अजिबात चांगली नाहीये,' मिसेस बॅन्ट्री म्हणाली, 'सँडर्सला एवढी चांगली ॲलिबी मिळाली होती हे वाईट; पण त्याने तुमचं समाधान झालं असेल, तर ते नक्कीच योग्य असलं पाहिजे.'

जेन हेलियरने तिची सुंदर मान वळवून प्रश्न विचारला, 'पण ते कपाट कुलूपबंद का होतं?'

'किती गं हुशार आहेस तू,' मिस मार्पलचा चेहरा उजळला, 'मलाही हाच प्रश्न पडला. अर्थात, याचं स्पष्टीकरण अगदी साधंसोपं आहे. त्यामध्ये भरतकाम केलेल्या स्लिपर्सची जोडी आणि हातरुमाल होता. त्या बिचाऱ्या मुलीने ख्रिसमससाठी आपल्या पतीला भेट द्यायला ते भरतकाम केलं होतं म्हणून तिने कपाट कुलूपबंद केलं होतं. तिच्या हँडबॅगेत किल्ली सापडली.'

'ओह!' जेन म्हणाली, 'अच्छा म्हणजे एवढं काही इंटरेस्टिंग नाही तर.'

'ओ! खरंतर आहे,' मिस मार्पल म्हणाली, 'खरंतर एकमेव इंटरेस्टिंग गोष्ट – ज्यामुळे खुन्याचे सगळे मनसुबे चुकीचे ठरले.' प्रत्येक जण त्या वृद्धेकडे पाहू लागला.

'माझं मन दोन दिवस थाऱ्यावर नव्हतं,' मिस मार्पल म्हणाली, 'मी गोंधळात पडले – आणि मग, अचानकच सगळं काही स्वच्छ आणि स्पष्ट झालं. मी इन्स्पेक्टरकडे गेले आणि त्याला एक गोष्ट करून पाहायला सांगितली. त्याने ती केली.'

'तुम्ही त्याला काय करायला सांगितलं?'

'मी त्याला सांगितलं की, त्या बिचारीच्या डोक्यावर *ती हॅट बसते का, ते एकदा पाहा* – आणि अर्थातच ती नीट बसली नाही. *याचा अर्थ ती हॅट तिची नव्हती.'*

मिसेस बॅन्ट्री तिच्याकडे एकटक पाहू लागली.

'पण ती सुरुवातीपासून तिच्याच डोक्यावर तर होती?'

'*तिच्या* डोक्यावर नव्हती...'

तिचे शब्द झिरपू देण्यासाठी मिस मार्पल काही क्षण थांबली आणि मग पुन्हा बोलू लागली.

'आम्ही हे गृहीत धरलं की, बिचाऱ्या ग्लॅडीजचं प्रेत तिथे होतं, आम्ही चेहरा पाहिलाच नव्हता. आठवतंय ना, ती पालथी पडली होती. हॅटमुळे चेहरा झाकलेला होता.'

'पण *तिचा* खून झाला ना?'

'हो; पण तो नंतर. आम्ही जेव्हा पोलिसांना फोन करत होतो, तेव्हा ग्लॅडीज सँडर्स जिवंत आणि धडधाकट होती.'

'म्हणजे कुणीतरी ती असल्याचं नाटक करत होतं? पण तू जेव्हा तिला स्पर्श केलास तेव्हा...'

'ते मृतवत शरीर होतं, हे नक्की,' मिस मार्पल शांतपणे म्हणाली.

'पण,' कर्नल बॅन्ट्री म्हणाला, 'अशी काय कुठेही भराभर प्रेतं मिळतात की काय? त्या पहिल्या प्रेताचं नंतर काय झालं?'

'खुन्याने ते परत ठेवलं,' मिस मार्पल म्हणाली, 'दुष्टच कल्पना होती ती; पण बुद्धिमान. आम्ही ड्रॉइंड रूममध्ये बसून जे बोलत होतो, ते त्याने ऐकलं. ते प्रेत बिचाऱ्या मेरीचं म्हणजे नोकराणीचं होतं – ते का वापरू नये? लक्षात आहे ना, सँडर्सची खोली नोकरांच्या निवासी जागांच्या इथेच होती. मेरीची खोली तिथून दोन खोल्या पलीकडे होती. प्रेताचा ताबा घेणारे अंधार पडेस्तोवर तरी आले नव्हते – त्याचा त्याने फायदा उचलला. त्याने बाल्कनीपर्यंत ते प्रेत आणलं (पाचनंतर अंधार पडला), त्याला आपल्या पत्नीचे कपडे घातले आणि तिचा मोठा लाल कोट घातला आणि मग त्याला समजलं की, हॅटचं कपाट कुलूपबंद आहे!

आता करण्यासारखी एकच गोष्ट होती, त्याने त्या गरीब बिचाऱ्या मुलीच्या हॅट्सपैकी एक उचलली. कुणालाही समजलं नाही. वाळूची पिशवी त्याने तिच्या शेजारी ठेवली आणि मग ॲलिबी तयार करण्यासाठी तो बाहेर पडला.'

'मिस्टर लिटिलवर्थ या नावाने त्याने स्वतःच्या पत्नीला फोन केला. त्याने तिला काय सांगितलं मला माहीत नाही. तिचा लगेच सगळ्यावर विश्वास बसायचा, मी मगाशी सांगितलं तसं; पण त्याने तिला ब्रिज पार्टीतून लवकर निघून हायड्रोला परत यायला लावलं. हायड्रोच्या मैदानापाशी आपत्कालीन मार्गाजवळ सातच्या सुमारास तिला भेटायची योजना त्याने आखली. बहुधा, त्याने तिच्यासाठी काहीतरी सरप्राइज आणलं आहे, असं सांगितलं असावं.

'तो हायड्रोमध्ये त्याच्या मित्रांसोबत आला आणि मिस ट्रोलोप व मी – आम्हाला घडलेल्या खुनाचा शोध लागेल अशी योजना केली. एवढंच नाही तर त्याने प्रेत उताणं करण्याचं खोटं नाटकही केलं – आणि मी त्याला रोखलं! मग पोलिसांना बोलावण्यात आलं आणि तो धक्का बसल्याने वेडापिसा झाल्यागत माळावर फिरत राहिला.

'खून *झाल्यानंतर* कुणीही त्याला ॲलिबीबद्दल विचारलं नाही. तो आपल्या पत्नीला भेटला, त्याने तिला आपत्कालीन मार्गातून नेलं, खोलीत प्रवेश केला. कदाचित, त्याने तिला आधीच प्रेताबद्दल काहीबाही सांगितलं होतं. ती प्रेत पाहायला खाली वाकली आणि त्याने वाळूची पिशवी उचलून जोरदार प्रहार केला... अरे देवा! त्या सगळ्याचा विचार केला तरी मला कसंतरीच वाटतं, अजूनही! मग त्याने तातडीने तिचा कोट, स्कर्ट काढला, कपाटात लटकवून ठेवला आणि दुसऱ्या प्रेताचे कपडे पत्नीच्या प्रेतावर चढवले.

'*पण ती हॅट काही केल्या डोक्यावर बसत नव्हती.* मेरीचे केस झुबकेदार होते – ग्लॅडीज सँडर्सचा, मी सांगितला तसा केसांचा मोठा अंबाडा होता, त्यामुळे त्याला ती हॅट प्रेताशेजारी ठेवणं भाग पडलं आणि कुणाला ते समजणार नाही, अशी आशा त्याने केली. मग त्याने बिचाऱ्या मेरीचं प्रेत पुन्हा तिच्या खोलीत नेलं आणि तिथे ते आधी होतं त्याप्रमाणे ठेवलं.'

'फारच विलक्षण वाटतं हे,' डॉ. लॉइड म्हणाला, 'त्याने किती धोका पत्करला. पोलीस लवकर यायला हवे होते.'

'तुम्हाला आठवत असेल, टेलिफोनची लाइन बंद होती,' मिस मार्पल म्हणाली. 'तेही *मुद्दाम* केलेलं काम होतं. त्या ठिकाणी लवकरात लवकर पोलिसांचं येणं त्याला अजिबात परवडणारं नव्हतं. जेव्हा ते आले, तेव्हा त्यांनी बेडरूममध्ये जाण्याआधी बराच वेळ व्यवस्थापकाच्या कचेरीत घालवला. तो सगळ्यात कच्चा बिंदू होता – दोन तासांआधी मृत झालेलं शरीर आणि केवळ अर्ध्या तासापूर्वी मृत

झालेलं शरीर यांच्यातला फरक कुणीतरी ओळखण्याची शक्यता होती; पण ज्या लोकांनी पहिल्यांदा खून झाल्याचं पाहिलं, त्यांचं ज्ञान काही तज्ज्ञांसारखं नसेल, यावर तो अवलंबून राहिला.'

डॉ. लॉइडने मान हलवली.

'खून पावणेसात ते सातच्या सुमारास झाला असावा असा अंदाज असेल,' तो म्हणाला, 'पण खरंतर तो सात किंवा त्यानंतर काही मिनिटांनी झाला. जेव्हा पोलीस सर्जनने प्रेताची तपासणी केली असावी, तेव्हा साडेसात तरी वाजले असतील, त्यामुळे तो काही सांगू शकणं, तसं कठीणच.'

'मला खरंतर ते समजलं पाहिजे होतं,' मिस मार्पल म्हणाल्या. 'मी त्या बिचारीचा हात हातात घेतला होता आणि तेव्हा तो बर्फासारखा गार होता. त्यानंतर थोड्याच वेळात इन्स्पेक्टर असं बोलत होता जणू खून आम्ही येण्याच्या थोडा वेळ आधीच झालेला असावा; पण मला काही ते समजलं नाही. दिसलं नाही.'

'मिस मार्पल, माझ्या मते तुम्हाला बरंच काही समजलं,' सर हेन्री म्हणाला, 'माझ्या कारकिर्दीच्या बरीच आधीची केस होती ही. मला तर तिची सुनावणीही आठवत नाही. काय घडलं?'

'सँडर्सला फाशी देण्यात आली,' मिस मार्पल ताडकन म्हणाल्या, 'चांगलंच काम झालं ते. त्या माणसाला योग्य न्याय मिळाला, याबद्दल मला कधीही वाईट वाटलं नाही. आधुनिक मानवतवादी सदसद्विवेकबुद्धीचा मृत्युदंडाच्या शिक्षेबाबतचा जो दृष्टिकोन आहे, तेवढा संयम माझ्याकडे नाही.'

तिचा चेहरा थोडासा सैलावला.

'पण त्या बिचाऱ्या मुलीचं आयुष्य वाचवता आलं नाही, याबद्दल मला नेहमीच फार फार वाईट वाटतं. पश्चात्तापही होतो; पण निष्कर्षांवर पटापट उड्या मारणाऱ्या म्हातारीचं ऐकायचंय कुणाला इथे? असो, कुणास ठाऊक? कदाचित, तिचं आयुष्य आनंदी असतानाच तिने मरणं हे जास्त चांगलं म्हणायचं. कारण, नाहीतर, दुःखात आणि भ्रमनिरास झालेल्या स्थितीत जगणं किती भयंकर झालं असतं तिच्यासाठी आणि तेही अचानकच. फार फार वाईट. तिचं त्या हरामखोरावर प्रेम होतं आणि विश्वासही होता. सत्य तिला समजलं नाही, हे बरंच एकाअर्थी.'

'असं असेल तर मग चांगलं म्हणायचं, तिच्यासाठी. फारच चांगलं. माझी अशी इच्छा...' असं म्हणून जेन हेलियर थांबली.

मिस मार्पलने प्रसिद्ध, सुंदर आणि यशस्वी जेन हेलियरकडे पाहिलं आणि आपलं डोकं हळूच हलवलं.

'प्रिय मुली, मला समजलं,' ती मृदू आवाजात म्हणाली.

मिस्टर क्विनचं आगमन

नववर्षाची संध्याकाळ होती.

रॉयस्टॉन इथल्या मोठ्या सभागृहात मेजवानीसाठी हाउस पार्टीतले मोठे सदस्य जमले होते.

मुलं झोपी गेल्यामुळे मिस्टर सॅटर्थवाइट आनंदात होता. घोळक्याने जमलेली मुलं त्याला फार आवडत नसत. त्याला ती निरस, कंटाळवाणी आणि कच्ची वाटायची. त्यांच्यात सौम्यपणा, तरलता आणि सूक्ष्मता यांची कमरता जाणवायची आणि वय वाढत गेलं त्यानुसार त्याची तरलतेची, सूक्ष्म गोष्टींची आवड वाढत गेली होती.

मिस्टर सॅटरवाइट बासष्ट वर्षांचा होता. पाठीला थोडासा बाक असलेला, शुष्क दिसणारा पुरुष. त्याचा चेहरा जरा विचित्रच, टोकदार कानांच्या एल्फसारखा होता. त्याला इतरांच्या जगण्यामध्ये उत्कट आणि अतिरेकी रस होता. नाट्यगृहातल्या सगळ्यात पुढच्या जागांवर बसून, त्याच्यासमोर घडणारं मानवी स्वभावाचं नाट्य पाहण्यात त्याचं सगळं आयुष्य गेलं, असं म्हणायला हरकत नाही. त्याची भूमिका नेहमीच एका बघ्याची राहिली आणि आत्ता, जसजसा वृद्धत्वाचा फास त्याच्याभोवती आवळला जात होता, तसतसं तो त्याच्या समोर घडणाऱ्या नाट्याबाबत अधिकाधिक चिकित्सक व्हायला लागला. तो आता काहीतरी नावीन्यपूर्ण मिळावं, अशी अपेक्षा करू लागला.

असल्या गोष्टी समजण्याची कला त्याच्यात होती, हे नक्की. नाट्यामधले सगळे घटक केव्हा एकत्र येतात, हे त्याला अंतःप्रेरणेने समजायचं. घोड्याप्रमाणे, त्याला युद्धाचा वास आधीच लागायचा. दुपारी रॉयस्टन इथे आल्यापासून, त्याच्या आत ती विचित्र जाणीव जागृत झाली, मनात घोळली आणि तो त्यासाठी तयार झाला. काहीतरी घडत तरी होतं किंवा घडणार तरी होतं.

मेजवानी तशी फार मोठी नव्हती. हसरा, खेळकर आणि चांगली विनोदबुद्धी असलेला टॉम ईव्हशॅम आणि त्याची गंभीर पत्नी मेजवानीचे यजमान होते. ती लग्नाआधी लेडी लॉरा कीने होती. सैनिक, प्रवासी आणि खेळाडू असलेला सर रिचर्ड कॉन्वेही तिथे होता. याशिवाय सहा-सात तरुण मंडळी होती, ज्यांची नाव मिस्टर सॅटर्थवाइटला नीट समजली नव्हती आणि पोर्टल्ससुद्धा आले होते.

मिस्टर सॅटर्थवाइटला रस होता तो पोर्टल्समध्ये.

याआधी तो कधीही ॲलेक्स पोर्टलला भेटला नव्हता; पण त्याला त्याच्याबद्दल सगळं काही ठाऊक होतं. तो त्याच्या वडलांना आणि आजोबांना ओळखत होता. ॲलेक्स पोर्टल, पोर्टल मंडळींना साजेसा होता. तो चाळिशीचा, भरपूर केस असलेला होता आणि सगळ्या पोर्टल मंडळींप्रमाणे त्याचेही डोळे निळे होते. त्याला खेळ आवडत, त्यात तो चांगलाही होता. तो अकल्पक होता. ॲलेक्समध्ये फार काही वेगळं नव्हतं. सर्वसामान्य इंग्लिश लोक असतात तसाच होता तो.

पण त्याची पत्नी मात्र निराळी होती. ती ऑस्ट्रेलियन असल्याचं मिस्टर सॅटर्थवाइटला माहीत होतं. पोर्टल दोन वर्षं ऑस्ट्रेलियाला होता, तिथे त्यांची भेट झाली आणि त्यांनी लग्न केलं. लग्नाआधी ती कधीही इंग्लंडला आली नव्हती, तसंच ती मिस्टर सॅटर्थवाइटला भेटलेल्या ऑस्ट्रेलियन स्त्रियांसारखी अजिबात नव्हती.

त्याने तिचं गुपचूप निरीक्षण केलं. कुतूहलजनक बाई - खूपच. स्थिर, तरीही किती जिवंत. जिवंत! सुंदर नव्हती तशी ती - नाही, सुंदर म्हणता नाही येणार तिला; पण तिच्यात काहीतरी असा करिश्मा होता, जो लक्षात यायचाच. कोणताही पुरुष त्याला टाळू शकला नसता. मिस्टर सॅटर्थवाइटची पुरुषी बाजू तिथे झुकली खरी; पण स्त्री बाजूला (कारण, त्याच्यात स्त्रीत्वाची बाजूही बरीच मोठी होती) मात्र एका प्रश्नात फार रस होता. *मिसेस पोर्टलने केस का रंगवले होते?*

तिने केस रंगवल्याचं इतर कोणत्याही पुरुषाला कळलं नसतं, तरी मिस्टर सॅटर्थवाइटला ते समजलं होतं. त्याला असल्या सगळ्या गोष्टी ठाऊक असायच्या आणि त्यामुळे त्याला प्रश्न पडला. अनेक गडद वर्णाच्या स्त्रिया आपले केस सोनेरी रंगवायच्या; पण गोऱ्या बाईने आपले केस काळे रंगवून घेणं, हे त्याने प्रथमच पाहिलं होतं.

तिच्याबद्दलच्या प्रत्येक गोष्टीने त्याचं कुतूहल वाढत गेलं. तिची वागण्याची वेगळी अशी पद्धत पाहून, त्याला असं खात्रीने वाटलं की, ती एक तर आनंदी असावी किंवा खूप दुःखी; पण यांपैकी काय हे माहीत नसल्यामुळे तो वैतागला. त्याची चिडचिड झाली. शिवाय तिचा तिच्या पतीवर एक वेगळ्याच प्रकारचा प्रभाव होता.

'त्याचं तिच्यावर खूपच प्रेम आहे,' मिस्टर सॅटर्थवाइट स्वतःशीच म्हणाला, 'पण कधी कधी, हो – कधी कधी तो तिला भितो! हे फार इंटरेस्टिंग आहे. वेगळं आहे हे.'

पोर्टलने जरा जास्तच मद्यपान केलं. निश्चितच जास्त आणि जेव्हा ती त्याच्याकडे पाहत नव्हती, तेव्हा आपल्या पत्नीकडे गुपचूप पाहण्याची त्याला सवय होती.

'अस्वस्थता,' मिस्टर सॅटर्थवाइट म्हणाला, 'तो इसम अस्वस्थ आहे. भितो तो. तिलाही हे ठाऊक आहे; पण ती त्याबद्दल फार काही करणार नाही.'

त्याला त्या जोडप्याबद्दल कुतूहल वाटलं. अनाकलनीय असं काहीतरी त्यांच्यात चालू होतं.

कोपऱ्यातल्या मोठ्या घड्याळ्याचे टोले वाजू लागल्याने, त्याची चिंतनसमाधी भंग पावली.

'बारा वाजले,' ईव्हशॅम म्हणाला, 'नवीन वर्ष! सगळ्यांना नववर्षाच्या शुभेच्छा. खरं सांगायचं तर हे घड्याळ पाच मिनिटं पुढे आहे... मुलं नववर्षाकरता वाट पाहत इथे का थांबली नाहीत, कुणास ठाऊक!'

'ती खरोखरीच झोपी गेली आहेत, यावर माझा मुळीच विश्वास नाहीये,' त्याची पत्नी सरळ चेहरा ठेवत म्हणाली, 'ती बहुधा आपल्या पलंगात कंगवे किंवा तत्सम काहीतरी लपवून ठेवायचे उद्योग करत असतील. असल्या गोष्टी करायला त्यांना फार आवडतं. का ते, मला अजून तरी समजू शकलेलं नाही. आपल्या लहानपणी असली थेरं करायला आपल्याला अजिबात परवानगी नव्हती.'

'वेगळा काळ, वेगळ्या सवयी,' हसत हसत कॉन्वे म्हणाला.

तो सैनिकासारखा दिसणारा पुरुष आणि ईव्हशॅम, दोघंही साधारणतः सारखेच होते – बुद्धिमत्तेचा वरदहस्त नसलेले प्रामाणिक, जबाबदार आणि सरळमार्गी पुरुष.

'माझ्या लहानपणी आम्ही एकमेकांचे हात हातात धरायचो, गोलात फिरत 'ओल्ड लँग साइन' हे गाणं म्हणायचो,' लेडी लॉरा म्हणाली. 'त्यातले शब्द एवढे सुंदर, मनाला स्पर्शणारे होते की, मला अजूनही ते आठवतात. भावतात.'

ईव्हशॅमने अस्वस्थपणे चुळबुळ केली.

'ओह! जाऊ दे लॉरा,' तो पुटपुटला. *'नको ते.'*

ढांगा टाकत तो त्या लांबलचक हॉलच्या दुसऱ्या टोकाला गेला आणि त्याने आणखी एक दिवा लावला.

'मूर्ख आहे मी,' लेडी लॉरा तोंडातल्या तोंडात पुटपुटली. *'या गाण्यामुळे* त्याला गरीब बिचारे मिस्टर कॅपेल आठवतात, माहितेय मला तरी... अगं, शेकोटीची धग तुला जास्त लागत नाहीये ना?'

एलिनॉर पोर्टलने पटकन हालचाल केली, 'धन्यवाद. मी माझी खुर्ची थोडी मागे सरकवते.'

किती सुंदर आवाज आहे तिचा - स्मरणात राहणारे प्रतिध्वनीसारखे आवाज, मिस्टर सॅटर्थवाइटला वाटलं. आता तिचा चेहरा अंधारात गेला. अरेरे!

अंधारातल्या आपल्या जागेवरून ती पुन्हा काहीतरी बोलली. 'मिस्टर - कॅपेल कोण?'

'हो- हो, ते या घराचे मूळ मालक. त्यांनी स्वतःला गोळी घालून घेतली. अरेरे, प्रिय टॉम, मी आता याबद्दल काही बोलणार नाही. टॉमसाठी मोठा धक्का होता हा. कारण जेव्हा हे घडलं, तेव्हा तो तिथेच होता. तुम्हीही होतात ना, सर रिचर्ड?'

'हो, लेडी लॉरा. होतो मी.'

कोपऱ्यातलं जुनं, आजोबा घड्याळ कण्हलं. मग त्यातून घरघर ऐकू आली. फुरफुरल्यासारखा आवाज झाला आणि मग त्याने बारा वाजल्याचे टोले दिले.

'नववर्षाच्या शुभेच्छा, टॉम,' ईव्हशॅम बोलायचं म्हणून घाईघाईने म्हणाला.

लेडी लॉराने आपलं विणकामाचं सगळं साहित्य काळजीपूर्वक गुंडाळून ठेवलं.

'तर, आपण आता नवीन वर्षात प्रवेश केला आहे,' असं म्हणत ती मिसेस पोर्टलकडे पाहून पुढे बोलली. 'काय वाटतं तुला?'

एलिनॉर पोर्टल झटकन उभी राहिली.

'हो, हो, आता झोपायला गेलं पाहिजे,' ती हलक्याफुलक्या स्वरात म्हणाली.

ती जरा जास्तच फिकट दिसते आहे, मिस्टर सॅटर्थवाइटना वाटलं. तोही उठून मेणबत्त्या लावू लागला. ती खरंतर एवढ्या पांढऱ्या वर्णाची नाहीये, त्याच्या मनात आलं.

त्याने तिच्यासाठी एक मेणबत्ती पेटवली आणि जुन्या पद्धतीने खाली वाकून गमतीने तिच्या हातात दिली. तिने आदराने खाली झुकून ती हातात घेतली आणि जिना चढत हळूहळू वर गेली.

अचानक एक विचित्र आवेग मिस्टर सॅटर्थवाइटच्या मनात दाटून आला. त्याला तिच्यामागे जावंसं वाटलं. तिला दिलासा द्यावा, असं वाटलं. तिला कसलातरी धोका आहे, अशी विचित्रशी भावना त्याच्या मनात उमटली. तो आवेग ओसरला आणि मग त्याला त्याचीच लाजही वाटली. *तो* जरा जास्तच भावनिक झाला होता.

जिन्यावरून जाताना, तिने आपल्या पतीकडे पाहिलं नव्हतं; पण आता तिने मान वळवली आणि सॅटर्थवाइटकडे शोधक नजरेने कटाक्ष टाकला. त्या नजरेत विचित्रशी तीव्रता होती. त्याचा वेगळाच परिणाम मिस्टर सॅटर्थवाइटवर झाला.

त्याची धांदल उडाली आणि त्याने आपल्या यजमानांचा कसाबसा निरोप घेतला.

'हे नवीन वर्ष सुखाचे *जाईल*, अशी आशा तरी आहे,' लेडी लॉरा सांगत होती, 'पण राजकीय परिस्थितीमुळे पुढचा काळ फार अनिश्चित असणार आहे, असं मला तरी वाटतं.'

'हो,' तत्काळ मिस्टर सॅटर्थवाइट म्हणाला, 'तसंच वाटतंय तरी.'

'मला एकमेव आशा आहे की,' लेडी लॉरा आधीप्रमाणेच पुढे सांगू लागली, 'दरवाजातून येणारा पहिला माणूस गडद रंगाचा असेल. मिस्टर सॅटर्थवाइट तुम्हाला ही अंधश्रद्धा माहीत असेल, अशी अपेक्षा आहे. माहितेय का? नाही? आश्चर्यच वाटलं मला. घराला चांगलं भाग्य लाभायचं असेल, तर नवीन वर्षाच्या पहिल्या दिवशी, गडद वर्णीय पुरुष घरात पहिल्यांदा आला, तर म्हणे त्या घराचं नशीब फळफळतं. माझ्या पलंगावर *फारच* घाणेरडं काहीतरी सापडू नये अशी आशा. माझा मुलांवर अजिबात विश्वास नाही. अतिच उत्साहात असतात ती.'

धोक्याची पूर्वकल्पना लागल्यागत आपलं डोकं हताशेने हलवत, लेडी लॉरा दिमाखदारपणे जिने चढत गेली.

दोन्ही बायका गेल्यानंतर शेकोटीच्या जवळ खुर्च्या ओढून घेण्यात आल्या. ईव्हशॅमने आदरातिथ्याने हातात व्हिस्कीचा डिकँटर धरला आणि म्हणाला, 'चला,'

मग सगळ्यांचं बोलणं पुन्हा त्याच निषिद्ध विषयावर घसरलं.

'सॅटर्थवाइट, तुम्ही डेरेक कॅपेलला ओळखायचात ना?' कॉन्वेने विचारलं.

'हो, थोडाफार.'

'आणि तू, पोर्टल?'

'नाही, मी कधीही भेटलो नाही त्याला.'

त्याने एवढं ठासून आणि बचावात्मक पद्धतीने सांगितलं की, त्यामुळे मिस्टर सॅटर्थवाइटला आश्चर्य वाटलं.

'लॉराने हा विषय छेडलेला मला आवडत नाही,' हळू आवाजात ईव्हशॅम म्हणाला, 'त्या दुर्दैवी घटनेनंतर, तुम्हाला माहितेय, ही जागा एका मोठ्या उत्पादकाला विकण्यात आली. त्याने वर्षभराच्या आत सोडली – त्याला लाभली नाही की काहीतरी म्हणे. ही जागा पछाडलेली आहे वगैरे बऱ्याच फालतू अफवा पसरलेल्या आहेत आणि त्यामुळे या घरावर बट्टा लागला. मग वेस्ट किडलबाय इथून निवडणुकीला उभं राहण्यासाठी लॉरा माझ्या पाठीमागे लागली. अर्थात त्याचा अर्थ इथल्याच भागात कुठेतरी राहायला हवं होतं आणि तेव्हा इथे योग्य असं घर मिळणं कठीण होतं. रॉयस्टन स्वस्त होतं आणि शेवटी मी ते विकतच घेतलं. भूतबित सगळी बकवास; पण आपल्याच मित्राने या घरात स्वतःला गोळी घालून घेतली होती, याची मात्र आठवण येते. नक्कीच येते. बिचारा म्हातारा डेरेक – त्याने तसं का केलं, हे आपल्याला कधीच कळणार नाही.'

'कोणतंही कारण न देता, स्वतःला गोळी घालून घेणारा तो काही पहिला मानवप्राणी नाहीये,' ॲलेक्स पोर्टल जड आवाजात म्हणाला.

तो उठला आणि त्याने आणखी एक ड्रिंक तयार केलं. आपल्या ग्लासात सढळ हस्ते व्हिस्की ओतून घेतली.

'पोर्टलचं काहीतरी बिनसलं आहे,' मिस्टर सॅटर्थवाइट स्वतःशी म्हणाला, 'खूपच बिनसलं आहे. मला ते समजलं असतं तर किती बरं झालं असतं.'

'मित्रांनो!' कॉन्वे म्हणाला, 'वाऱ्याचा आवाज ऐका. रात्र वादळी आहे.'

'भुतांना येण्यासाठी चांगली रात्र,' असं म्हणून पोर्टल खोखो हसू लागला, 'नरकातले सगळे सैतान आज बाहेर पडलेत.'

'लेडी लॉराच्या म्हणण्यानुसार, त्यातला सर्वांत काळा सैतान आपलं नशीब उजळवू शकतो,' कॉन्वे म्हणाला आणि हसला.

'ऐका, नीट ऐका!'

सोसाट्याच्या वाऱ्याचा जोराचा आवाज झाला आणि खिळे असलेल्या मोठ्या दरवाजावर तीनदा गडगडाट झाल्यागत टकटक करण्यात आली.

प्रत्येक जण स्तब्ध झाला.

'या वेळी कोण आलेलं असू शकतं?' ईव्हशॅमने विचारलं.

त्यांनी एकमेकांकडे पाहिलं.

'मी उघडून पाहतो,' ईव्हशॅम म्हणाला, 'नोकर झोपले आहेत.'

तो दाराच्या दिशेने गेला. जाडजूड कड्या काढताना थोडासा अडखळला आणि शेवटी त्याने दरवाजा उघडला. थंडगार वाऱ्याचा झोत स्फोट झाल्यागत हॉलमध्ये शिरला.

दारवाजात एका पुरुषाची आकृती होती. ती उंच आणि बारीक होती. मिस्टर सॅटर्थवाइटला दरवाजावर असलेल्या रंगीत काचेमुळे तो माणूस वेगळाच दिसला. जणू काही त्याने इंद्रधनुष्यातला प्रत्येक रंग असलेला पोशाख परिधान केला असावा. तो एक पाऊल पुढे आला. हडकुळ्या बारीक, गडद वर्णाच्या त्या माणसाने गाडी चालवताना घालायचे कपडे घातले होते.

'मी असा अचानक आलो, त्याबद्दल माफी मागतो,' तो आगंतुक म्हणाला. त्याच्या आवाजाची पट्टी सुखद होती. 'पण माझी गाडी बिघडली आहे. तसं फार काही झालेलं नाही. माझा चालक दुरुस्त करतो आहे; पण त्याला अर्धा तास तरी लागेल आणि बाहेर भयानक थंडी आहे,' तो म्हणाला आणि पुढचं काय ते ईव्हशॅमला लगेचच समजलं.

'हो, आहेच मुळी. आत या आणि ड्रिंक घ्या. आम्ही तुम्हाला काही मदत करू का?'

'धन्यवाद; पण नको. माझ्या चालकाला काय करायचं ते माहीत आहे. ते असो, माझं नाव क्विन – हार्ले क्विन.'

'या, बसा, मिस्टर क्विन,' ईव्हशॅम म्हणाला. 'हे सर रिचर्ड कॉन्वे, हे मिस्टर सॅटर्थवाइट. माझं नाव ईव्हशॅम.'

मिस्टर क्विनने सगळ्यांशी ओळख करून घेतली आणि ईव्हशॅमने आदराने पुढे केलेल्या खुर्चीत तो बसला. बसल्यावर, आगीच्या प्रकाशामुळे सावलीचा एक पट्टा असा काही त्याच्या तोंडावर पडला की, जणू काही त्याने मुखवटा घातला असावा असं वाटलं.

ईव्हशॅमने शेकोटीत आणखी काही ओंडके टाकले. 'ड्रिंक?'

'धन्यवाद. चालेल.'

ईव्हशॅमने त्याच्यासाठी ड्रिंक आणलं आणि नेहमीप्रमाणे विचारलं, 'हा भाग तुम्हाला चांगला माहिती आहे का, मिस्टर क्विन?'

'मी काही वर्षांपूर्वी इथून गेलो आहे.'

'खरंच?'

'हो. हे घर कॅपेल नावाच्या एका माणसाच्या मालकीचं होतं.'

'हो!' ईव्हशॅम म्हणाला, 'बिचारा तो डेरेक कॅपेल. तुम्ही ओळखायचात त्याला?'

'हो, ओळखायचो.'

ईव्हशॅमच्या वर्तणुकीत अगदी किंचित बदल झाला. एवढा किंचित की, इंग्लिश माणसं कशी असतात याचा अभ्यास न केलेल्याला त्याचा पत्ताही लागला नसता. त्याआधी त्याचं वागणं जरा हातचं राखून केलेलं होतं, आता मात्र ते बाजूला ठेवण्यात आलं. मिस्टर क्विन डेरेक कॅपेलला ओळखत होता म्हणजे तो मित्राचा मित्र होता, त्यामुळे त्याच्यावर विश्वास टाकण्यात आला.

'फारच धक्कादायक प्रकरण होतं ते,' ईव्हशॅम खासगी आवाज काढत म्हणाला. 'आम्ही आत्ता त्याच्याबद्दलच बोलत होतो. मी तुम्हाला सांगतो, ही जागा विकत घेणं माझ्या स्वभावाविरुद्ध होतं; पण त्याशिवाय दुसरं एकही योग्य घर आसपास सापडलं नाही. त्या दिवशी त्याने स्वतःवर गोळी झाडली, तेव्हा मी इथे होतो – कॉन्वेही होता आणि खरं सांगू, मला तर नेहमी वाटायचं की, कॅपेल भूत होऊन परत येणार...'

'कोडंच आहे ते,' मिस्टर क्विन हळू आवाजात म्हणाला. त्यानंतर महत्त्वाचं वाक्य बोलण्याआधी एखाद्या परिपक्व अभिनेत्याने थोडं थांबावं तसा तो थांबला.

'तुम्ही त्याला कोडं म्हणूही शकता,' कॉन्वे म्हणाला, 'पण ते नेहमीच एक गहिरं गूढ आहे – नेहमी तसंच राहील.'

'हं... प्रश्नच आहे,' मिस्टर क्विन म्हणाला. त्याच्या आवाजात खात्री नव्हती. 'सर रिचर्ड, तुम्ही काहीतरी म्हणत होतात?'

'आश्चर्यकारक – एवढंच. एक पुरुष, आयुष्याला महत्त्व देणारा, आनंदी, गमत्या, चिंतामुक्त, जगाची पर्वा न करणारा. पाच-सहा म्हातारे लोक त्याच्यासोबत राहायचे. रात्रीचं जेवण करताना मजेत होता, भविष्याकडे आशेने पाहणारा, भविष्याकरता अनेक योजना होत्या त्याच्या आणि रात्री जेवण झाल्यावर तो थेट आपल्या खोलीत जातो काय, ड्रॉवरमधून आपलं रिव्हॉल्व्हर घेतो काय आणि स्वतःला मारतो काय! का? कुणालाही ठाऊक नाही. कुणाला ते कळणारही नाही.'

'सर रिचर्ड, तुमचं हे विधान जरा सरसकट गृहीत धरणारं नाहीये का?' मंद स्मित करत मिस्टर क्विनने विचारलं.

कॉन्वेने त्याच्याकडे पाहिलं.

'म्हणजे? मला समजलं नाही.'

'एखादं कोडं सोडवलं गेलं नाहीये म्हणजे ते न सुटणारंच असतं, असं काही नाही.'

'ओह! अहो असं बघा आता – तेव्हा काही सापडलं नाही, मग आता काय सापडणार – दहा वर्षांनी?'

मिस्टर क्विनने आपलं डोकं हळुवारपणे हलवलं.

'मी तुमच्याशी असहमत आहे. इतिहासातले पुरावे तुमच्या विरोधात जातात. नंतरच्या पिढीतला इतिहासकार जितका खरा इतिहास लिहितो, तितका खरा इतिहास त्या काळचा इतिहासकार कधीही लिहीत नाही. प्रश्न असतो तो योग्य, खऱ्या दृष्टिकोनातून पाहण्याचा, गोष्टींकडे वेगळ्या परिप्रेक्ष्यातून बघण्याचा. प्रत्येक गोष्टीसारखाच हा प्रश्न आहे सापेक्षतेचा.'

ॲलेक्स पोर्टल पुढे झुकला. वेदनेने त्याचा चेहरा वेडावाकडा झाला.

'तुमचं अगदी बरोबर आहे, मिस्टर क्विन,' तो मोठ्याने म्हणाला, 'तुमचं बरोबर आहे. काळ प्रश्न कधीच नष्ट करत नाही – तर तो केवळ नवा वेश धारण करून आपल्या पुढ्यात येतो.'

ईव्हशॅमने सहिष्णुवृत्तीने स्मित केलं.

'म्हणजे मिस्टर क्विन, तुम्हाला असं म्हणायचं आहे की, समजा, आपण डेरेक कॅपेलच्या मृत्यूबाबत आज रात्री कोर्टाची चौकशी केली, तर तेव्हा ज्या सत्यापर्यंत आपण पोहोचलं पाहिजे होतं, त्या सत्यापाशी आज आपण पोहोचू शकू?'

'*जास्त* शक्यता आहे, मिस्टर ईव्हशॅम. व्यक्तिगत समीकरणं बऱ्याच अंशी बाजूला पडली आहेत आणि आता तुम्हाला तथ्यं केवळ तथ्यं म्हणून आठवतील. त्यावर तुम्ही तुमच्या अर्थांतरणाची कोणतीही पुटं चढवणार नाही.'

ईव्हशॅमच्या कपाळावर शंकेने आठ्या पडल्या.

'अर्थात, आपल्याकडे सुरुवात हवी,' मिस्टर क्विन त्याच्या शांत पट्टीत म्हणाला. 'बऱ्याचदा एखादं गृहीतक ही सुरुवात असते. तुमच्यापैकी कुणाकडे तरी गृहीतक असेलच एखादं, मला खात्री आहे. सर रिचर्ड, तुमच्याकडे आहे?'

कॉन्वेने विचारपूर्वक भुवया उंचावल्या.

'अं, हं अर्थात,' तो ओशाळल्या स्वरात म्हणाला, 'आपण असा विचार केला – साहजिकच आपण सगळ्यांनीच तसा विचार केला की, यामागे एखादी स्त्री असावी. एकतर अशा बाबतीत असं काहीतरी असतं किंवा पैसा तरी असतो, हो ना? आणि इथे पैसा हे कारण नसावं असं खात्रीने वाटतं. त्याबाबतीत काहीच अडचण नव्हती. मग आणखी काय कारण असणार एखाद्या स्त्रीशिवाय?'

मिस्टर सॅटर्थवाइटने बोलायला सुरुवात केली. त्याची स्वतःची छोटीशी टिप्पणी सांगण्यासाठी तो थोडासा पुढे झुकला आणि तसं करताना, वर असलेल्या गॅलरीच्या कठड्यापाशी त्याला खाली लपलेल्या एका स्त्रीची आकृती दिसली. ती अशी काही बसली होती की, कुणालाही दिसणं जवळपास अशक्य होतं; पण तो जिथे बसला होता, तिथून त्याला तिची बाह्याकृती दिसली आणि ती खाली चाललेलं सगळं बोलणं अगदी लक्षपूर्वक ऐकत होती, हे स्पष्ट होतं. ती एवढी अचल बसली होती की, मिस्टर सॅटर्थवाइटचा स्वतःच्या डोळ्यांवरही विश्वास बसला नाही.

पण त्याने तिचा पोशाख सहज ओळखला. जुन्या फॅशनचा ब्रोकेड. ती एलिनॉर पोर्टल होती.

...आणि अचानक त्या रात्री घडलेल्या सगळ्या घटनांची संगती त्याला लागली – मिस्टर क्विनचं येणं काही आकस्मिक नसावं, तर नाटकामध्ये पुढील संवाद म्हणण्यासाठी एका अभिनेत्याने दुसऱ्या अभिनेत्याला सूचक शब्द म्हणजे क्यू द्यावा, तसं त्याचं येणं होतं. त्या रात्री रॉयस्टनच्या मोठ्या सभागृहामध्ये नाटक खेळलं जाणार होतं. खरंखुरं नाटक, ज्यात अभिनेत्यांपैकी एक जण मेला होता. ओह, हो, या नाटकामध्ये डेरेक कॅपेलचीही भूमिका आहे तर. मिस्टर सॅटर्थवाइटची खात्री पटली.

...आणि पुन्हा एकदा अचानक, त्यांच्या डोक्यात वीज लखलखली. ही मिस्टर क्विनची करणी होती. तो कर्ता होता, तो नाटक रंगमंचित करत होता – तो सगळ्या अभिनेत्यांना सूचक शब्द देत होता. तो सगळ्या कठपुतळ्यांचे दोरे हलवत होता. तो रहस्याचा गाभा होता. त्याला सगळं काही ठाऊक होतं, अगदी लाकडी जिन्यावर लपलेल्या त्या स्त्रीच्या अस्तित्वाबद्दलही. सगळं. हो, त्याला सगळं काही माहीत होतं.

मिस्टर सॅटर्थवाइट खुर्चीत रेलून बसला. त्याने प्रेक्षकाची भूमिका घेतली. त्याच्या डोळ्यांसमोर घडणारं नाटक तो पाहू लागला. शांत आणि सहजरीत्या, मिस्टर क्विनने दोऱ्या ओढल्या आणि आपल्या कठपुतळ्यांना कामाला लावलं.

'स्त्री... हो,' मिस्टर क्विन विचारपूर्वक पुटपुटला, 'रात्रीच्या जेवणाच्या वेळी कुण्या बाईचा उल्लेख झाला होता का?'

'अर्थात, झाला होता,' ईव्हशॅमने उत्साहाने सांगितलं, 'त्याने त्याचं लग्न ठरल्याची घोषणा केली. फारच उत्साहात *होता* तो. म्हणाला, एवढ्यात खरंतर हे सांगायचं नव्हतं - पण तो लग्नाच्या शर्यतीतला एक असल्याचं त्याने सूचित केलं.'

'अर्थातच, आम्हा सगळ्यांना ती कोण हे ओळखता आलं,' कॉन्वे म्हणाला, 'मार्जोरी डिल्के. छान मुलगी होती ती.'

मिस्टर क्विन काहीतरी बोलेल असं वाटलं; पण तो गप्प राहिला. त्याचं तसं गप्प बसणं विचित्ररीत्या प्रक्षोभक होतं. जणू काही तो शेवटी केलेल्या विधानाला आव्हान देत असावा. परिणामी, कॉन्वेला बचावात्मक पावित्र्यात जावं लागलं.

'आणखी कोण असू शकलं असतं? आं, ईव्हशॅम?'

'मला माहीत नाही,' टॉम ईव्हशॅम म्हणाला, 'आत्ता तो नक्की काय म्हणाला? तो लग्नाच्या शर्यतीत आहे असं. याचा अर्थ तिची परवानगी मिळेपर्यंत तो आपल्याला तिचं नाव सांगू शकला नसता म्हणजे ते नाव जाहीर करण्यात आलं नव्हतं. मला आठवतं, तो फारच नशीबवान पुरुष आहे, असं तो म्हणाला होता. त्याच्या दोन्ही जुन्या मित्रांना त्याला सांगायचं होतं की, पुढील वर्षी याच काळात तो आनंदी विवाहित पुरुष झालेला असेल. अर्थात, आम्ही मार्जोरीचं नाव गृहीत धरलं. ते दोघं चांगले मित्र होते आणि ती त्याच्यासोबत बऱ्याचदा असायची.'

'एकच गोष्ट -' कॉन्वेने सुरुवात केली आणि थांबला.

'काय बोलणार होतास तू, डिक?'

'अं, विचित्र आहे हे जरा म्हणजे असं की, जर ती मार्जोरी असेल, तर मग लग्नाची घोषणा करण्यात हरकत काय होती? म्हणजे मला म्हणायचंय की, एवढी गुप्तता का? त्यामुळे ती विवाहित बाई असावी असं वाटतं - म्हणजे एखादी अशी बाई, जिचा पती मृत झाला होता किंवा ती त्याला घटस्फोट देणार होती.'

'खरंय,' ईव्हशॅम म्हणाला, 'असं असेल, तर अर्थातच, लग्नाची घोषणा लगेच करणं शक्य नव्हतं आणि तुम्हाला सांगतो, तेव्हाचा विचार केला, तर तो मार्जोरीला फार भेटत होता, असं मला वाटत नाही. वर्षभरापूर्वी त्यांच्यात सारं ठीक होतं; पण मला आठवतंय, त्याप्रमाणे नंतर त्यांच्यात बरंच अंतर पडलं होतं. मामला थंड पडला होता.'

'अच्छा,' मिस्टर क्विन म्हणाला.

'हो - कुणीतरी त्यांच्या मध्ये आलं असावं असं वाटतं.'

'दुसरी बाई,' कॉन्वे विचारपूर्वक म्हणाला.

'तुम्हाला माहितेय, आश्चर्याची गोष्ट म्हणजे त्या रात्री म्हातारा डेरेक असभ्यपणे विनोदी वागत होता. त्याला आनंदाचा कैफ चढला होता, जणू आणि तरी... मी नीट सांगू शकत नाही, मला काय म्हणायचंय ते; पण जरा बेपर्वाही वाटत होता.'

'नियतीलाच आव्हान दिल्यासारखा,' ॲलेक्स पोर्टल जड आवाजात म्हणाला.

तो डेरेक कॅपेलबद्दल बोलत होता की स्वतःबद्दल? मिस्टर सॅटर्थवाइटने त्याच्याकडे पाहिलं. हो, ॲलेक्स पोर्टल तसाच तर होता – नियतीला आव्हान दिलेल्या पुरुषासारखा.

मद्याच्या तारेत असलेल्या त्याच्या कल्पनाशक्तीने अचानक कथेतल्या अशा एका नोंदीला प्रतिसाद दिला, ज्यामुळे त्याला एक गुपित आठवलं.

मिस्टर सॅटर्थवाइटने वर पाहिलं. ती अजूनही तिथे होती. पाहत, ऐकत – तरीही अचल, गोठल्यासारखी. मृत बाईसारखी.

'अगदी खरं,' कॉन्वे म्हणाला, 'कॅपेल अगदी उत्साहात *होता.* मला तो सर्व काही पणाला लावून अनपेक्षितरीत्या जिंकलेल्या पुरुषासारखा वाटला.'

'कदाचित, ज्यासाठी त्याने आपल्या मनाची पूर्ण तयारी केली होती, त्यासाठी तो धैर्य गोळा करत असावा?' पोर्टलने सुचवलं आणि मग तो उठला आणि त्याने स्वतःसाठी आणखी एक ड्रिंक तयार करून घेतलं.

'अजिबात नाही,' ईव्हशॅम चटकन म्हणाला, 'मी शपथेवर सांगतो की, त्याच्या मनात तसलं काहीही नव्हतं. कॉन्वेचं बरोबर आहे. तो एक यशस्वी जुगाऱ्यासारखा होता. ज्याने सर्व काही पणाला लावलं आणि त्याचा स्वतःच्याच चांगल्या नशिबावर विश्वास बसत नसावा, तसा तो वागत होता.'

कॉन्वेच्या चेहऱ्यावर हताशा पसरली, 'आणि तरी,' तो म्हणाला, 'दहा मिनिटांनंतर...'

सगळे जण शांत झाले. ईव्हशॅमने हात जोरात टेबलावर आदळला. त्याचा थडाड् असा आवाज झाला.

'त्या दहा मिनिटांत काहीतरी फार महत्त्वाचं घडलं असलं पाहिजे,' तो ओरडला. 'नक्कीच घडलं असणार! पण काय? जरा काळजीपूर्वक पाहू या. आपण सगळे जण बोलत होतो. तेवढ्यात कॅपेल अचानक उठला आणि खोलीतून बाहेर पडला...'

'का?' मिस्टर क्विनने विचारलं.

मध्येच अडथळा आल्यामुळे ईव्हशॅम जरासा भांबावल्यागत झाला, 'माफ करा. काय म्हणालात?'

'मी एवढंच विचारलं – का?' मिस्टर क्विन म्हणाला. आठवू लागल्यामुळे ईव्हशॅमच्या कपाळावर आठ्या पडल्या.

'त्या वेळी ते तितकं महत्त्वाचं वाटलं नाही; पण ओह! पत्र. तुम्हाला त्या खणखण आवाज करणाऱ्या घंटा आठवत असतीलच. आपण किती उत्साहात होतो सगळे. आठवतंय, तीन दिवस नुसता बर्फ पडला होता. कित्येक वर्षांमधलं सर्वांत मोठं हिमवादळ. सगळे रस्ते बंद झालेले. वर्तमानपत्रं नाहीत की पत्रं नाहीत. अखेरीस ती ओळखीची घंटा वाजली. कॅपेल शेवटी एकदाचं काहीतरी आलं असं म्हणून बाहेर गेला. वर्तमानपत्रं आणि पत्रं यांच्या थप्प्याच्या थप्प्या. बातम्या पाहण्यासाठी त्याने वर्तमानपत्र उघडून पाहिलं. नंतर पत्रं घेऊन वरच्या खोलीत गेला. तीन मिनिटांनंतर, आम्हाला गोळी झाडल्याचा आवाज ऐकू आला... धक्कादायक – पूर्णतः धक्कादायक.'

'यात धक्कादायक असं काही नाही,' पोर्टल म्हणाला, 'अर्थातच त्या इसमाला अनपेक्षित अशी बातमी पत्रामधून मिळाली हे स्पष्ट आहे.'

'ओह! एवढी स्पष्ट आणि उघड गोष्ट आमच्या नजरेतून सुटली असेल असं वाटतं तुला! चौकशीकर्त्याने पहिला प्रश्न विचारला तो हाच; *पण कॅपेलने तर एकही पत्र उघडलं नव्हतं.* पत्रांची थप्पी जशीच्या तशी ड्रेसिंग टेबलावर होती.'

पोर्टलचा चेहरा खाडकन उतरला.

'त्याने त्यातलं एकही पत्र वाचलं नाही, हे नक्की ना? त्याने कदाचित ते पत्र वाचून नष्ट करून टाकलं असेल?'

'नाही, मला खात्री आहे. तिथे प्रत्येक पत्र न उघडलेल्या अवस्थेत होतं. काहीही जाळण्यात आलं नाही, काहीही फाडण्यात आलं नाही. खोलीत शेकोटीच पेटलेली नव्हती.'

पोर्टलने मान हलवली. 'सगळं विलक्षण आहे.'

'सगळा प्रकार भयंकरच होता, तुम्हाला सांगतो,' ईव्हशॅम हळू आवाजात म्हणाला. 'मी आणि कॉन्वे, आम्ही गोळीचा आवाज ऐकताच वर गेलो आणि त्याला पाहिलं – मला तर एवढा धक्का बसला...'

'पोलिसांना टेलिफोन करण्याशिवाय बाकी काही करण्यासारखं नसावं?' मिस्टर क्विनने विचारलं.

'तेव्हा रॉयस्टनमध्ये टेलिफोन नव्हता. मी ही जागा घेतल्यावर फोन घेतला; पण नशिबाने तेव्हा एक हवालदार स्वयंपाकघरात होता. एक कुत्रा – कॉन्वे तुला तो बिचारा म्हातारा रोव्हर आठवतोय का? – आदल्या दिवशी हरवला होता. एका गाडीवानाला तो बर्फाच्या ढिगाखाली अर्धवट दबलेला सापडला आणि तो त्याला घेऊन पोलीस स्थानकात गेला. तो कुत्रा कॅपेलचा असल्याचं त्याने ओळखलं. कॅपेलचा आवडता कुत्रा होता तो, त्यामुळे मग तो हवालदार इथे आला. गोळी झाडण्याच्या अगदी एक मिनिट आधी तो तिथे आला होता. आमचा बराच त्रास वाचला त्यामुळे.'

'हिमवादळ होतं ते,' आठवून कॉन्वे म्हणाला, 'वर्षाच्या याच काळात, हो ना? जानेवारीच्या सुरुवातीस.'

'फेब्रुवारी, माझ्या मते. मला जरा पाहू दे, आम्ही लगेच त्यानंतर परदेशी गेलो.'

'मला खात्रीने वाटतं की, तो जानेवारी होता. माझा शिकारी कुत्रा नेड – तुला नेड आठवतो? – तो जानेवारीच्या शेवटी लंगडा झाला होता. या सगळ्या प्रकारानंतर लगेचच.'

'मग जानेवारीची अखेर असावी ती. एवढ्या वर्षांनंतर तारखा आठवणं किती कठीण होतं ना. गंमत वाटते.'

'जगातली सगळ्यात कठीण गोष्ट,' मिस्टर क्विन म्हणाल, 'तेव्हा एखादी मोठी सार्वजनिक घटना किंवा तसं काही घडलं असेल, तर त्या आधारावर लक्षात राहू शकतं. जसं की, राजाची हत्या किंवा मोठा खूनखटला.'

'अं... ॲपलटन प्रकरणाच्या आधी घडलं हे, अर्थात,' कॉन्वेने सांगितलं.

'आधी? नंतर घडलं ना?'

'नाही, नाही. तुला आठवत नाहीये – कॅपेल ॲपलटन्सला ओळखत होता – आधीच्या वसंतात तो त्या म्हाताऱ्यासोबत राहिला होता. तो मरायच्या एक आठवडा आधी. एकदा रात्री तो त्या म्हाताऱ्याबद्दल सांगत होता – म्हातारा किती तापट होता आणि मिसेस ॲपलटनसारखी इतकी तरुण आणि सुंदर स्त्री कशी त्याच्या गळ्यात बांधण्यात आली ते. फार वाईट. तिने त्याचा काटा काढला, असा काही तेव्हा संशय नव्हता.'

'हो की! बरोबर आहे तुझं. मला आठवलं... त्याच दिवशी वर्तमानपत्रात वाचलं की, प्रेत उकरण्याची विनंती मान्य करण्यात आली. मला ते आत्ता आठवलं, तेव्हा नाही आठवलं. का माहितेय, कारण तेव्हा माझं अर्ध लक्ष बिचाऱ्या म्हाताऱ्या डेरेकच्या मृत शरीराकडे होतं. असं का घडलं याचा विचार माझं मन करत होतं.'

मिस्टर क्विनने आपलं निरीक्षण मांडलं, 'बऱ्याचदा अत्यंत तणावाच्या वेळी, आपलं मन स्वतःहूनच कमी महत्त्वाच्या प्रकरणाकडे लक्ष केंद्रित करतं, ते आपल्याला त्यानंतर कितीतरी काळ आठवतं. नुसतं आठवत नाही, तर अगदी तपशिलात आठवतं, जसं होतं तसं. त्या मानसिक ताणाच्या क्षणासारखंच. आठवणारा तो तपशील कदाचित फारच असंबद्ध प्रकारचा असू शकतो. जसं की, वॉलपेपरची नक्षी इत्यादी; पण तो कधीही विसरता येणारा नसतो.'

'हे तुम्ही विलक्षण, असामान्य सांगताय मिस्टर क्विन,' कॉन्वे म्हणाला, 'तुम्ही बोलत असताना, मला अचानक मी डेरेक कॅपेलच्या खोलीतच गेल्याचा भास झाला. डेरेक मृत होऊन जमिनीवर पडला होता. मी त्या सगळ्याकडे जितकं

स्वच्छपणे पाहता येईल, तितकं पाहिलं. खिडकीतून दिसणारी झाडं आणि बाहेरच्या बर्फाच्या पार्श्वभूमीवर त्यांची पडणारी सावली. हो, चंद्रप्रकाश, बर्फ आणि झाडांची सावली – मी या क्षणीही ते पाहू शकतो. मी ते चितारूही शकतो; पण त्या वेळी मी या सगळ्या गोष्टींकडे पाहत होतो, हे मला कधी लक्षातही आलं नव्हतं.'

'पोर्चच्या वरची मोठी खोली त्याची होती, हो ना?' मिस्टर क्विनने विचारलं.

'हो आणि मोठं बीचचं झाड, रस्त्याला लागून.'

मिस्टर क्विनने समाधान झाल्यागत मान हलवली. मिस्टर सॅटर्थवाइट थरारला. क्विनचा प्रत्येक शब्द, त्याच्या बोलण्यातला चढ-उतार... सगळ्याशी तो सहमत होता. त्याचं बोलणं अर्थगर्भ होतं. त्याला हेतू होता. तो नक्कीच एका विशिष्ट दिशेला संभाषणाची गाडी वळवत होता – नक्की काय ते सॅटर्थवाइटला समजत नव्हतं; पण शेवटचा एक्का कोणाच्या हाती असणार, याबाबत मिस्टर सॅटर्थवाइटच्या मनात जराही शंका नव्हती.

एक क्षण शांतता परसली आणि मग ईव्हशॅमने आधीचा विषय पुन्हा काढला.

'ते ॲपलटन प्रकरण, आता मला नीट आठवलं. किती खळबळ निर्माण केली होती त्याने. सुटली ना ती? सुंदर बाई, गोरीपान – चांगलीच गोरीपान.'

आपल्या इच्छेविरोधात, मिस्टर सॅटर्थवाइटचे डोळे वर असलेल्या आकृतीला शोधू लागले. ती त्याची कल्पना होती की एखादा धक्का बसून ती जराशी आक्रसली? त्याने टेबलक्लॉथच्या दिशेने सरकत जाणारा तिचा हात पाहिला – आणि मग तो हात थांबला.

मग काच फुटल्याचा एक आवाज झाला. व्हिस्कीचा प्याला तयार करत असताना, ॲलेक्स पोर्टलच्या हातून बाटली निसटली.

'क्षमा करा, सर. माफी मागतो. काय झालं हे माझं मलाच समजलं नाही.'

ईव्हशॅमने बोलणं मध्येच तोडलं, 'ठीक आहे, ठीक आहे, मित्रा. काही हरकत नाही. या आघाताने मला आठवलं. तिने हेच तर केलं, हो ना? मिसेस ॲपलटनने? तिने पोर्ट वाइनच्या काचेच्या डीकँटरने जोरदार आघात केला ना?'

'हो. म्हातारा ॲपलटन रोज रात्री एक ग्लास पोर्ट वाइन घ्यायचा. त्याच्या मृत्यूनंतर, एका नोकराने तिला एक काचेचा डीकँटर हातात घेऊन मुद्दाम जोरात फोडताना पाहिलं, त्यामुळे लोकांमध्ये चर्चा सुरू झाली. त्याच्यासोबत राहताना ती त्रस्त, हैराण झाल्याचं सगळ्यांना माहीत होतं. वणव्यागत अफवा पसरली, वाढत गेली, वाढत गेली आणि शेवटी काही महिन्यांनी, त्याच्या नातेवाइकांपैकी काहींनी प्रेत उकरून तपासणी करण्याची मागणी केली. तशी आज्ञा देण्यात आली आणि त्या म्हाताऱ्याला विष देण्यात आलं होतं हे जवळजवळ निश्चित झालं. आर्सेनिक, हो ना?'

'नाही – स्ट्रिखनिन, माझ्या मते. कोणतं दिलं याने फार काही फरक पडत नाही. विष देण्यात आलं हे महत्त्वाचं. तसं करणारी एकच एक व्यक्ती असू शकत होती. मिसेस ॲपलटनने आपला खटला लढवला. ती निर्दोष आहे याचे भरपूर पुरावे होते म्हणून नव्हे, तर तिच्या विरोधात पुरेसा पुरावा नसल्यामुळे तिला सोडण्यात आलं. दुसऱ्या शब्दांत सांगायचं, तर ती नशीबवान ठरली. हो, मलाही निःशंकपणे असं वाटतं की, तिनेच ते केलं होतं. तिचं नंतर काय झालं?'

'कॅनडाला गेली ती माझ्या मते का ऑस्ट्रेलियाला? तिथे तिचे काका का कुणीतरी होते, ज्यांनी तिला राहायला घर दिलं. या सगळ्या परिस्थितीमध्ये हे चांगलंच केलं तिने.'

ॲलेक्स पोर्टलचा हात ग्लासभोवती जोरात आवळला गेल्याचं पाहून मिस्टर सॅटर्थवाइटने त्याच्याकडे पाहिलं.

'आणखी काही मिनिटं असाच गच्च धरला, तर तू तो फोडशील, जरा लक्ष दे,' मिस्टर सॅटर्थवाइट मनातल्या मनात म्हणाले, 'हे सगळं किती मस्त होत चाललंय.'

ईव्हशॅम उठला आणि त्याने स्वतःसाठी ड्रिंक करून घेतलं. 'तर हे सगळं ठीकच; पण डेरेक कॅपेलने स्वतःला का गोळी मारली, हे जाणून घेण्याच्या आपण एवढेसेही जवळ नाहीयोत अजून,' त्याने टिप्पणी केली, 'कोर्टाने केलेली चौकशीही फार काही यशस्वी झाली नव्हती, हो ना मिस्टर क्विन?'

मिस्टर क्विन हसला...

विचित्रच होतं ते हसणं, डिचवल्यागत – पण तरी दुःखद, त्यामुळे सगळे जण दचकले.

'मला माफ करा,' तो म्हणाला, 'मिस्टर ईव्हशॅम, तुम्ही अजूनही भूतकाळात जगत आहात. तुम्ही अजूनही पूर्वग्रहांनी ग्रासलेले आहात; पण मी, बाहेरचा माणूस, आगंतुक फिरस्ता – फक्त आणि फक्त तथ्यं पाहतो.'

'तथ्यं?'

'हो. तथ्यं.'

'काय म्हणायचंय तुम्हाला?' ईव्हशॅमने विचारलं.

'तुम्ही सांगितलेल्या तथ्यांमध्ये मला स्पष्टपणे एक क्रमवारी दिसते; पण त्याचं महत्त्व तुम्हाला कळलेलं नाही. चला, दहा वर्षं मागे जाऊ आणि आपण काय पाहिलं त्याकडे बघू – कल्पना, विचार किंवा भावना यांच्याशिवाय.'

मिस्टर क्विन उठून उभा राहिला. तो उंच भासला. त्याच्या मागे असलेल्या शेकोटीतल्या ज्वाळा उसळल्या. तो हळू, दबक्या, खेचणाऱ्या आवाजात बोलू लागला.

'तुम्ही जेवणाच्या वेळी एकत्र होतात. डेरेक कॅपेलने वाङ्निश्चय जाहीर केला. तुम्हाला वाटलं की, मार्जोरी डिल्के; पण तुम्हाला खात्री नव्हती. तो उत्साही होता, त्याने यशस्वीरीत्या नियतीवर मात केली होती – तुमच्याच शब्दांत सांगायचं, तर त्याने प्रचंड अशा अडचणींच्या विरोधात उभं राहून नशीब आपल्याकडे खेचून आणलं होतं. मग त्यानंतर घंटानाद झाला. पत्र वगैरे आणण्यासाठी तो बाहेर गेला. त्याने आलेली पत्रं उघडली नाहीत; पण तुम्ही असा उल्लेख केला की, *त्याने वर्तमानपत्रावर एकदा नजर टाकली.* दहा वर्षांपूर्वीची ही घटना, त्यामुळे आपल्याला त्या दिवशी काय बातमी आली होती हे आता समजू शकत नाही. कदाचित, एखादा भूकंप? किंवा मोठी राजकीय घटना? आपल्याला एवढंच माहीत आहे की, *त्या वर्तमानपत्रात एक लहानसा परिच्छेद होता – ज्यात तीन दिवसांपूर्वी गृह खात्याने मिस्टर ॲपलटन यांचं प्रेत उकरून तपासणी करण्याची परवानगी दिली होती.'*

'काय?'

मिस्टर क्विन पुढे बोलत राहिला.

'डेरेक कॅपेल आपल्या खोलीत गेला आणि तिथे त्याने खिडकीतून काहीतरी पाहिलं. सर रिचर्ड कॉन्वेनी आपल्याला सांगितलं आहे की, पडदा ओढून घेतलेला नव्हता आणि एवढंच नाही, तर खिडकी रस्त्याकडच्या बाजूला होती. त्याने काय पाहिलं? त्याने काय पाहिलं असू शकतं, ज्यामुळे त्याला आत्महत्या करणं भाग होतं?'

'म्हणजे काय म्हणायचंय तुम्हाला? त्याने काय पाहिलं?'

'माझ्या मते,' मिस्टर क्विन म्हणाला, 'त्याने पोलीस पाहिला. कुत्र्यासाठी आलेला तो पोलीस; पण डेरेक कॅपेलला तो का आला आहे, याची काही माहिती नव्हती. त्याने फक्त पोलिसाला पाहिलं. बस्स.'

कोणीच काही बोललं नाही. दीर्घ शांतता पसरली. जणू काही निष्कर्ष निघण्यासाठी थोडा काळ जावा लागणार होता.

'देवा रे!' शेवटी ईव्हशॅमच्या तोंडून शब्द फुटले. 'याचा अर्थ असा असू शकतो? ॲपलटन? पण ॲपलटन मेला तेव्हा तो तिथे नव्हता. म्हातारा आपल्या पत्नीसह एकटा होता –'

'पण तो तिथे आठवडाभर आधी असेलही. स्ट्रिखनिन कशातही सहजी विरघळत नाही. सहज विरघळण्यासाठी ते हायड्रोक्लोराइडच्या रूपात असावं लागतं. ते विष पोर्ट वाइनमध्ये टाकल्यानंतर त्या बाटलीतून तयार होणाऱ्या शेवटच्या ग्लासात त्या विषाचं प्रमाण सर्वांत जास्त असणार होतं. कदाचित, तो गेल्यानंतर एक आठवडाभरानंतर ती बाटली संपली असेल...'

पोर्टल पुढे आला. त्याचा आवाज घोगरा झाला आणि डोळे लालबुंद.

'तिने डीकँटर का फोडली?' त्याने चढ्या आवाजात विचारलं, 'का फोडली तिने ती बाटली? मला सांगा. सांगा मला!'

त्या संध्याकाळी मिस्टर क्विनने प्रथमच स्वतःहून मिस्टर सॅटर्थवाइटला संबोधित केलं.

'मिस्टर सॅटर्थवाइट, तुम्ही आयुष्यात कित्येक पावसाळे पाहिलेत. तुम्हीच आम्हाला सांगू शकाल.'

मिस्टर सॅटर्थवाइटचा आवाज किंचित थरथरला. अखेरीस त्याची पाळी आली होती तर. तो नाटकातल्या सर्वांत महत्त्वाच्या ओळी म्हणणार होता. तो आता अभिनेता झाला होता. बघ्या राहिला नव्हता.

'मला दिसतं त्यानुसार,' तो नम्रपणे म्हणाला, 'तिला डेरेक कॅपेलबद्दल प्रेम वाटायचं. मला वाटतं की, ती चांगली बाई होती आणि तिने त्याला म्हणूनच दूर पाठवून दिलं. जेव्हा तिचा पती मेला, तेव्हा तिला सत्य समजलं आणि म्हणून तिचं ज्याच्यावर प्रेम होतं, त्या पुरुषाला वाचण्यासाठी तिने त्याच्या विरोधातला पुरावा नष्ट करायचा प्रयत्न केला. नंतर, माझ्या मते, त्याने तिला पटवून दिलं की, तिच्या शंकांना काही अर्थ नाही आणि मग तिने लग्न करण्यासाठी कबुली दिली; पण एवढं झाल्यावरही, मला वाटतं की, ती मागे फिरली. मला वाटतं बायकांच्या अंतःप्रेरणा फार जागृत असतात.'

मिस्टर सॅटर्थवाइटने आपलं स्वगत पूर्ण केलं. तोच एक दीर्घ कंपित सुस्कारा ऐकू आला.

'देवा!' ईव्हशॅम मोठ्याने म्हणाला, 'हे काय आहे?'

वरच्या बाल्कनीमध्ये एलिनॉर पोर्टल आहे, असं मिस्टर सॅटर्थवाइटला त्याला सांगता आलं असतं; पण अंतिम परिणामावर पाणी घालणारा कलाकार तो नव्हता.

मिस्टर क्विन हसत होता.

'माझी गाडी दुरुस्त झाली असेल आता. तुमच्या आदरातिथ्यासाठी आभार, मिस्टर ईव्हशॅम. माझ्या मित्रासाठी मी काहीतरी केलं, असं मला वाटतं.'

ईव्हशॅमने त्याच्याकडे नुसतंच चकित होऊन पाहिलं.

'या प्रकरणातल्या त्या पैलूचा तुम्हाला धक्का नाही बसला? तो या बाईवर प्रेम करायचा. तिच्यासाठी तो काहीही करायला तयार होता, एवढं प्रेम. मग तिच्यासाठी खून का असेना. जेव्हा आपल्याला शिक्षा होणार, असं त्याला वाटलं, तेव्हा त्याने स्वतःला संपवलं. खरंतर त्याला पोलीस पाहून जे वाटलं ते चुकीचं होतं; पण अजाणता, त्याने तिला या सगळ्यात अडकवलं.'

'तिला निर्दोष मुक्त करण्यात आलं,' ईव्हशॅम म्हणाला.

'कारण, तिच्या विरोधातल्या खटल्यात काहीच सिद्ध करता आलं नाही; पण मला असं वाटतं, केवळ माझी कल्पनाच असेल ही की, तिला अजूनही हे सारं सहन करावं लागत असेल.'

पोर्टल धपकन खुर्चीत बसला. त्याने आपला चेहरा ओंजळीत झाकला.

क्किनने सॅटर्थवाइटकडे पाहिलं.

'मिस्टर सॅटर्थवाइट, तुम्हाला नाटकांमध्ये रस आहे, हो ना?'

मिस्टर सॅटर्थवाइटने होकारार्थी मान हलवली. त्याला आश्चर्य वाटलं.

'मी तुमचं लक्ष हार्लेक्किनादकडे वेधू इच्छितो. तुम्ही ते पाहिलंच पाहिजे. सध्या त्याचे प्रयोग फार होत नाहीत; पण तुम्हाला आवडेल एवढं ते लक्षवेधी नक्कीच आहे. त्यातली प्रतीकात्मकता समजायला थोडी कठीण आहे; पण शेवटी चिरंतन नेहमीच टिकून राहतं, तुम्हाला माहीत आहेच. तुम्हा सगळ्यांना शुभ रात्री.'

तो ढांगा टाकत अंधारात गुडूप झाल्याचं सगळ्यांनी पाहिलं. आधीप्रमाणेच दाराच्या रंगीत काचांनी विविधरंगी परिणाम साधला गेला...

मिस्टर सॅटर्थवाइट वर खोलीत गेला. थंडगार वारा येत असल्याने तो खिडकी बंद करायला गेला. मिस्टर क्किनची आकृती रस्त्यावरून चालत गेली आणि बाजूच्या दारामधून एका बाईची आकृती धावत आली. काही क्षण ते एकमेकांशी काहीतरी बोलले, त्यानंतर ती पुन्हा घराकडे वळली. ती खिडकीच्या खालून गेली आणि तो जिवंत, रसरशीत चेहरा पाहून मिस्टर सॅटर्थवाइट चकित झाला. मनात सुस्वप्न बाळगणाऱ्या बाईसारखी तिची चाल होती.

'एलिनॉर!'

ॲलेक्स पोर्टल तिला येऊन भेटला.

'एलिनॉर, मला क्षमा कर. खरंच क्षमा कर. तू मला सत्य सांगितलंस; पण मला माफ कर. माझा विश्वास बसत नव्हता...'

मिस्टर सॅटर्थवाइटला लोकांमध्ये, त्यांच्या भानगडींमध्ये प्रचंड रस होता; पण तो सभ्यदेखील होता, त्यामुळे त्याला समजलं की, आपण खिडकी बंद करणंच चांगलं. त्याने तसं केलं; पण अगदी हळू. धीमेपणे.

त्याच्या कानावर तिचा आवाज पडला, देखणा, सुंदर आणि अवर्णनीय असा.

'मला माहितेय – माहितेय. तू किती नरकयातनांमध्ये होतास ते. मीही एकेकाळी अशाच नरकात होते. प्रेमात होते... तरीही त्याच वेळी विश्वास ठेवत होते आणि शंका घेत होते. शंकांना बाजूला सारत होते आणि तरी त्या वाईट नजरा पुन्हा पुन्हा माझ्याकडे रोखल्या जात होत्या... मला हे माहीत आहे, ॲलेक्स,

माहीत आहे... पण त्याहूनही वाईट नरक होता, तो म्हणजे ज्या नरकात मी तुझ्यासोबत राहिले आहे तो. तुझं साशंकपणे वागणं, माझ्याबद्दलची भीती... पाहिलीय, अनुभवलीय मी. आपल्या प्रेमात विष कालवलं गेलं त्यामुळे; पण त्या माणासाने - अचानक आलेल्या त्या अनोळखी माणसाने मला वाचवलं. सुटका केली माझी. नाहीतर मला हे सहन होत नव्हतं, तुला समजतंय ना. आज रात्री, आज रात्री मी स्वतःला संपवणार होते... ॲलेक्स... ॲलेक्स...'

बगदादच्या कपाटाचं रहस्य

नुसता लक्षवेधक मथळा आहे हा, असं मी माझ्या मित्राला, एर्क्युल प्वारोला म्हणालो. मला त्यातल्या कोणत्याच लोकांबद्दल काही माहिती नव्हती. रस्त्यावरच्या त्रयस्थ माणसाएवढा मला त्यात रस होता. प्वारोलाही ते पटलं.

'हो, पौर्वात्य छटा आहे. रहस्यमयताही. टॉटनहॅम कोर्ट रोडवर मिळतात तसं बनावट जॅकोबियन प्रकारचं कपाट असावं ते, तरीही त्याला बगदादचं कपाट असं नाव देणाऱ्या वार्ताहराला मात्र हर्षोल्हास झाला आहे. रहस्य हा शब्दही विचारपूर्वक योजण्यात आला आहे, तरी मला असं वाटतं की, या प्रकरणात फार थोडं रहस्य आहे.'

'अगदी बरोबर. हे सगळं भयंकर आणि भेसूर आहे हे खरंच; पण रहस्यमय मात्र नाही.'

'भयंकर आणि भेसूर,' प्वारोने विचारपूर्वक शब्द उच्चारले.

'सगळं फारच घाणेरडं आहे,' असं म्हणत मी उठून उभा राहिलो. खोलीत येरझारे घालू लागलो. 'खुन्याने ज्या माणसाला मारलं, तो त्याचा मित्रच होता. त्याला मारून याने कपाटात कोंबलं आणि हद्द म्हणजे अर्ध्या तासाने त्याच खोलीत त्याने त्या माणसाच्या पत्नीसोबत नृत्य केलं. विचार कर! जर तिला काही कळलं असतं तर–'

'खरंच,' प्वारो गंभीरपणे म्हणाला, 'नेहमी जिची बढाई मारली जाते, ती स्त्रीची अंतःप्रेरणा – ती इथे फार काही चालली असं दिसत नाही.'

'त्यांची मेजवानी फारच छान पार पडलेली दिसते,' मी शहारत म्हणालो, 'लोक नाचले आणि पोकर खेळले आणि त्याच खोलीत संपूर्ण वेळ त्यांच्याबरोबर एक मृत व्यक्ती होती. यावर नाटक लिहिता येऊ शकतं.'

'लिहून झालं आहे,' प्वारो म्हणाला, 'पण काही हरकत नाही हेस्टिंग्ज,' तो प्रेमाने म्हणाला, 'कारण, एखादी कल्पना आधी जरी वापरलेली असली, तर ती पुन्हा कोणी वापरूच नये, असं थोडीच आहे. तू तुझं नाटक रच.'

मी वर्तमानपत्र हातात घेऊन त्यात छापलेल्या अस्पष्ट छायाचित्राकडे बारकाईने पाहत होतो.

'ती सुंदर स्त्री असली पाहिजे,' मी म्हणालो, 'असल्या छायाचित्रावरूनही कल्पना येते आहे.'

छायाचित्राखाली काही ओळी होत्या, त्या अशा :

खून झालेल्या माणसाची पत्नी,
मिसेस क्लेटन.

प्वारोने माझ्या हातून वर्तमानपत्र घेतलं.

'हो,' तो म्हणाला, 'ती सुंदर दिसते, जणू आपल्या आकर्षणाने पुरुषांना छळायलाच तिचा जन्म झाला असावा.'

एक सुस्कारा टाकत त्याने मला वर्तमानपत्र परत केलं.

'*नशीब*, मी असल्या बाबतीत उत्कट स्वभावाचा नाही, त्यामुळे अनेक लज्जास्पद प्रसंगातून मी वाचलो आहे. त्यासाठी आभारी आहे मी देवाचा.'

त्यानंतर आम्ही त्या प्रकरणाबद्दल आणखी काही चर्चा केल्याचं माझ्या लक्षात नाही. त्या वेळी प्वारोने त्यात विशेष काही रस दाखवला नव्हता. तथ्यं अगदी स्पष्ट होती आणि त्यात फार थोडी संदिग्धता होती, त्यामुळे चर्चा करणं निरर्थक होतं.

मिस्टर आणि मिसेस क्लेटन आणि मेजर रिच बऱ्यापैकी जुने मित्र होते. त्या दिवशी, म्हणजे १० मार्च रोजी मेजर रिचसोबत क्लेटन उभयतांनी संध्याकाळ व्यतीत करण्याचं आमंत्रण स्वीकारलं; पण साडेसात वाजता क्लेटनने ड्रिंक घेताना आणखी एका मित्राला, मेजर कर्टिसला असं सांगितलं की, त्याला अचानक स्कॉटलंडहून बोलावणं आलं होतं आणि त्यामुळे त्याला आठच्या ट्रेनने जाणं भाग होतं.

'जॅकला भेटून त्याला सगळं सांगण्याकरता माझ्याकडे अगदी थोडा वेळ आहे,' क्लेटन पुढे म्हणाला, 'अर्थात मार्गारिटा जाणार आहे. माफ कर; पण जॅक समजून घेईल अशी खात्री आहे मला.'

मिस्टर क्लेटन त्याच्या शब्दांचा पक्का होता. तो मेजर रिचच्या खोलीत आठला वीस मिनिटं बाकी असताना पोहोचला. त्या वेळी मेजर घरी नव्हता; पण त्याच्या नोकराने त्याला वाट पाहण्यास सांगितलं. हा नोकर मिस्टर क्लेटनला चांगला ओळखत होता. मिस्टर क्लेटन म्हणाला की, त्याच्याकडे एवढा वेळ नाहीये; पण

आत येऊन तो एक चिठ्ठी लिहून देईल. त्याने असंही सांगितलं की, त्याला घाईने ट्रेन पकडायला जायचं आहे.

त्याप्रमाणे त्या नोकराने त्याला बसायच्या खोलीत नेलं.

त्यानंतर पाचेक मिनिटांत मेजर रिच आला. आपल्या नोकराने दार उघडायच्या आतच तो बसायच्या खोलीत गेला असला पाहिजे. कारण, नोकराने त्याला आलेलं पाहिलं नाही. मग त्याने नोकराला हाक मारून बाहेर जाऊन सिगारेट्स आणायला सांगितलं. सिगारेट घेऊन नोकर जेव्हा आपल्या मालकाकडे आला, तेव्हा मालक बसायच्या खोलीत एकटाच होता, त्यामुळे साहजिकच, मिस्टर क्लेटन निघून गेला असणार असा निष्कर्ष नोकराने काढला.

नंतर थोड्याच वेळात पाहुणे यायला सुरुवात झाली. त्यात मिसेस क्लेटन, मेजर कर्टिस आणि मिस्टर व मिसेस स्पेन्सदेखील होते. फोनोग्राफवर गाणी लावून नाचण्यात आणि पोकर खेळण्यात संध्याकाळ व्यतीत करण्यात आली. मध्यरात्र झाल्यावर पाहुण्यांनी निरोप घेतला.

दुसऱ्या दिवशी सकाळी, बसायच्या खोलीत जेव्हा काही काम करण्यासाठी नोकर आला, तेव्हा समोरचं दृश्य पाहून त्याला धक्का बसला. कार्पेटवर आणि लाकडी फर्निचरखाली मोठ्ठा गडद रंगाचा डाग पडल्याचं त्याला दिसलं. ते लाकडी फर्निचर म्हणजे मेजर रिच पूर्वेकडे गेला असताना आणलेलं एक कपाट होतं, ज्याला बगदादचं कपाट म्हटलं जायचं.

स्वतःच्याही नकळत नोकराने कपाटाचं दार उघडलं आणि भीतीने त्याची बोबडीच वळली. कारण, आत त्याला सापडलं एका पुरुषाचं कोंबलेलं शरीर, ज्याच्या छातीत भोसकण्यात आलं होतं.

भीतीने गलितगात्र झालेला तो नोकर तिथून पळत सुटला आणि थेट जवळच्या पोलीस स्थानकात जाऊन पोहोचला. तो मृत पुरुष मिस्टर क्लेटन असल्याचं सिद्ध झालं. त्यानंतर लगेचच मेजर रिचला अटक झाली. मेजरचा बचावात्मक पवित्रा एकच होता. त्याने सगळ्याला सातत्याने, ठामपणे नकार दिला. आदल्या संध्याकाळी तो मिस्टर क्लेटनला भेटला नव्हता आणि तो स्कॉटलंडला गेला असल्याचं त्याने पहिल्यांदाच ऐकलं होतं, ते मिसेस क्लेटनच्या तोंडून.

ही सगळी तथ्यं स्पष्ट दिसत होती. टोमणे, टीका आणि विविध अंदाज बांधण्याचं तर साहजिकच पीक आलं. मेजर रिच आणि मिसेस क्लेटन यांच्यातल्या जवळिकीवर आणि घनिष्ट मैत्रीवर एवढा भर देण्यात आला की, अकथित बाबी मूर्खालाही समजल्या असत्या. गुन्हा करण्यामागचा हेतू यातून स्पष्टच होत होता.

बराच अनुभव गाठीशी आल्यावर मला आता समजलं आहे की, आधारहीन खोट्यानाट्या विधानाकडेही नीट पाहणं गरजेचं असतं. सगळे पुरावे असले, तरी

सुचवण्यात आलेला खुनामागचा हेतू कधी कधी खरा नसतोच. इतरच एखादं कारण त्यामागे असू शकतं; पण एक गोष्ट मात्र स्पष्ट, स्वच्छ होती की, रिच हाच खुनी होता.

पण त्या रात्री मी आणि प्वारो लेडी चॅटरटन यांच्या मेजवानीला गेलो नसतो, तर कदाचित हे प्रकरण तिथेच संपलं असतं.

सामाजिक कार्यक्रम–भेटीगाठी प्वारोला आवडत नाहीत, त्याला एकटं राहायला आवडतं, असं तो सारखं सांगत असतो; पण खरंतर प्वारोला असली प्रकरणं खूप आनंदाची वाटतात. लोकांनी आपले लाड करणं, आपल्याला राजासारखी चांगली वागणूक देणं, असल्या गोष्टी त्याला मनातून खरंतर फारच आवडतात.

अधूनमधून तो खूश झालेल्या मांजरीसारखा गुरगुरतोही! लोकांनी भरपूर कौतुक केलं तर तो अगदी निर्विकार चेहऱ्याने ते ऐकून घेतो. कधी कधी त्यावर अत्यंत उघड अशी घमेंडखोर मतं प्रदर्शित करतो, जी मी लिहूदेखील शकत नाही.

कधी कधी तो माझ्याशी या विषयावर वाद घालतो.

'पण माझ्या मित्रा, मी काही अँग्लो–सॅक्सन नाही. मग मी का बरं दांभिकासारखा वागू? हे बघ, असं वागता, तुम्ही. एखादा टेनिस चॅम्पियन किंवा ज्याने अत्यंत कठीण उड्डाण केलं आहे तो वैमानिक – हे या सगळ्याला महत्त्व न देण्याचं नाटक करतात. 'हे काहीच नाही,' असं ते तोंडातल्या तोंडात पुटपुटतात; पण खरंच ते स्वतःबद्दल तसा विचार करतात का? क्षणभरही नाही. दुसऱ्याच्या मर्दुमकीची ते एकवेळ स्तुती करतील. विचारी पुरुष इतरांची स्तुती करतो, कौतुक करतो; पण त्यांचं प्रशिक्षण असं झालेलं आहे की, त्यांना तसं स्वतःबद्दल करताच येत नाही. मी, त्यांच्यासारखा नाहीये. जे गुण माझ्यात आहे, ते गुण इतरांमध्ये दिसल्यास मी त्याला सलाम ठोकतो. आता *माझ्या क्षेत्राबाबत* बोलायचं, तर माझ्याशी बरोबरी करणारं कुणीही नाही. हे वाईट आहे; पण आहे... असं आहे! आणि असं असल्याने, मी खुलेपणाने आणि दांभिक न होता, असं मान्य करतो की, मी महान माणूस आहे. माझ्याकडे माझी अशी एक असाधारण पद्धत, प्रणाली आणि मानसिकता आहे. मी आहे एर्क्युल प्वारो! मी खरंतर हुशार नाही असं पुटपुटत मी चेहरा कशाला लपवू? कारण, ते खोटं होईल.'

'अर्थातच, एर्क्युल प्वारो एकच आहे हे नक्कीच,' मी मान्य केलं; पण माझ्या बोलण्यात जरा उपहास होताच. नशिबाने प्वारोचं त्याकडे लक्ष गेलं नाही.

लेडी चॅटरटन प्वारोच्या कट्टर प्रशंसकांपैकी एक होती. एका पेकिनीज कुत्र्याच्या गूढ वर्तनापासून सुरुवात करून त्याने एक मालिकाच उघड केली होती, ज्यात एक प्रसिद्ध चोर आणि घरफोड्या गुंतला होता, तेव्हापासून लेडी चॅटरटन त्याची भरभरून स्तुती करायची.

मेजवानीमध्ये प्वारोला पाहणं हा नेत्रसुखद सोहळा होता. त्याची संध्याकाळची अचूक वेशभूषा, अप्रतिम असा त्याचा पांढरा टाय, बरोब्बर मधोमध भांग पाडून विंचरलेले केस, पोमेड लावल्याने केसांवर आलेली चकाकी आणि त्याच्या प्रसिद्ध मिशीचा दिलखेचक थाटमाट – सगळं काही एकत्रित केलं की, दिसत होतं ते एका पट्टीच्या नखरेबाज पुरुषाचं चित्र. अशा वेळी त्या लहानखुऱ्या पुरुषाला गांभीर्याने घेणं तसं कठीणच होतं.

साडेअकरा वाजता, लेडी चॅटरटन आमच्याकडे आल्या. त्यांनी प्वारोला त्याच्या प्रसंशकांच्या घोळक्यातून बाहेर काढलं आणि बाजूला नेलं. अर्थातच मीही त्याच्यासोबत गेलो, हे वेगळं सांगायला नको.

'माझ्या लहान खोलीत जा,' लेडी चॅटरटनने सांगितलं. तेवढ्यात तिला कोण्या पाहुण्याने हाक मारून बोलावलं. 'तुला माहितेय कुठे आहे ती खोली, मिस्टर प्वारो. तिथे कुणीतरी तुझी वाट पाहत थांबलं आहे. त्या व्यक्तीला तुझ्या मदतीची नितांत गरज आहे. तू तिला मदत करशील, मला माहितेय. ती माझी अत्यंत जवळची मैत्रीण आहे, त्यामुळे नाही म्हणू नकोस.'

ज्या उत्साहाने ती बोलत होती, त्याच उत्साहाने पुढे जात लेडी चॅटरटनने दार उघडलं. ती उद्गारली, 'मार्गारिटा डार्लिंग, तुझ्याकरता मी त्याला इथे आणलंय आणि तुला जे हवं ते तो करेल. मिस्टर प्वारो, तू मिसेस क्लेटनला मदत *करशील*, हो ना?' आणि मग होकार गृहीत धरून, ती तिथून त्याच उत्साहात निघून गेली. तिच्या सगळ्या हालचालींमधून उत्साह ओसंडताना दिसत होता.

मिसेस क्लेटन खिडकीशेजारच्या एका खुर्चीत बसली होती. ती उठली आणि चालत आमच्याकडे आली. सुतकाच्या गडद काळ्या वेशभूषेमुळे ती आणखीच गोरीपान दिसत होती. ती अत्यंत छान स्त्री होती आणि लहान मुलांमध्ये असते तसा प्रामाणिकपणा, निरागसता तिच्यामध्ये असल्याने ती आणखीनच आकर्षून घेत होती.

'ॲलिस चॅटरटन फार चांगल्या मनाची आहे,' ती म्हणाली, 'तिने हे जुळवून आणलं. ती म्हणाली की, मिस्टर प्वारो तुला मदत करतील. अर्थात, मला माहीत नाही तुम्ही मदत कराल की नाही ते – पण मी तशी आशा करते.'

तिने तिचा हात पुढे केला आणि प्वारोने तो धरला. क्षण, दोन क्षण त्याने तिला नीट निरखलं. त्या निरखण्यात असभ्यपणाचा लवलेशही नव्हता, तर सहृदयता होती; पण त्याचबरोबर नव्या रुग्णाला एखादा निष्णात डॉक्टर जसा तपासतो तसे भाव होते.

'मॅडम, मी तुमची मदत करू शकेन, असं तुम्हाला खात्रीने वाटतं का?' शेवटी तो म्हणाला.

'ॲलिस तरी तसं म्हणाली.'

'हो; पण मी तुम्हाला विचारतो आहे, मॅडम.' तिच्या गालांवर किंचित लाली उमटली.

'तुम्हाला काय म्हणायचं आहे, मला समजलं नाही.'

'मला असं म्हणायचं आहे, मॅडम, मी काय करावं असं तुम्हाला वाटतं?'

'तुम्हाला... तुम्हाला मी कोण आहे हे माहीत आहे ना?' तिने विचारलं.

'नक्कीच माहीत आहे.'

'तर मग मला काय हवं आहे याबद्दल तुम्ही अंदाज बांधू शकता, मिस्टर प्वारो आणि कॅप्टन हेस्टिंग्ज...' तिला मी माहीत होतो, हे पाहून मी भारावून गेलो. 'मेजर रिचने माझ्या पतीचा खून केलेला *नाही.*'

'का नसेल केला?'

'मला माफ करा, असं का विचारलंत?'

तिची जराशी चलबिचल झाली. ते पाहून प्वारो मंद हसला, 'मी म्हणालो, का नसेल केला?' त्याने पुनरुच्चार केला.

'मला समजलं नाही...'

'सोपं आहे. पोलीस, वकील सगळे जण तुम्हाला हाच एक प्रश्न विचारतील : मेजर रिचने मिस्टर क्लेटनचा खून का केला? मी अगदी विरुद्ध विचारतो. मॅडम मी तुम्हाला विचारतो की, मेजर रिचने मिस्टर क्लेटनचा खून का *नसेल* केला?'

'म्हणजे तुम्हाला असं म्हणायचंय - मला एवढं खात्रीने हे कसं वाटतं? तर, याचं उत्तर - मला *माहितेय* - एवढंच आहे. मी मेजर रिचला चांगलं ओळखते.'

'तुम्ही मेजर रिचला चांगलं ओळखता,' प्वारो अलिप्तपणे म्हणाला.

तिच्या गालावर लाली पसरली.

'हो, ते असंच म्हणतील - ते असाच विचार करतील! मला माहीत आहे!'

'*बरोब्बर*. तुम्हाला ते याबद्दलच विचारतील - तुम्ही मेचर रिच यांना एवढं चांगलं कसं ओळखता. कदाचित, तुम्ही सत्य सांगाल, कदाचित तुम्ही खोटं बोलाल. एखाद्या स्त्रीसाठी खोटं बोलणं फार आवश्यक असतं, चांगलं शस्त्र असतं ते; पण मॅडम, तीन जणांशी तरी स्त्रीने खरं बोललं पाहिजे, सत्य सांगितलं पाहिजे. ज्याच्याजवळ ती कबुलीजबाब देते अशा तिच्या पाद्र्याकडे, तिचे केस कापणाऱ्या व्यक्तीकडे आणि तिच्या खासगी गुप्तहेराकडे - जर तिचा त्याच्यावर विश्वास असेल तर. तुमचा माझ्यावर विश्वास आहे ना, मॅडम?'

मार्गारिटा क्लेटनने खोल श्वास घेतला. 'हो,' ती म्हणाली, 'आहे. असलाच पाहिजे,' तिने जरा बाळबोधपणेच भर घातली.

'मग, तुम्ही मेजर रिचना एवढं चांगलं ओळखता ते कसं?'

ती काही क्षण शांत बसली. त्याच्याकडे पाहिलं. मग ती ताठ मानेने बोलू लागली.

'सांगते. ज्या क्षणी मी जॅकला पाहिलं, त्या क्षणापासून तो मला आवडला. दोन वर्षांपूर्वी आमची पहिल्यांदा भेट झाली. नंतर मग मला वाटलं, खरंतर माझा असा विश्वास होता की, त्याचंही माझ्यावर प्रेम आहे; पण त्याने तसं कधी बोलून दाखवलं नाही.'

'ओह, अच्छा!' प्वारो म्हणाला, 'फार आढेवेढे न घेता तुम्ही थेट मुद्द्याला हात घातल्याने तुम्ही माझी चांगली पंधरा मिनिटं तरी वाचवली आहेत. छानच. आता तुमच्या पतीबद्दल – त्याला याबद्दल काही शंका आली का?'

'मला माहीत नाही,' हळू आवाजात मार्गरिटा म्हणाली, 'मला आता असं वाटतं की, बहुधा आली असावी. त्याचं वागणं बदललं होतं.., पण कदाचित तसं मला वाटत असू शकतं.'

'आणखी कुणाला याबद्दल माहीत नव्हतं?'

'तसं वाटत तरी नाही.'

'आणि... कृपया मला माफ करा मॅडम; पण तुमचं तुमच्या पतीवर प्रेम होतं का?'

इथे, माझ्या मते, फार थोड्या बायकांना या बाईसाहेबांसारखं सरळसाधं उत्तर देता आलं असतं. बऱ्याच जणींनी त्यांच्या भावना विशद करून सांगायचा प्रयत्न केला असता.

मार्गरिटा क्लेटन शांतपणे 'नाही' एवढंच म्हणाली.

'*ठीक*. आता आपण कुठे आहोत हे आपल्याला समजलंय. तुमच्या मते, मॅडम, मेजर रिचने तुमच्या पतीचा खून केला नाही; पण त्यानेच खून केला असा निर्देश सगळे पुरावे करत आहेत, हे तर तुम्हाला माहीत आहे ना? तुम्हाला, खासगीत, यांपैकी एखाद्या पुराव्यात काही दोष आहे, असं काही माहिती आहे का?'

'नाही. मला काही माहीत नाही.'

'तुमच्या पतीने तो स्कॉटलंडला जातो आहे हे पहिल्यांदा तुम्हाला केव्हा सांगितलं?'

'दुपारी जेवणानंतर लगेच. तो म्हणाला की, कंटाळा आलाय; पण जावं तर लागेलच. जमिनीच्या व्यवहारांशी संबंधित काहीतरी आहे, असं तो म्हणाला होता.'

'आणि त्यानंतर?'

'माझ्या मते, तो त्याच्या क्लबला गेला. मी – मी त्यानंतर त्याला पाहिलं नाही.'

'आता मेजर रिचबद्दल – त्या संध्याकाळी त्याचं वागणं कसं होतं? नेहमीसारखं?'

'हो, मला तरी तसं वाटलं.'

'म्हणजे तुम्हाला खात्री नाहीये?'

मार्गरिटाच्या भुवया आक्रसल्या.

'तो... तो जरा हातचं राखून वागत होता. माझ्याशी, इतरांशी नव्हे; पण तसं का असावं, हे माझ्या लक्षात आलंय असं मला वाटलं. मला त्याचं तसं हातचं राखून वागणं – खरंतर हरवल्यासारखं वागणं असं म्हणणं जास्त योग्य होईल – याचा एडवर्डशी काही संबंध नव्हता, असं खात्रीने वाटतं. एडवर्डला स्कॉटलंडला जावं लागलं, हे ऐकून त्याला आश्चर्य वाटलं आणि ते तसं वाटणारच ना!'

'आणि त्या संध्याकाळी तुम्हाला नेहमीपेक्षा वेगळं असं काही आढळलं नाही?'

मार्गरिटाने विचार केला. 'नाही, काहीच नाही.'

'तुम्ही कपाट पाहिलंत?'

तिने नकारार्थी मान हलवली, ती किंचित थरथरली.

'मला तर ते आठवतही नाहीये, ते कसं होतं हेही. त्या संध्याकाळी आम्ही पोकरच खेळलो.'

'कोण जिंकलं?'

'मेजर रिच. माझं नशीब खराब होतं आणि त्यामुळे मेजर कर्टिसचंही. स्पेन्सेस थोडंफार जिंकले; पण मुख्य विजेता ठरला तो मेजर रिच.'

'मेजवानी संपली कधी?'

'माझ्या मते, साडेबाराच्या सुमारास. आम्ही सगळ्यांनी एकत्रच निरोप घेतला.'

'अच्छा!' प्वारो शांत बसला. विचारात हरवून गेला.

'मी तुम्हाला आणखी मदत करावी अशी माझी इच्छा आहे,' मिसेस क्लेटन म्हणाली. 'मी तुम्हाला अगदी थोडीशी माहिती देऊ शकले असं दिसतंय.'

'वर्तमानाबद्दल बोलायचं तर हो. मॅडम, भूतकाळातलं सांगाल का?'

'भूतकाळ?'

'हो. पूर्वीच्या काही घटना, काही प्रसंग घडले होते का?'

ती गोरीमोरी झाली. 'म्हणजे तुम्हाला तो भयंकर लहानखुरा माणूस, ज्याने स्वतःला गोळी मारून घेतली, त्याबद्दल बोलायचंय का? मिस्टर प्वारो, त्यात माझी काही चूक नव्हती. खरंच नव्हती.'

'मी काही अगदी त्याच घटनेबद्दल बोलत होतो असं नव्हे.'

'त्या मूर्ख द्वंद्वाबद्दल? पण इटालियन लोक द्वंद्व खेळतात नेहमीच. तो मेला नाही, याबद्दल मी देवाचे आभार मानले.'

'नक्कीच, तुमच्यासाठी मोठाच दिलासा असणार तो,' प्वारोने गंभीरपणे मान्य केलं.

ती त्याच्याकडे साशंक नरजेने पाहत होती. तो उठला आणि त्याने तिचा हातात हातात घेतला.

'मॅडम, मी तुमच्याकरता द्वंद्वं खेळणार नाही,' तो म्हणाला, 'पण तुम्ही मला जे करायला सांगितलं आहे, ते मी तुमच्याकरता करेन. मी सत्य शोधून काढेन आणि तुमची अंतःप्रेरणा बरोब्बर आहे, अशी आपण आशा करू या – हे सत्य तुम्हाला मदत करेल, इजा करणार नाही.'

आम्ही पहिल्यांदा भेट घेतली ती मेजर कर्टिसची. तो चाळिशीचा पुरुष होता. सैनिकी बांध्याचा. काळे कुळकुळीत केस आणि तपकिरी रंगाचा चेहरा. काही वर्षांपासून तो क्लेटन दाम्पत्य आणि मेजर रिच यांना ओळखत होता. त्याने बातम्यांमध्ये जे म्हटलं होतं, त्याला दुजोरा दिला.

क्लेटन आणि त्याने साडेसातच्या अगदी थोडं आधी क्लबमध्ये ड्रिंक घेतलं आणि यूस्टनला जाण्याआधी तो मेजर रिचला भेटायला जात असल्याचं क्लेटनने त्याला सांगितलं.

'मिस्टर क्लेटनचं वागणं कसं होतं? उदास, निराश होता की उत्साहात?'

मेजरने बराच वेळ विचार केला. तो हळूहळू बोलणारा होता. 'बऱ्यापैकी उत्साहात असल्यासारखा वाटला मला,' शेवटी तो उत्तरला.

'तो मेजर रिचबद्दल काही वाईटसाईट वगैरे बोलला का?'

'नाही, देवा रे देवा! ते एकमेकांचे चांगले मित्र होते.'

'त्याची पत्नी आणि मेजर रिच यांच्यातल्या मैत्रीबद्दल त्याने काही आक्षेप वगैरे नोंदवला का?'

मेजरचा चेहरा लालबुंद झाला.

'ती फालतू वर्तमानपत्रं, त्यातले सूचक दावे आणि खोटारडेपणा वाचून तुम्ही विचारत आहात ना हे? अर्थात त्याने काहीही आक्षेप नोंदवला नव्हता. उलट, तो मला म्हणाला की, मार्गरिटा जाणार आहे.'

'अच्छा. ठीके. आता त्या संध्याकाळी मेजर रिचचं वागणं नेहमीसारखंच होतं का?'

'मला तरी काही बदल दिसला नाही.'

'आणि मॅडमचं? त्यादेखील नेहमीसारख्याच होत्या?'

'अं...' त्याने सांगितलं, 'आता विचार केल्यावर मला असं वाटतं की, ती त्या दिवशी जरा शांत शांत होती म्हणजे विचारात गढलेली आणि हरवल्यासारखी.'

'पहिल्यांदा कोण पोहोचलं?'

'स्पेन्स दांपत्य. मी पोहोचलो तेव्हा ते तिथे होते. खरंतर, मी मिसेस क्लेटनला घ्यायला गेलो होतो; पण तिच्या इथे पोहोचल्यावर मला समजलं की, ती आधीच निघाली आहे, त्यामुळे मी जरा उशिरा पोहोचलो.'

'आणि तुम्ही काय केलं? नृत्य? पत्ते खेळलात?'

'थोडं थोडं दोन्ही. पहिल्यांदा सगळे नाचले.'

'तुम्ही पाच जण होतात ना?'

'हो, कारण मी नृत्य करत नाही. मी रेकॉर्ड लावल्या आणि इतर नाचले.'

'कोण कोणाबरोबर सर्वाधिक नाचलं?'

'असं पाहा, खरंतर स्पेन्स दाम्पत्याला एकमेकांसोबत नाचायला आवडतं. त्यांना नृत्याचं वेडच आहे असं म्हणा - वेगळा, वेधक पदन्यास वगैरे.'

'म्हणजे मिसेस क्लेटन सर्वाधिक नाचल्या त्या मेजर रिचबरोबर?'

'हो, तसंच झालं.'

'मग तुम्ही पोकर खेळलात?'

'हो.'

'आणि मग तुम्ही निघालात केव्हा?'

'अं, जरा लवकरच. मध्यरात्र झाल्यावर लगेच.'

'एकत्रच निघालात तुम्ही?'

'हो, आम्ही एकाच टॅक्सीने निघालो, मी मिसेस क्लेटनला घरी सोडलं आणि मग मी घरी गेलो आणि शेवटी स्पेन्सेस केन्सिंग्टनला गेले.'

त्यानंतर आम्ही मिस्टर आणि मिसेस स्पेन्स यांची भेट घेतली, तेव्हा मिसेस स्पेन्स घरी होती; पण तिने जे जे सांगितलं, ते सगळं मेजर कर्टिस यांच्या सांगण्याशी मिळतंजुळतं होतं. अपवाद एकच - तिने पत्त्यांच्या खेळात मेजर रिच यांच्या नशिबाबद्दल जरा खळखळ व्यक्त केली होती.

सकाळी लवकर प्वारोचं स्कॉटलंड यार्डचा इन्स्पेक्टर जॅप याच्याशी टेलिफोनवर बोलणं झालं. परिणामी आम्ही मेजर रिचच्या खोल्यांना भेट दिली. तिथे त्याचा नोकर, बर्गोय्न आमची वाट पाहत होता.

त्याने दिलेली साक्ष अगदी नेमकी आणि स्पष्ट होती.

मिस्टर क्लेटन आठला वीस मिनिटं असताना आला होता. दुर्दैवाने, काही मिनिटं आधी मेजर रिच बाहेर गेला होता. मिस्टर क्लेटनने सांगितलं की, तो

थांबू शकत नाही. कारण, त्याला ट्रेन पकडायची आहे म्हणून तो चिठ्ठी लिहून ठेवेल. त्यासाठी तो बैठकीच्या खोलीत गेला. बर्गोय्न अंघोळीची तयारी करत असल्याने, त्याला त्याचा मालक आल्याचं ऐकू आलं नव्हतं आणि अर्थात, मेजर रिच स्वतःची किल्ली वापरून दरवाजा उघडून आत आला. नोकराच्या मते साधारण दहा मिनिटांनंतर मेजर रिचने त्याला बोलावलं आणि सिगारेट आणायला पाठवलं. बैठकीच्या खोलीमधून कुणीच बाहेर गेलं नव्हतं. मेजर रिच दरवाजापाशी उभा होता. नोकर पाच मिनिटांनी सिगारेट्स घेऊन आला आणि या वेळी तो बैठकीच्या खोलीत गेला. ती रिकामी होती. तिथल्या खिडकीपाशी त्याचा मालक धूम्रपान करत होता. त्याने नोकराला विचारलं की, अंघोळीची तयारी झाली असेल ना? नंतर तो अंघोळीला गेला. बर्गोय्नने मिस्टर क्लेटनचा उल्लेख केला नाही, कारण त्याने गृहीत धरलं की, त्याच्या मालकाची खोलीत क्लेटनशी भेट झाली आहे आणि मालकानेच त्याचा निरोप घेतला आहे. त्याच्या मालकाची वागणूक अगदी नेहमीसारखीच होती. त्याने अंघोळ केली, कपडे बदलले आणि थोड्याच वेळी मिस्टर आणि मिसेस स्पेन्स आले. त्यानंतर मेजर कर्टिस आणि मिसेस क्लेटन.

बर्गोय्नने सांगितलं की, मिस्टर क्लेटन त्याचा मालक येण्याआधी गेला असावा असं त्याला आढळलं नव्हतं. तसं घडण्यासाठी, मिस्टर क्लेटनला निघताना पुढचं दार जोरात लावून घ्यावं लागलं असतं आणि त्याचा आवाज नोकराला ऐकू आला असता.

याच तटस्थपणाने, बर्गोय्नने मृतदेहाबाबत त्याला आढळलेल्या बाबी सांगितल्या. पहिल्यांदाच माझं त्या पेटीसारख्या कपाटाकडे लक्ष गेलं. फोनोग्राफच्या कपाटाशेजारी भिंतीला लावून ठेवलेलं ते लाकडी कपाट चांगलंच मोठ्या आकाराचं होतं. गडद रंगाच्या लाकडापासून ते तयार केलं होतं आणि त्यावर ठिकठिकाणी बरेच पितळी खिळे ठोकून ते सजवलं होतं. त्याचं दार अगदी सहज सरकवता आलं. मी आत पाहिलं आणि शहारलो. अर्थात, चांगली घासून सफाई केली असली, तरी काही अभद्र डाग तसेच राहिले होते.

अचानक प्वारो म्हणाला, 'ती तिकडची भोकं – ती बघ. ती नव्याने केलेली असावीत, असं म्हणता येईल.'

कपाटाला पाडलेली ती भोकं मागच्या बाजूला म्हणजे भिंतीला टेकवलेल्या बाजूला होती. ती तीन किंवा चार तरी होती. त्याचा व्यास पाव इंचाएवढा होता आणि ती नुकतीच केली असावीत, असं खात्रीने वाटत होतं.

प्वारो खाली बसून ती बारकाईने पाहू लागला. मग त्याने नोकराकडे चौकशी केली.

'या भोकांबद्दल मलाही प्रश्न पडला आहे, सर. याआधी ती कधी होती हे मला आठवत नाही, अर्थात मी त्यांच्याकडे कधी लक्ष दिलं नसेन.'

'ठीक आहे, हरकत नाही,' प्वारो म्हणाला. कपाटाचं दार बंद करून, तो पुन्हा खोलीत आला. खिडकीला पाठ लावून उभा राहिला. मग अचानक त्याने एक प्रश्न विचारला.

'मला सांग, त्या रात्री जेव्हा तू तुझ्या मालकासाठी सिगारेट्स घेऊन आलास, तेव्हा या खोलीत काहीतरी वेगळं, नेहमीपेक्षा निराळं होतं का?'

बर्गोय्न जरा गोंधळला. मग काहीशा अलिप्तपणे तो उत्तरला, 'तुम्ही म्हणताय ते जरा विचित्र आहे सर. आता तुम्ही उल्लेख केल्यावर मला आठवलं की, त्याचं उत्तर हो असं आहे. निजायच्या खोलीतून येणारा गार वारा अडवण्यासाठी खोलीत तिथे असलेला पडदा जरा जास्त डावीकडे हलवलेला होता.'

'असा का?'

प्वारो चपळाईने पुढे गेला आणि त्याने पडदा ओढला. रंगवलेल्या चामड्याचा तो उत्कृष्ट पडदा होता, त्यामुळे त्याने कपाट काही अंशी झाकलं आणि प्वारोने जरा आणखी हलवाहलवी केल्यावर, त्याच्यामागे कपाट पूर्ण झाकलं गेलं.

'हो सर,' नोकर म्हणाला, 'असाच होता तो.'

'आणि दुसऱ्या दिवशी सकाळी?'

'असाच होता. मला आठवतंय. मी तो बाजूला सारला, तेव्हाच मला रक्ताचा डाग दिसला. गालिचा स्वच्छ करण्यासाठी गेला आहे सर, त्यामुळे जमीन आत्ता उघडी आहे.'

प्वारोने होकार दिला. 'ठीक आहे. धन्यवाद,' तो म्हणाला.

त्याने कोरी करकरीत नोट नोकराच्या हाती दिली.

'धन्यवाद, सर.'

'प्वारो,' आम्ही रस्त्यावर पोहोचल्यावर मी म्हणालो, 'पडद्याचा हा विषय – रिचकरता फायदेशीर आहे का?'

'उलट पडद्याची बाब त्याच्या विरोधात जाणारी आहे,' प्वारो खेदाने म्हणाला. 'खोलीतलं कपाट पडद्यामुळे झाकलं गेलं, त्यामुळे गालिचावरचा डागही लपला. आज नाहीतर उद्या रक्त लाकडामधून खाली झिरपलं असतं आणि गालिचावर डाग पडला असताच. पडद्यामुळे काही काळापुरतं सगळं काही दडवून ठेवता आलं. हो, तिथे आणखी काहीतरी आहे जे मला समजलं नाहीये. तो नोकर, हेस्टिंग्ज, तो नोकर.'

'त्या नोकराचं काय? मला तरी तो हुशार इसम वाटला.'

'हुशार नाही, फारच हुशार. तसं असेल तर मग नोकराला सकाळी मृतदेह सापडेल हे मेजर रिचला समजणार नाही का? इथे काहीतरी गडबड वाटते. हे

मान्य की, ते कृत्य केल्या केल्या तत्काळ त्याला काही करायला वेळच मिळाला नव्हता. त्याने कपाटात मृतदेह कोंबला, पडदा समोर ओढून घेतला आणि कोणाला काही कळणार नाही, या आशेवर संध्याकाळ व्यतीत केली; पण पाहुणे गेल्यावर? त्यानंतरच्या वेळात मृतदेहाची विल्हेवाट लावता आली असती.'

'कदाचित, नोकराला डाग दिसणार नाही, असं त्याला वाटलं असावं का?'

'*मित्रा,* हे जरा अनाकलनीय वाटत नाही का? कोणत्याही चांगल्या नोकराचं पहिल्यांदा लक्ष जाणार ते गालिचावर पडलेल्या डागाकडे आणि मेजर रिच, तो झोपी गेला, चांगला घोरत झोपला आणि याबाबतीत त्याने काहीही केलं नाही. हे जास्त विलक्षण आणि कुतूहलजनक नाही का?'

'कर्टिसला त्या रात्री रेकॉर्ड्स बदलताना डाग दिसले असावेत का?' मी विचारलं.

'तसं घडणं शक्य वाटत नाही. तिथे पडद्याची चांगली गडद सावली पडली असणार. नाही; पण मला दिसू लागलंय. हो, मला अंधूक का होईना; पण दिसू लागलंय.'

'काय दिसतंय?' मी उत्सुकतेने विचारलं.

'शक्यता, आपण त्याला पर्यायी स्पष्टीकरण म्हणू शकू. आपली पुढची भेट या गोष्टींवर अधिक प्रकाश टाकेल.'

आम्ही नंतर भेटलो ते मृतदेहाची तपासणी करणाऱ्या डॉक्टरला. त्याने मृत्यूच्या तपासात जे आधीच सांगितलं होतं, त्याची पुनरावृत्ती म्हणजे त्याच्याशी बोलणं होतं. स्टिलेटोसारख्या मोठ्या पातळ चाकूने मृताच्या हृदयात भोसकण्यात आलं होतं. तो चाकू जखमेत तसाच होता. मृत्यू तिथल्या तिथे झाला होता. तो चाकू मेजर रिचच्या मालकीचा होता आणि त्याच्या लेखनाच्या टेबलावर तो कायम ठेवलेला असे. त्यावर बोटांचे ठसे नव्हते, असं डॉक्टरला समजलं. त्याची मूठ एकतर पुसण्यात तरी आली होती किंवा रुमाल ठेवूनच मूठ धरण्यात आली होती. मृताने अखेरचा श्वास सात ते नऊच्या दरम्यान घेतला असल्याचं त्याने सांगितलं.

'त्याचा मृत्यू चुकूनही मध्यरात्रीनंतर झाला नाही ना?' प्वारोने विचारलं.

'नाही. मी हे खात्रीने सांगू शकतो. दहा जरा फार दूर होईल – पण साडेसात ते आठ या वेळात झाला असल्याची शक्यता जास्त आहे.'

'दुसरं गृहीतक असं *आहे,*' घरी परतल्यावर प्वारो म्हणाला, 'तुला ते दिसलं का नाही, मला माहीत नाही. मला तरी ते उघड दिसतंय आणि मला ते प्रकरण एकदाचं पूर्ण, स्पष्ट उलगडण्यासाठी फक्त एका मुद्द्याची आवश्यकता आहे.'

'काही नाही दिसलं मला,' मी सांगितलं.

'प्रयत्न कर हेस्टिंग्ज, प्रयत्न कर.'

'ठीक आहे,' मी म्हणालो, 'क्लेटन सात वाजून चाळीस मिनिटांपर्यंत जिवंत होता. सुस्थितीत होता. त्याला जिवंत पाहिलेला शेवटचा माणूस आहे रिच –'

'असं आपण गृहीत धरलं.'

'बरं, मग तसं नाहीये का?'

'*मित्रा,* विसरलास का तू, मेजर रिचने स्पष्ट शब्दांत नाकारलं आहे. त्याने स्पष्टपणे असं सांगितलं की, जेव्हा तो घरी आला, तेव्हा क्लेटन गेला होता.'

'पण नोकराने सांगितलं की, त्याच्या मते क्लेटन गेला नसेल. कारण, त्याला दार लावण्याचा आवाज आला नाही आणि तसंच, जर क्लेटन गेला होता, तर तो परत का आला? तो मध्यरात्रीनंतर तर परतू शकत नाही. कारण, डॉक्टरांनी स्पष्टच सांगितलं की, त्याचा मृत्यू त्याआधी किमान दोन तास झाला होता, त्यामुळे एकच शक्यता उरते.'

'ती कोणती, *मित्रा?*' प्वारोने विचारलं.

'त्या पाच मिनिटांच्या काळात क्लेटन बैठकीच्या खोलीत एकटा असताना, कोणीतरी आलं आणि त्याला मारून गेलं; पण यावरचा आक्षेप असा की, ज्याकडे किल्ली आहे असा कोणीतरी नोकराला कळू न देता आत आला आणि याच रितीने दाराचा आवाज होऊ न देता निघून गेला. नाहीतर नोकराला समजलं असतं.'

'बरोब्बर,' प्वारो म्हणाला, 'आणि त्यामुळे – '

'आणि त्यामुळे काय – काही नाही,' मी म्हणालो, 'मला दुसरा काही पर्याय दिसत नाही.'

'अरे अरे,' प्वारो पुटपुटला, 'आणि हे अगदी स्वच्छ आहे – अगदी मॅडम क्लेटनच्या निळ्या डोळ्यांसारखं.'

'तुला खरंच असं वाटतं –'

'मला पुरावा मिळेपर्यंत, मी कशावरही विश्वास ठेवत नाही. एखादा छोटासा पुरावाही मला पुरेसा असेल.'

फोन उचलून त्याने स्कॉटलंड यार्डच्या जॅपला फोन केला.

एका टेबलावर विविध वस्तूंचा छोटासा ढीग मांडून ठेवला होता. वीस मिनिटांनंतर आम्ही तिथे उभे होतो. मृत व्यक्तीच्या खिशातल्या वस्तू होत्या त्या.

हातरुमाल, सुट्टे पैसे, तीन पौंडांच्या नोटा, दहा शिलिंग्ज ठेवलेलं एक पॉकेट बुक, काही बिलं आणि मार्गारिटा क्लेटनचं विटकं छायाचित्र, तसंच एक खिशात मावणारी सुरी, सोनेरी पेन्सील आणि एक किचकट लाकडी अवजार.

तिच्यावर प्वारोने झडप झाली. त्याने ते साधन उघडलं आणि वेगवेगळी छोटी पाती बाहेर आली.

'हेस्टिंग्ज, पाहिलंस ना. भोकं पाडायचं गिल्मेट आणि बाकी सगळं. हं! याच्या मदतीने कपाटाला भोकं पाडायला काही मिनिटं लागतील.'

'आपण पाहिलेली ती भोकं?'

'अगदी बरोब्बर.'

'म्हणजे तुला असं म्हणायचंय की, क्लेटनने स्वतःच ती पाडली?'

'*हो – हो!* ती भोकं पाहून तुला काय वाटतं? ती खोलीत पाहण्यासाठी नाहीत. कारण, ती कपाटाच्या मागे आहेत. मग ती का पाडली असावीत? अर्थातच हवेसाठी, नाही का? पण तुम्ही काही मृतदेहासाठी अशी भोक पाडत नाही म्हणजे ही भोकं खुन्याने पाडली नाहीत, हे स्पष्ट आहे. त्यावरून एक बाब सूचित होते – आणि केवळ एकच – ती म्हणजे तो माणूस कपाटात *लपणार* होता आणि या शक्यतेनुसार, गोष्टी उलगडू लागतात. मिस्टर क्लेटनला त्याची पत्नी आणि रिच यांच्याबद्दल मत्सर होता. तो जुनी, फार जुनी चाल खेळला. ती म्हणजे बाहेरगावी जाण्याची. त्याने रिचला बाहेर जाताना पाहिलं, मग तो आत प्रवेशकर्ता झाला. चिठ्ठी लिहिण्यासाठी त्याला एकटं सोडण्यात आलं. त्याने लगेच भोकं पाडली आणि कपाटात जाऊन बसला. त्या रात्री त्याची पत्नी तिथे येणार होती. कदाचित, रिच इतरांना घालवून देईल, कदाचित इतर गेल्यावर ती तिथे थांबेल किंवा जाण्याचं नाटक करून परत येईल... काहीही असलं, तरी क्लेटनला ते *समजणार* होतं. त्याच्या मनात चाललेल्या संशयाच्या त्रासदायक वादळापुढे त्याला काहीतरी समजणं परवडलं असतं.'

'म्हणजे तुला असं म्हणायचं आहे की, रिचने सगळे जण *गेल्यावर* त्याला मारलं? पण डॉक्टर तर म्हणाले ते अशक्य आहे.'

'अगदी बरोबर, त्यामुळे असं पाहा हेस्टिंग्ज की, तो *संध्याकाळच्या वेळातच* कधीतरी मारला गेला असणार.'

'पण त्या वेळी सगळे जण खोलीत होते.'

'अगदी बरोबर!' खेदाने प्वारो म्हणाला, 'यातली हुशारी दिसली का तुला? सगळे जण खोलीत होते! काय ॲलिबी आहे! काय *थंड डोक्याने* खून केलाय – काय तो शांतपणा – काय ते धाडस!'

'मला अजूनही समजलेलं नाहीये.'

'पडद्याच्या मागे फोनोग्राफपाशी रेकॉर्ड बदलायला कोण गेलं होतं? आठव, फोनोग्राफ आणि हे कपाट शेजारी शेजारी होतं. इतर जण नृत्य करत असताना, फोनोग्राफमधून गाणी वाजत होती आणि जो पुरुष नृत्य करत नव्हता, त्याने कपाटाचं दार उघडलं आणि हातांच्या बाह्यांमध्ये लपवलेला सुरा पेटाऱ्यात लपलेल्या पुरुषाच्या छातीमध्ये भोसकला.'

'अशक्य! लपलेला पुरुष ओरडेलच ना?'

'त्याला आधी गुंगीचं औषध दिलं असेल तर?'

'गुंगीचं औषध?'

'हो. साडेसात वाजता क्लेटनने कोणाबरोबर ड्रिंक घेतलं होतं? हं, आता समजलं तुला? कर्टिस! कर्टिसने क्लेटनच्या मनात त्याची पत्नी आणि रिच यांच्याबद्दल संशयाची आग पेटवली. कर्टिसने योजना सुचवली - स्कॉटलंडला जाण्याचं सांगणं, कपाटात लपणं, पडदा थोडा हलवून कपाटासमोर आणणं; पण खरंतर क्लेटन कपाटाचं दार उघडून पडद्यामागे थोडा श्वास घेऊ शकेल, यासाठी पडदा झाकलेला नव्हताच. त्या पडद्यामागे लपून कर्टिसला कपाटाचं दार उघडायचं होतं! ही कर्टिसची योजना होती आणि त्यातल्या हुशारीकडे पाहा, हेस्टिंग्ज. जर रिचला पडदा हलवलेला कळला असता आणि त्याने तो पुन्हा जागच्या जागी केला असता, तरी काही हरकत नव्हती. कर्टिसचं काही नुकसान नव्हतं. तो दुसरी योजना आखू शकला असता. क्लेटन कपाटामध्ये लपला, कर्टिसने त्याला दिलेल्या सौम्य औषधाचा त्याच्यावर परिणाम झाला. तो बेशुद्धावस्थेत गेला. कर्टिसने दार उघडलं आणि हल्ला केला - आणि त्याच वेळी फोनोग्राफवर गाणं वाजत होतं... 'वॉकिंग माय बेबी बॅक होम.''

माझ्या तोंडून शब्द बाहेर पडले.

'का? पण का?' प्वारोने खांदे उडवले.

'एका पुरुषाने स्वतःवर गोळी का झाडून घेतली? दोन इटालियन द्वंद्व का खेळले? कर्टिस गहिऱ्या उत्कट स्वभावाचा इसम होता. त्याला मार्गारिटा क्लेटन हवी होती. रिच आणि तिचा पती त्याच्या मार्गातून बाजूला केल्यावर, ती त्याच्याकडे आली असती किंवा तो तिला आपल्याकडे आकर्षून घेईल, असं त्याला वाटलं असणार.'

स्वतःशीच विचार करत तो पुढे म्हणाला : 'या लहान मुलींसारख्या निरागस दिसणाऱ्या बायका... त्या फार धोकादायक असतात; पण... पण काय कलाकृती आहे - *मास्टरपीस!* असल्या माणसाला फाशी दिली जाणार याचं मला जरा वाईटच वाटतंय. मी स्वतः विलक्षण बुद्धिमान आहेच; पण इतर लोकांमधल्या बुद्धिमत्तेलाही मी सलाम करतो. परिपूर्ण खून होता हा, मित्रा. मी, एर्क्युल प्वारो तुला हे सांगतो आहे. हा परिपूर्ण असा खून होता. विलक्षण!'

पाद्र्याची मुलगी

'आपण एखाद्या पाद्र्याच्या मुलीशी मैत्री करावी, अशी माझी इच्छा आहे,' कार्यालयामध्ये फिरत फिरत टपेन्स म्हणाली.

'का?' टॉमीने विचारलं.

'तू कदाचित सत्य काय ते विसरला असशील; पण कधीकाळी मीही पाद्र्याची मुलगी होते, त्यामुळे तसं असणं काय असतं हे मला माहिती आहे. इतरांचा विचार करण्याची प्रवृत्ती – परहितवादाची आस...'

'तू रॉजर शेरिंगहॅम (लेखक आणि गुप्त पोलीस) होण्याच्या मार्गावर आहेस,' टॉमी म्हणाला, 'तुला टीका सहन होणार असल्यास सांगतो – तू अगदी त्याच्यासारखीच बोलते आहेस; पण त्याच्या जवळपासही नाहीस.'

'उलट,' टपेन्स म्हणाली, 'माझ्या या संभाषणामध्ये स्त्रीसुलभ सूक्ष्मता आहे, हे वैशिष्ट्य इतर कुठेही आढळणार नाही. *पुरुष तर कधीही ते आणू शकत नाहीत.* एवढंच नाही, तर माझ्याकडे त्या प्रोटोटाइपपेक्षा आणखीही अज्ञात शक्ती आहेत – प्रोटोटाइप हा शब्द इथे बरोबर आहे का? शब्द एवढे अनिश्चित असतात, ते बऱ्याचदा ऐकायला छान वाटतात; पण आपण विचार करतो, त्याच्या अगदी उलट त्यांचा अर्थ असतो.'

'पुढे सांग,' टॉम प्रेमाने म्हणाला.

'सांगणार होते. मी श्वास घ्यायला थांबले. या शक्तींना स्पर्श करून, माझी अशी इच्छा आहे की, पाद्र्याच्या मुलीला साहाय्य करावं. टॉमी, पाहशील तू, ब्लंट्स ब्रिलियंट डिटेक्टिव्हजची मदत घेण्यासाठी पहिल्यांदा येईल ती एका पाद्र्याची मुलगी.'

'लागली पैज, असं काही होणार नाही,' टॉमी म्हणाला.

'लागली,' टपेन्स म्हणाली, 'ते बघ, कोणीतरी आलंय.'

मिस्टर ब्लंटच्या कार्यालयामध्ये कामाची गडबड सुरू झाली. अल्बर्टने दार उघडून सांगितलं : 'मिस मोनिका डीन.'

एक बारीक, तपकिरी केसांची आणि गबाळे कपडे घातलेली मुलगी आत आली आणि काय करावं, असा विचार करत गोंधळून उभी राहिली. टॉमी पुढे झाला.

'सुप्रभात, मिस डीन. बसून घ्या आणि बोला, काय मदत करू तुमची? त्याआधी मी तुमची ओळख करून देतो. माझी गोपनीय सचिव, मिस शेरिंगहॅम.'

'तुम्हाला भेटून आनंद झाला, मिस डीन,' टपेन्स म्हणाली, 'तुमचे वडील चर्चमध्ये होते, बहुतेक?'

'हो, होते; पण *तुम्हाला* कसं ठाऊक?'

'माहिती मिळवण्याचे आमचे मार्ग असतात, अहो!' टपेन्स म्हणाल, 'मी माझी बडबड अशीच सुरू ठेवेन. तुम्हाला चालेल अशी आशा. मिस्टर ब्लंटना माझं बोलणं ऐकायला आवडतं, त्यामुळे त्यांना नव्या कल्पना सुचतात, असं ते म्हणतात.'

ती मुलगी तिच्याकडे बघतच राहिली. ती बारकुडी होती, सुंदर नव्हती; पण तिच्यामध्ये उदास मोहकता होती. तिचे केस दाट, मऊ काळपट-तपकिरी रंगाचे होते आणि डोळे गडद निळे आणि सुंदर; पण त्याभोवती असलेल्या काळ्या वर्तुळांमधून ती चिंतित आणि त्रासात असावी हे सूचित होत होतं.

'तुम्ही मला तुमची कहाणी सांगाल का, मिस डीन?' टॉमी म्हणाला.

ती उपकृत भावनेने त्याच्याकडे वळली.

'फार मोठी पाल्हाळिक कहाणी आहे,' ती मुलगी म्हणाली, 'माझं नाव मोनिका डीन. माझे वडील सफोक इथल्या लिटिल हॅम्पस्लेचे धर्मगुरू होते. ते तीन वर्षांपूर्वी वारले. मी आणि माझी आई आम्ही मागे राहिलो. आमची परिस्थिती फार वाईट होती. मी श्रीमंत घरांमध्ये जाऊन साहाय्यिकेचं काम करायला बाहेर पडले; पण माझी आई अंथरुणाला खिळली ती कायमची, त्यामुळे मला तिची काळजी घेण्यासाठी परत यावं लागलं. आम्ही अत्यंत गरीब अवस्थेत दिवस कंठत होतो; पण एक दिवस आम्हाला वकिलाचं पत्र आलं. त्यात लिहिलं होतं की, माझ्या वडलांची आत्या मेली असून तिने तिचं सगळं काही माझ्यासाठी ठेवलं आहे. मी माझ्या या आत्याबद्दल अनेकदा ऐकलं होतं. माझ्या वडलांशी तिने अनेक वर्षांपूर्वी भांडण केलं होतं. ती चांगली श्रीमंत असल्याचं मला माहीत होतं, त्यामुळे आमचे सगळे त्रास, कष्ट संपुष्टात येणार आहेत, असं दिसू लागलं; पण आम्हाला जसं वाटत होतं, तसं काही घडलं नाही. आत्या राहायची ते घर माझ्या नावे करण्यात आलं; पण एक-दोन वेळा आम्हाला वारशाचे पैसे मिळाल्यानंतर,

सगळे पैसे संपून गेले. मला वाटलं की, युद्धकाळात तिने गमावले असतील किंवा ती तिच्याकडच्या मुद्दलावरच जीवन कंठत असेल. एक बरं, आमच्याकडे घर तरी होतं आणि एकदा तर आम्हाला चांगला फायदा कमावत ते विकायची संधीही मिळाली होती; पण मी ती नाकारली, कदाचित वेडेपणाही ठरला असेल तो. आम्ही लहानशा; पण महागड्या ठिकाणी भाड्याने राहायचो, त्यामुळे त्या रेड हाउसमध्ये राहणं जास्त चांगलं असा मी विचार केला. तिथे माझ्या आईला जास्त आरामदायी खोल्या मिळाल्या असत्या आणि आमचे खर्च भागवण्यासाठी पेइंग गेस्ट्स ठेवता आले असते.

'मी माझ्या योजनेनुसार पुढे गेले आणि एका सद्‌गृहस्थांनी रेड हाउस विकत घेण्यासाठी दिलेली एक चांगली ऑफर मी बाजूला ठेवली. आम्ही त्या घरी राहायला गेलो आणि पेइंग गेस्ट्ससाठी जाहिरात दिली. काही काळ सगळं काही ठीक चाललं. आमच्या जाहिरातीला चांगला प्रतिसाद मिळाला; आत्याची जुनी नोकर आमच्यासोबत राहिली आणि ती व मी आम्ही घरातलं काम करू लागलो आणि तेव्हाच विचित्र, अनपेक्षित गोष्टी घडू लागल्या.'

'कोणत्या गोष्टी?'

'विचित्रच गोष्टी. सगळं घर जादूटोणा केल्यागत झालं. चित्रं काय पडू लागली, खोल्यांमध्ये कपबश्या काय उडू लागल्या आणि फुटल्या; एकदा सकाळी मी खालच्या मजल्यावर आले, तर रात्रीतून सगळं फर्निचर हलवल्याचं दिसलं. पहिल्यांदा मला वाटलं की, कोणीतरी मुद्दाम मजा करतंय; पण नंतर आम्हाला काहीही स्पष्टीकरण मिळेना. कधी कधी जेव्हा आम्ही रात्री जेवायला बसायचो, तेव्हा वरच्या भागात मोठ्ठा आवाज ऐकू यायचा. आम्ही वर जाऊन पाहायचो, तर कुणी नसायचं; पण एखादं लहानसं फर्निचर जोरात फेकलेलं दिसायचं.'

'*पोल्टरगाइस्ट भूत* असणार!' टपेन्स उत्साहाने ओरडली.

'हो, डॉ. ओनिल तरी हेच म्हणाले – तरी मला काही त्याचा अर्थ समजला नाही.'

'*पोल्टरगाइस्ट* हे दुष्ट आत्मे असल्या खोड्या काढतात,' टपेन्सने विशद केलं; पण खरंतर तिलाही या विषयाची फार थोडी माहिती होती आणि तिने वापरलेला पोल्टरगाइस्ट हा शब्द योग्य होता की नाही, याचीही तिला खात्री नव्हती.

'ते काही असलं, तरी याचे परिणाम विनाशकारी झाले. आमच्याकडे पेइंग गेस्ट म्हणून राहायला येणारे लोक घाबरले आणि शक्य तितक्या लवकर पळून गेले. आम्हाला नवे पेइंग गेस्ट मिळाले; पण तेही तातडीने घर सोडून गेले. मी फार चिंतेत पडले आणि यावरची कडी म्हणजे आम्हाला एवढंसंही उत्पन्न मिळेनासं झालं. आमचे जे थोडेफार होते ते पैसे ज्या कंपनीत गुंतवले होते, ती बुडीतखाती गेली.'

'अरेरे, वाईट झालं फार,' सहानुभूतीने टपेन्स म्हणाली, 'योग्य वेळी तू आलीस. मिस्टर ब्लंट यांनी या 'झपाटलेल्या घराच्या' प्रकरणाचा तपास हाती घ्यावा, अशी तुझी इच्छा आहे का?'

'अगदी तसं काही नाही. झालं असं की, तीन दिवसांपूर्वी एक सद्गृहस्थ आमच्याकडे आले. त्यांचं नाव डॉ. ओनिल. सोसायटी फॉर फिजिकल रिसर्चचे सदस्य असल्याचं त्यांनी मला सांगितलं आणि त्यांना आमच्या घरी घडणाऱ्या विचित्र प्रकारांबद्दल माहिती ऐकिवात आली. त्यात त्यांना रस होता. एवढा की, त्यासाठी ते घर आमच्याकडून विकत घ्यायला तयार होते आणि तिथे प्रयोग करू इच्छित होते.'

'मग?'

'अर्थात, पहिल्यांदा मला खूप आनंद झाला. वाटलं की, आमच्या अडचणींतून बाहेर पडायचा मार्ग सापडला; पण...'

'पण काय?'

'कदाचित, तुम्हाला वाटेल की, मी काहीही विचार करते. कदाचित मी आहेच तशी; पण – अहो! माझ्या मते मी चुकीची अजिबात नाहीये. तो तोच माणूस होता!'

'कोण तोच माणूस?'

'तोच माणूस ज्याला त्याआधीही घर विकत घ्यायचं होतं. हो, मला खात्री आहे.'

'पण तसं असलं तर काय झालं?'

'तुम्हाला समजलं नाही. ते दोघं जण खूप वेगळे होते, वेगळी नावं आणि सगळं काही वेगळं. पहिला चांगला तरुण, गडद वर्णाचा, ऐटबाज, तिशीचा. डॉ. ओनिल पन्नाशीचे असावेत. त्यांची दाढी करडी होती. त्यांना चश्मा होता आणि पाठीला बाक आलेला होता; पण जेव्हा ते बोलले, तेव्हा मला त्यांच्या तोंडातला एक सोन्याचा दात दिसला. ते हसतात तेव्हाच तो दिसतो. त्या दुसऱ्या माणसाला त्याच ठिकाणी तो दात होता. मी त्यांच्या कानांकडे पाहिलं. मी त्या दुसऱ्या माणसाचे कानही नीट पाहिले होते. कारण, त्यांचा आकार वेगळाच होता. त्याला पाळी अशी नव्हतीच जवळजवळ. डॉ. ओनिल यांचा कानही तसाच होता. दोन दोन गोष्टी सारख्या असणं, हा योगायोग तर नसणार ना? मी विचार केला आणि शेवटी पत्र लिहिलं की, मी आठवड्याभरात तुम्हाला कळवते. काही दिवसांपूर्वी मी मिस्टर ब्लंट यांची जाहिरात पाहिली होती – खरं सांगायचं तर एका जुन्या वर्तमानपत्राच्या पानावर, जो स्वयंपाक घरातल्या ड्रॉवरमध्ये खाली घातला होता. मी ती कापली आणि इथे आले.'

'तुझं म्हणणं बरोबर आहे,' जोरजोरात मान हलवत टपेन्स म्हणाली, 'या प्रकरणाकडे जरा नीट पाहिलं पाहिजे.'

'कुतूहलजनक केस आहे ही, मिस डीन,' टॉमीने मत मांडलं.

'आम्हाला याचा तपास करायला नक्कीच आवडेल, हो ना... मिस शेरिंगहॅम?'

'तेवढंच नाही, तर आम्ही या प्रकरणाच्या मुळाशी जाऊ,' टपेन्स म्हणाली.

'मला तुमच्या सांगण्यावरून समजलं ते असं, मिस डीन,' टॉमी पुढे म्हणाला, 'की, तुमच्या घरात तू, तुझी आई आणि एक नोकराणी असे राहता. तुमच्या नोकराणीबद्दल अधिक तपशील देऊ शकतेस का?'

'तिचं नाव क्रॉकेट. ती माझ्या आत्याबरोबर होती, साधारणतः आठ ते दहा वर्षं. वयाने मोठी बाई आहे, फार काही चांगल्या स्वभावाची नाही; पण चांगली नोकर आहे. ती जरा तोऱ्यातच वावरते. कारण, तिची एक बहीण श्रीमंताघरी लग्न करून गेली आहे. क्रॉकेटला एक भाचा आहे, ज्याबद्दल ती नेहमी सांगते की, तो फार फार भारी आहे.'

'हं...' टॉमीला दुसरं काय बोलावं सुचलं नाही.

टपेन्सचं मोनिकावर बारीक लक्ष होतं. आता ती अचानक निर्णय घेतल्यागत म्हणाली, 'माझ्या मते, सर्वांत चांगली योजना अशी की, मी मिस डीनबरोबर बाहेर जेवण करायला जाते. आत्ताशी एक वाजला आहे. मी तिच्याकडून सगळे तपशील जाणून घेते.'

'नक्कीच, मिस शेरिंगहॅम,' टॉमी म्हणाला, 'उत्तम योजना.'

'हे बघ,' शेजारच्या रेस्तराँमधल्या एका टेबलापाशी आरामात बसल्यावर टपेन्स म्हणाली, 'हे सगळं जाणून घेण्यामागे काही खास कारण आहे का? ते मला जाणून घ्यायचं आहे.'

मोनिका गोरीमोरी झाली. 'अं... म्हणजे–'

'बोल, सांगून टाक,' टपेन्सने प्रोत्साहन दिलं.

'असं आहे की – दोन सद्गृहस्थ आहे, ज्यांना... ज्यांना माझ्याशी लग्न करायचंय.'

'नेहमीचीच गोष्ट, हो ना? एक श्रीमंत, एक गरीब आणि तुला आवडतो तो आहे गरीब!'

'तुम्हाला या सगळ्या गोष्टी कशा काय कळतात, मला खरंच कळत नाही,' ती मुलगी पुटपुटली.

'हा तर निसर्गनियम असल्यागतच आहे,' टपेन्सने स्पष्ट केलं, 'प्रत्येकाबाबत हे घडतं. माझ्याही बाबतीत घडलं.'

‘जरी मी घर विकलं, तरी त्याने आमचं पोटापाण्याचं भागणार नाही. गेरार्ड चांगला, प्रेमळ आहे; पण तो खूप गरीब आहे – पण तो बुद्धिमान इंजिनिअर आहे आणि त्याच्याकडे थोडंसं जरी भांडवलं असतं ना, तर त्याच्या फर्मने त्याला पार्टनरशिपमध्ये घेतलं असतं. दुसरे आहेत, मिस्टर पारट्रिज. मला खात्री आहे तेही चांगले आहेत आणि श्रीमंत आहेत. मुख्य म्हणजे मी त्यांच्याशी लग्न केलं, तर आमचे सगळे आर्थिक त्रास संपुष्टात येतील; पण – ’

‘मला समजलं,’ टपेन्स सहानुभूतीने म्हणाली, ‘तरी तो दुसऱ्यासारखा नाही. तू तो किती चांगला आणि सुयोग्य आहे हे स्वतःला सांगत राहू शकशील आणि बेरीज केल्यागत त्याचे गुण एकामागोमाग एक वाढवत जाऊ शकशील – पण तरीही तुला तो आवडू लागणार नाहीच.’

मोनिकाने मान हलवली.

‘बरं,’ टपेन्स म्हणाली, ‘आम्ही जर तुझ्या घरी आलो आणि जरा या सगळ्याचा अभ्यास केला, तर जास्त चांगलं. पत्ता काय?’

‘द रेड हाउस, स्टुर्टन-इन-द-मार्श.’ टपेन्सने तिच्या वहीत पत्ता टिपून घेतला.

‘मी विचारलंच नाही तुम्हाला... तुमचे...’ मोनिका म्हणाली. तिचा चेहरा कसानुसा झाला.

‘आमचे पैसे निकालावर अवलंबून असतात,’ टपेन्सने गंभीरपणे सांगितलं, ‘रेड हाउसचं रहस्य फायदेशीर असेल – ते ताब्यात घेण्यासाठी चाललेली धडपड पाहता तसं असण्याची शक्यता आहे, तर आम्हाला त्यातले थोडे टक्के हवेत, नाहीतर – काहीही नाही!’

‘आभार तुमचे,’ मुलगी म्हणाली.

‘आणि आता,’ टपेन्स म्हणाली, ‘काळजी करू नकोस. सगळं काही ठीक होईल. जेवणाचा आस्वाद घेऊ आणि जरा गप्पा मारू या.’

रेड हाउस

‘अच्छा,’ ‘क्राउन अँड अँकर’ हॉटेलच्या खिडकीमधून बाहेर पाहत टॉमी म्हणाला, ‘आपण टोड इन द होल या गावात आलो म्हणायचं तर... किंवा या बकवास गावाचं जे काय नाव असेल ते...’

‘केसकडे जरा पुन्हा एकदा पाहू या,’ टपेन्स म्हणाली.

‘चालेल,’ टॉमी म्हणाला, ‘*मी* करतो सुरुवात. माझा अंथरुणाला खिळलेल्या आईवर संशय आहे!’

‘का?’

'माझ्या प्रिय टपेन्स, असं गृहीत धरू या की, हा *भुताटकीचा* प्रकार कोणीतरी घडवून आणतंय, कुणाला तरी अशी आज्ञा देण्यात आली असेल. कोणीतरी हे मुद्दाम घडवून आणत असलं पाहिजे, ज्यामुळे मुलीला घर विकावं लागेल. ती मुलगी म्हणाली, रात्री जेवायला सगळे जण होते – जर तिची आई एवढी आजारी असेल, तर ती तिच्या खोलीत, वर असायला नको का.'

'पण ती आजारी असेल तर तिला फर्निचरही फेकता येणार नाही.'

'हं..; पण ती खरीखुरी आजारी नसेल. ती नाटक करत असेल तर?'

'का?'

'खरं सांगतो,' तिच्या पतीने कबूल केलं, 'कमीत कमी संशय असणाऱ्या व्यक्तीवर पहिल्यांदा संशय घ्यायचा, या प्रसिद्ध तत्त्वानुसार मी गेलो.'

'तुला सगळ्यामध्ये मजा दिसते नेहमी,' टपेन्स रागात म्हणाली, 'असं *काहीतरी* असलं पाहिजे, ज्यामुळे लोक त्या घरावर ताबा मिळवण्यासाठी धडपड करत आहेत आणि जर तुला या प्रकरणाच्या खोलात जायचं नसेल, तर मी जाईन. मला ती मुलगी आवडली. ती चांगली आहे.'

टॉमीने गांभीर्याने होकार दिला.

'मी सहमत आहे तुझ्याशी; पण टपेन्स, मला तुझी टिंगल करावीशी वाटते गं. अर्थात, त्या घरात काहीतरी विचित्र आहे हे नक्की आणि ते जे काही असेल, ते कोणालाही बाहेर घेऊन जाणं कठीण असणार. नाहीतर चोरी करूनही काम भागलं असतं; पण घर विकत घ्यायचं आहे, याचा अर्थ ते पाडायची तरी गरज असणार किंवा मग त्या घराच्या परसात एखादी कोळशाची खाण दडलेली असेल.'

'मला काही कोळशाची खाणबिण नको. पुरलेला खजिना जास्त रोमँटिक वाटेल.'

'हं,' टॉमी उत्तरला, 'तसं असेल तर, मी इथल्या स्थानिक बँकेच्या व्यवस्थापकाला जाऊन भेटतो. त्याला सांगतो की, मी इथे ख्रिसमसपर्यंत राहणार आहे आणि बहुधा रेड हाउस विकत घ्यायचा विचार करत आहे. त्याच्याशी खातं उघडण्याबाबत जरा चर्चा करतो.'

'पण का?'

'धीर धर आणि पाहा.'

टॉमी अर्ध्या तासाभरात परतला. त्याचे डोळे चमकत होते.

'आपण दोन पावलं पुढे गेलो, टपेन्स. आपली भेट आपल्याला हव्या त्या मार्गाने पुढे गेली म्हणायची. मी बँक व्यवस्थापकाला सहज विचारलं की, तुमच्याकडे सोनं ठेवायला येणारे बरेच जण असतात का? कारण, सध्याच्या काळात ग्रामीण भागातील बऱ्याच बँकांकडे असं घडतं. कारण, लहान शेतकऱ्यांनी युद्धकाळात

सोनं साठवलेलं असतं, तुला मी काय म्हणतोय ते समजलं असेलच. या मुद्द्यामुळे आमचं बोलणं साहजिकच वृद्ध बायकांच्या विलक्षण विक्षिप्त वागण्याकडे वळलं. मग मी सहज असंच एका माझ्या खोट्या आत्याबद्दल सांगितलं. ती युद्धकाळात लष्कराच्या दुकानात आपल्या चारचाकीने गेली आणि सोळा हॅम्स घेऊन परतली. त्याने तत्काळ त्याच्या एका ग्राहकाबद्दल सांगितलं. तिने आपल्या खात्यातला पै न् पै काढून घेतला आणि तेही शक्यतो सोन्याच्या रूपात. तिने तिचे सगळे बॉन्ड्स, सगळी संपत्ती वगैरे सगळ्या गोष्टी तिच्या ताब्यात द्यायला सांगितल्या. किती हा मूर्खपणा, मी म्हणालो, तर त्याने जाता जाता उल्लेख केला की, त्या रेड हाउसच्या मालकीणबाई होत्या. पाहिलंस, टपेन्स? तिने आपले सगळे पैसे काढून घेतले आणि कुठेतरी लपवून ठेवले. तुला आठवतंय का, मोनिका डीन म्हणाली होती की, तिच्या संपत्तीमधली एवढी लहानशी रक्कम पाहून त्यांना जरा आश्चर्यच वाटलं होतं. हो, तिने ते रेड हाउसमध्ये लपवले आणि कुणालातरी हे माहीत आहे. तो कोणीतरी कोण आहे, याचा मी अंदाज बांधू शकतो.'

'कोण?'

'विश्वासू क्रॉकेट? तिला आपल्या मालकीणबाईचा सगळा विचित्रपणा माहीत आहे.'

'आणि तो सोन्याचा दात असलेला डॉ. ओनिल?'

'अर्थात तिचा तो तथाकथित खूप भारी भाचा! झालं तर! पण तिने आपली संपत्ती कुठे दडवली असावी? माझ्यापेक्षा तुला म्हाताऱ्या बायकांबद्दल जास्त माहिती आहे, टपेन्स. त्या वस्तू कुठे लपवतात?'

'मोज्यांमध्ये आणि पेटीकोट्समध्ये गुंडाळलेल्या असतात, गाद्यांच्या खाली,' टॉमीने होकारार्थी मान हलवली.

'तुझं बरोबर असू दे; पण मला वाटत नाही तसं. कारण, ती तसं करू शकत नाही. तिच्या वस्तू तपासताना ते सहज सापडू शकतात. मला काळजी वाटते – असं पाहा, अशी म्हातारी बाई जमिनीच्या फरशा उचलू शकत नाही किंवा बगिच्यात खड्डाही खणू शकत नाही; पण तरी ते सोनं रेड हाउसमध्येच कुठेतरी आहे. क्रॉकेटला ते मिळालेलं नाही; पण तिला माहीत आहे ते तिथे कुठेतरी आहे आणि एकदा का त्यांनी ते घर आपल्या ताब्यात घेतलं, तर ती आणि तिचा भाचा अख्खं घर उलटंपालटं करतील, सगळी संपत्ती सापडेपर्यंत. आपल्याला त्यांच्यापेक्षा पुढे जायला हवं. चल, टपेन्स. आपल्याला रेड हाउसमध्ये जायला हवं.'

मोनिका डीनने त्यांचं स्वागत केलं. ते रेड हाउस विकत घेण्यात रस असणारे ग्राहक आहेत, असं तिच्या आईला आणि क्रॉकेटला सांगण्यात आलं. त्यामुळे त्यांना घरात सगळीकडे जाऊन घर नीट पाहता आलं. टॉमी ज्या निष्कर्षापर्यंत

आला होता, तो काही त्याने मोनिकाला सांगितला नाही; पण त्याने तिला खोदून खोदून बरेच प्रश्न विचारले. मृत स्त्रीच्या कपड्यांबद्दल आणि वैयक्तिक वस्तू-गोष्टींबद्दल. त्यातल्या काही वस्तू, कपडे क्रॉकेटला देण्यात आले होते आणि इतर काही वस्तू वेगवेगळ्या गरीब कुटुंबांना दिल्या होत्या. प्रत्येक गोष्ट तपासूनच देण्यात आली होती.

'तुझ्या आत्याने काही कागदपत्रं ठेवली होती का?'

'टेबल भरून गेलं होतं आणि तिच्या निजायच्या खोलीतल्या ड्रॉवरमध्येही बरंच काही होती; पण त्यात महत्त्वाचं काहीही नव्हतं.'

'ती फेकून दिली का?'

'नाही, माझी आई जुनी कागदपत्रं टाकून देण्यात फार आळशी आहे. त्यामध्ये काही जुन्यापुराण्या पाककृती होत्या, ज्या तिला कधीतरी पाहायच्या आहेत.'

'फारच छान,' टॉमी म्हणाला. मग त्याने तिथल्या बगिच्यामध्ये फुलांच्या वाफ्यात काम करणाऱ्या म्हाताऱ्या माळ्याकडे पाहून विचारलं, 'तुझी आत्या राहायची तेव्हा हे म्हातारे माळीबुवा काम करायचे का?'

'हो, पूर्वी ते इथे आठवड्यात तीनदा यायचे. ते गावात राहतात. गरीब बिचारे म्हातारे आहेत. आता त्यांच्याचाने फारसं काम होत नाही; पण बाग नीटनेटकी राहावी म्हणून आम्ही त्यांना आठवड्यातून एकदा बोलावतो. आम्हाला त्याहून जास्त दिवस परवडणारं नाहीये.'

टॉमीने डोळे मिचकावून टपेन्सला सूचित केलं की, तिने मोनिकाला तिच्यासोबत ठेवावं आणि तो स्वतः माळीबुवाकडे उतरून गेला. तो त्या म्हाताऱ्याशी छान दोन शब्द बोलला, वृद्ध आत्या असल्यापासून तो तिथे आहे ना, वगैरे विचारपूस केली आणि मग विचारलं, 'तू तिच्यासाठी कधी एखादी पेटी जमिनीत पुरली होतीस का?'

'नाही, सर. मी कधीही असं काही केलेलं नाही. तिला एखादी पेटी का बरं पुरावीशी वाटली असेल?'

टॉमीने मान हलवली. तो पुन्हा घरी आला. त्याला अनेक प्रश्न पडले होते. त्या वृद्ध आत्याचे कागद अभ्यासल्यावर त्यामधून काहीतरी सुगावा मिळेल, अशी एक आशा होती. नाहीतर ही केस सोडवणं कठीण होतं. घर तसं जुन्या पद्धतीचं असलं, तरी एवढंही जुनं नव्हतं, त्यामुळे तिथे फार गुप्त खोल्या किंवा मार्गिका नव्हत्या.

निघण्याआधी, मोनिकाने त्यांना मोठा कागदी खोका दिला. दोरी गुंडाळून तो बंद केला होता.

'मी सगळे कागद गोळा केले आहेत,' ती कुजबुजली, 'या खोक्यात आहेत ते. तुम्ही ते तुमच्याबरोबर घेऊन जा म्हणजे ते पाहायला भरपूर वेळ मिळेल; पण घरात घडणाऱ्या गूढ घटनांवर काही प्रकाश पडेल असं काही यात सापडेल, असं मला तरी वाटत नाही – '

तिचे शब्द मध्येच तुटले. कारणस वरच्या खोलीत जोरात काही तरी आपटल्याचा आवाज झाला. टॉमी घाईने जिन्यावरून वर गेला. समोरच्या खोल्यांपैकी एका खोलीत एक जग आणि बेसिन फुटलेल्या अवस्थेत पडलं होतं. त्याचे तुकडे जमिनीवर पडले होते. खोलीत कुणीही नव्हतं.

'भुताच्या क्लृप्त्या सुरू झाल्या पुन्हा,' तो स्मित करत पुटपुटला.

तो विचार करत खाली गेला.

'मिस डीन, मी नोकराणी क्रॉकेटशी मिनिटभर बोलू शकेन का?'

'नक्कीच. मी तिला आणते.'

मोनिका स्वयंपाकघरात गेली. वयस्कर नोकराणीला घेऊन आली. तिनेच त्याआधी त्यांच्यासाठी दार उघडलं होतं.

'आम्ही हे घर घ्यायच्या विचारात आहोत,' टॉमी आनंदात म्हणाला, 'त्यामुळे माझ्या पत्नीला प्रश्न पडला की, तसं झाल्यास तुला आमच्यासोबत राहायला आवडेल का?'

क्रॉकेटच्या आदरयुक्त चेहऱ्यावर कोणतीही भावना उमटली नाही.

'धन्यवाद सर,' ती म्हणाली, 'परवानगी असेल, तर मला यावर विचार करायला वेळ हवा आहे.'

टॉमी मोनिकाकडे वळून म्हणाला, 'मिस डीन, मला हे घर फार आवडलं. आणखी एका खरेदीदाराला या घरात रस आहे, असं मी ऐकलं. त्याने किती पैसे देऊ केले आहेत, हे मला माहीत आहे आणि म्हणून मी त्याच्या किमतीपेक्षा शंभर जास्त द्यायला तयार आहे. लक्षात घ्या, मी देऊ केलेली किंमत चांगली आहे.'

मोनिका काहीतरी पुटपुटायचं म्हणून पुटपुटली आणि बेरेसफोर्ड दाम्पत्याने निरोप घेतला.

'माझा अंदाज खरा ठरला,' रस्त्यावर गेल्या गेल्या टॉमी म्हणाला, 'क्रॉकेटही यात सामील आहे. तिला धाप लागली होती हे तू पाहिलंस का? जग आणि बेसिन फोडल्यानंतर मागच्या जिन्याने पळत खाली आल्यामुळे तसं झालं. असं असेल की, कधीतरी तिने भाच्याला गुपचूप घरात घेतलं असेल आणि त्याने भुताच्या खोड्यांसारखे प्रकार केले असतील आणि त्या वेळी तर ती या कुटुंबाबरोबर निरागसपणे बसलेली असेल. तू पाहशील, डॉ. ओनिल आजच आणखी जास्त किंमत देऊ करेल.'

तसंच झालं. रात्री जेवण झाल्यावर मोनिकाकडून एक चिट्ठी आली : 'डॉ. ओनिल यांच्याकडून निरोप आलाय. त्यांनी आधीच्या किमतीत १५० पौंडांनी वाढ केली आहे.'

'या भाच्याकडे बराच पैसा दिसतो आहे,' टॉमी विचारपूर्वक म्हणाला, 'आणि टपेन्स, याचा अर्थ घर ताब्यात आल्यावर मिळणारं बक्षीस नक्कीच जास्त असणार.'

'ओह! जर आपण शोधू शकलो तर!'

'चल, कामाला सुरुवात करू या.'

त्या मोठ्या खोक्यामधले सगळे कागद काढून त्यांनी त्याची विभागणी केली. फारच कंटाळवाणं आणि कष्टाचं काम होतं ते. कारण, सगळे कागद कसेही कोंबले होते. त्याला काहीही शिस्त किंवा पद्धत नव्हती. काही मिनिटांनी ते कागद, चिठ्ठ्या-चपाट्या पाहू लागले.

'काय आहे टपेन्स?'

'दोन बिलांच्या पावत्या, तीनेक बिनमहत्त्वाची पत्रं, नवे बटाटे साठवून ठेवण्यासाठीची तसंच एक लेमन चीझकेकची पाककृती. तुझ्याकडे काय आहे?'

'एक बिल, वसंत ऋतूबद्दलची एक कविता, दोन वर्तमानपत्रातली कात्रणं : 'महिला मोती का घेतात – एक चांगली गुंतवणूक' आणि 'चार बायका असलेला पुरुष – विलक्षण कहाणी' आणि 'सशाची एक पाककृती.''

'काय रे हे,' टपेन्स म्हणाली आणि ते परत कामाला लागले. शेवटी तो खोका रिकामा झाला. त्यांनी एकमेकांकडे पाहिलं.

'मी हा एक कागद बाजूला ठेवलाय,' कागदाचा अर्धा तुकडा हातात घेत टॉमी म्हणाला, 'कारण मला तो वेगळा वाटला; पण आपण जे शोधत आहोत, त्याच्याशी याचा काही संबंध असावा, असं मला वाटत तरी नाहीये.'

'बघू बरं. ओह! गमतीशीर आहे हे. याला काय म्हणतात बरं? अदलाबदल केलेलं शब्दकोडं किंवा अक्षरविपर्याससंबंध का असं काहीतरी,' तिने वाचलं :

'माय फर्स्ट यू पुट ऑन ग्लोइंग कोल
अँड इनटू इट यू पुट माय होल;
माय सेकंड रिअली इज द फर्स्ट;
माय थर्ड मिसलाइक्स् द विंटर ब्लास्ट.'

'हं,' टॉमीने सुस्कारा टाकला, 'यमकं चांगली जुळवलेली नाहीत.'

'पण तुला हा कागद वेगळा का वाटला, मला कळत नाहीये,' टपेन्स म्हणाली.

'पन्नास वर्षांपूर्वी प्रत्येकाकडेच अशा प्रकारच्या शब्दगमतींचं संकलन असायचं. हिवाळ्यात शेकोटीभोवती बसून वाचण्यासाठी, गंमत म्हणून ठेवली जायची ही.'

'मला कडव्यांमध्ये काही वेगळं नाही वाटलं. मला त्याच्या खालचे शब्द वेगळे वाटले.'

'सेंट ल्यूक, ११, ९. धर्मग्रंथातल्या ओळींचा संदर्भ आहे याला,' तिने वाचलं.

'तुला विचित्र नाही का वाटत हे? शब्दगमतीच्या खाली एखादी वृद्ध महिला असा धर्मग्रंथातला मजकूर लिहील का?'

'खरंय, हे जरा विचित्र वाटतंय,' टपेन्सने विचारपूर्वक दुजोरा दिला.

'एका पाद्र्याची मुलगी असल्यामुळे तुझ्याकडे बायबलची प्रत असेल, हो ना?'

'खरंतर हो, आहे. अहा! मला अपेक्षित नव्हतं असलं काही. थांब हं.'

टपेन्स आपल्या सुटकेसकडे पळत गेली. तिने त्यामधून लाल रंगाचा खंड काढला आणि टेबलापाशी परतली. तिने भराभरा पानं उलटली. 'इथे आहे पाहा. ल्यूक, प्रकरण ११, ९वा श्लोक. ओह! टॉमी, पाहा जरा.'

टॉमीने खाली झुकून टपेन्सचं लहानखुरं बोट जिथे होतं, त्या भागाकडे प्रश्नार्थक नजरेने पाहिलं.

'शोध आणि मग पाहा, ते सापडेल.'

'ज्जे बात!' टपेन्स ओरडली, 'आपल्याला सापडलं! हे शब्दकोडं सोडवलं की, खजिना आपला किंवा खरंतर मोनिकाचा.'

'हो; पण त्याआधी ज्याला तू शब्दकोडं म्हणतेस त्यावर जरा काम करू या. 'माय फर्स्ट यू पुट ऑन ग्लोइंग कोल' – याचा अर्थ काय असेल बरं? मग – 'माय *सेकंड रि*अली इज द फर्स्ट.' शुद्ध मूर्खपणा आहे हा.'

'खरंतर सोपं आहे हे,' टपेन्स प्रेमळपणे म्हणाली, 'तुम्हाला क्लृप्ती समजली पाहिजे. *मला* पाहू जरा.'

टॉमी स्वेच्छेने शरण गेला. टपेन्स हाताच्या खुर्चीत जाऊन बसली आणि आठ्या घालून स्वतःशीच ती वाक्यं पुटपुटू लागली.

'खूप सोपं आहे, हो ना?' अर्धा तासाने टॉमी पुटपुटला.

'रडू नकोस हा! आपल्या पिढीला नाही हे समजणार. उद्या सकाळी गावात जाऊन एखाद्या आजीबाईंना गाठावं असं माझ्या मनात आहे. वाचल्या वाचल्या चुटकीसरशी तिला सोडवता येईल हे कोडं. क्लृप्ती आहे यात, बाकी काही नाही.'

'पुन्हा एकदा प्रयत्न करून पाहू.'

'निखाऱ्यांवर आपल्याला फार काही ठेवता येत नाही,' टपेन्स विचार करून म्हणाली. 'पाणी किंवा लाकडं किंवा किटली.'

'तो एकाच स्वराचा शब्द हवा, माझ्या मते? *वुड* – *लाकूड?*'

'आपण लाकडाच्या *आत* काही ठेवू शकत नाही.'

'पाण्याशिवाय इतर कोणता एक स्वराचा शब्द नाही; पण तुम्ही आगीवर काय काय ठेवू शकता? किटलीसारखी कोणती भांडी?'

'सॉसपॅन्स,' टपेन्सने उत्साहात विचारलं, 'तळायचे पॅन्स. पॅन हा शब्द? काहीतरी शिजवण्यासाठी वापरला जाणारा *पॅन* किंवा *पॉट* हा शब्द?'

'पॉटरी,' टॉमीने सुचवलं. 'तुम्ही आगीत मातीची भांडी भाजू शकता. हे अधिक जवळचं नाहीये का?'

'इतर काही या कोड्यात बसत नाही. पॅनकेक्स? नाही... रे!'

त्यांच्या संभाषणात नोकराच्या येण्याने व्यत्यय निर्माण झाला. तिने सांगितलं की, रात्रीचं जेवण काही मिनिटांत तयार होईल.

'फक्त मिसेस ल्यूमलींनी विचारलंय की, तुम्हाला बटाटे तळलेले हवे की सालासकट उकडलेले? त्यांच्याकडे दोन्ही थोडे थोडे आहेत.'

'सालींसह उकडलेले,' टपेन्सने लगेच सांगितलं. 'मला बटाटे आवडतात – ' असं म्हणून ती थांबली. तिचं तोंड उघडं पडलं.

'टपेन्स काय झालं? भूतबित पाहिलंस की काय?'

'टॉमी,' टपेन्स ओरडली. 'तुला समजलं? सापडलं आपल्याला! तो शब्द म्हणजे *पोटॅटो* – *बटाटे* – 'माय फर्स्ट यू पुट ऑन ग्लोइंग कोल' – म्हणजे पॉट. 'अँड इनटू इट यू पुट माय *होल.*' 'माय *सेकंड* रिअली इज द फर्स्ट.' याचा अर्थ होतो मुळाक्षरांमधलं पहिलं अक्षर म्हणजे ए. 'माय *थर्ड* मिसलाइक्स् द विंट्री ब्लास्ट.' — म्हणजे अर्थातच गार पडलेली पायाची *बोटं* – टोज्!'

'टपेन्स, अगदी बरोबर. किती हुशार आहेस तू! पण आपण आपला कितीतरी वेळ यात खर्च केला, याबद्दल मला वाईट वाटतंय. यातून काहीच साध्य होत नाहीये. हरवलेल्या खजिन्याशी बटाट्यांचा काहीच संबंध लागत नाही. जरा थांब हं. तू मगाशी, खोक्यातले कागद पाहत असताना काय वाचलंस? पाककृती कसली तरी, नव्या बटाट्यांची. त्याचा काही संबंध असेल का?' असं म्हणून टॉमी पाककृतींच्या पानांच्या थप्पीमध्ये भराभरा शोधू लागला.

'ही बघ. **नवे बटाटे कसे साठवावेत?** नवे बटाटे पत्र्याचा डब्यात ठेवावेत आणि बागेमध्ये पुरून टाकावेत म्हणजे मग हिवाळ्याच्या मध्यातही, ते नुकतेच खणून काढल्यासारखे चवीला छान लागतात.'

'आपल्याला सापडलं,' टपेन्स किंचाळली, 'जमलं. खजिना बागेत आहे, पत्र्याच्या पेटीत.'

'पण मी माळ्याला विचारलं. तो म्हणाला की, त्याने तर काहीही पुरलेलं नाहीये.'

'हो, कारण असं की, लोक कधीच तुम्ही विचारताय त्याचं उत्तर देत नाहीत, त्यांना तुमच्या बोलण्याचा जो अर्थ लागतो, त्यानुसार ते उत्तर देतात. त्याने कधी विचित्र, वेगळं काहीतरी पुरलं नाहीये. आपण उद्या जाऊ या आणि त्याला बटाटे कुठे पुरले आहेत हे विचारू या.'

दुसरा दिवस ख्रिसमसचा आदला दिवस होता. बरीच चौकशी केल्यानंतर त्यांना म्हाताऱ्या माळीबुवाचं घर सापडलं. काही मिनिटं संभाषण केल्यानंतर टपेन्सने विषयाला हात घातला.

'ख्रिसमसच्या दिवशी आपल्याकडे नवे बटाटे असतील तर किती छान ना!' ती म्हणाली, 'टर्कीबरोबर ते छान किती लागतील... इथले लोक बटाटे पत्र्याच्या डब्यात घालून पुरून ठेवतात का? मी असं ऐकून आहे की, त्यामुळे ते ताजे राहतात.'

'हां, हो. असं करतात इथे लोक,' म्हाताऱ्याने सांगितलं. 'वर रेड हाउसमध्ये राहणाऱ्या वृद्ध मिस डीन तीन पत्र्याचे डबे भरून बटाटे दर उन्हाळ्यात पुरायच्या आणि उकरून काढायच्या, न विसरता!'

'घरालगतच्या वाफ्यामध्ये, बरोबर ना? तसा नियमच असेल.'

'नाही, भिंतीजवळच्या फरच्या झाडाखाली.'

हवी ती माहिती मिळाल्यावर, त्यांनी त्वरित म्हाताऱ्या माळीबुवाचा निरोप घेतला. जाताना ख्रिसमसची भेट म्हणून त्याला पाच शिलिंग्ज दिले.

'आता मोनिकाकडे जाऊ,' टॉमी म्हणाला.

'टॉमी! तुला जराही उत्कंठा निर्माण करता येत नाही. माझ्यावर सोड ते. माझ्याकडे चांगली योजना आहे. तुला एखादं फावडं मागून किंवा उधारीवर किंवा चोरून आणता येईल का?'

काहीतरी करून एक फावडं वेळेवर मिळालं आणि त्या रात्री, उशिरा दोन आकृत्या रेड हाउसच्या बाहेरच्या बागेमध्ये काहीतरी चोरत असाव्यात असं दिसलं. माळ्याने सांगितलेली जागा सहजी सापडली आणि टॉमी कामाला लागला. लवकरच त्याच्या फावड्याला धातूचं काहीतरी आपटल्याचा आवाज आला आणि काही सेकंदांत त्याला मोठा बिस्किट ठेवायचा पत्र्याचा डबा सापडला. डबा चिकटपट्टीच्या साहाय्याने घट्ट बंद केला होता; पण टॉमीच्या सुरीने टपेन्सने तो लगेचच उघडला.

मग तिने निराशेने उद्गार काढला. डबा बटाट्यांनीच भरलेला होता. तिने ते सगळे खाली ओतले आणि तो पूर्ण रिकामा केला; पण त्याच्या आत बाकी काहीही नव्हतं.

'टॉमी, आणखी खण.'

थोड्याच वेळात आणखी एक डबा सापडला. लवकरच टपेन्सने तोही उघडला.

'पुन्हा तेच! बटाटे!' टॉमी हताशेने उद्गारला. पुन्हा खणू लागला.

'तिसऱ्यांदा नशीब फळफळेल,' टपेन्स सांत्वन करत म्हणाली. 'माझ्या मते हे मुद्दाम केलं आहे. फसवण्यासाठी,' टॉमी खोदत राहिला; पण तिसऱ्यांदा खरंच नशीब जोरावर होतं.

'बटाटेच का...' टपेन्स म्हणाली; पण थांबली, 'टॉमी अरे बघ, आपल्याला काय सापडलंय ते. यात फक्त वरती बटाटे आहेत.' तिने आत ठेवलेली व्हेल्वेटची जुनी मोठी पिशवी काढून दाखवली.

'तू पिशवी घेऊन जा,' टॉमी म्हणाला, 'किती गार आहे इथे. काकडायला झालंय. मी माती पुन्हा सारखी करतो आणि टपेन्स, मी येण्याआधी ही पिशवी उघडलीस तर पाहा. तळतळाट लागतील माझे!'

'काळजी नको. मी थांबीन. आउच! गोठलीय मी,' असं म्हणून ती लगेच निघाली.

विश्रांतीगृहात पोहोचल्यावर, तिला फार काळ थांबावं लागलं नाही. तिच्या मागोमाग टॉमी आला. खोदकाम केल्याने आणि धावत आल्याने तो धापा टाकत होता.

'आता काय! उघडा की ती पिशवी, मिसेस बेरेसफोर्ड.'

पिशवीच्या आत रेशमी कापडाची एक गुंडाळी आणि एक चामड्याची थैली होता. ती त्यांनी उघडली. आत सोन्याची नाणी भरली होती. टॉमीने ती मोजली.

'दोनशे पौंड. माझ्या मते तिला बँकेने इतकंच सोनं दिलं असेल. आता गुंडाळी कापून पाहा.'

टपेन्सने तसं केलं. त्यामध्ये घडी केलेल्या नोटा ठासून भरल्या होत्या. टॉमी आणि टपेन्स यांनी काळजीपूर्वक त्या मोजल्या. बरोब्बर वीस हजार पौंड होते ते.

'बापरे!' टॉमी म्हणाला, 'आपण श्रीमंत आणि प्रामाणिक आहोत, हे मोनिकाचं सुदैव म्हणायचं, नाही का? त्या टिशू पेपरमध्ये काय आहे?'

टपेन्सने ते पुडकं उलगडलं आणि त्यामधून अत्यंत सुंदर मोत्यांची एक माळ बाहेर आली.

'या गोष्टींबद्दलचं माझं ज्ञान तितकं नसलं तरी या मोत्यांची किंमत कमीत कमी पाच हजार पौंड तरी असली पाहिजे. त्यांचा आकार तर बघ. आता मला

लक्षात आलं की, त्या वृद्ध महिलेने मोत्यांमध्ये गुंतवणूक करण्याबद्दलचं कात्रण का जपून ठेवलं होतं ते. तिला आपल्या सगळ्या मौल्यवान वस्तूंचं महत्त्व लक्षात आलं आणि तिने आपली सगळी संपत्ती, बाँड्स वगैरे रत्नं आणि नोटांमध्ये बदलून घेतली,' टॉमी म्हणाला.

'ओह! टॉमी किती विलक्षण आहे हे! मोनिका आता तिला आवडणाऱ्या त्या चांगल्या तरुणाशी लग्न करू शकते आणि त्यानंतर माझ्यासारखी आनंदात राहू शकते.'

'किती गोड आहेस तू टपेन्स. याचा अर्थ माझ्यासोबत तू आनंदात आहेस तर?'

'खरं खरं सांगायचं तर,' टपेन्स म्हणाली, 'हो; पण मला तसं बोलून दाखवायचं नव्हतं. तोंडून निघून गेलं. मी उत्साहित झालीये, त्यात ख्रिसमसची संध्याकाळ. एकात एक भर – '

'तुझं माझ्यावर खरंच प्रेम असेल,' टॉमीने विचारलं, 'तर माझ्या एक प्रश्नाचं उत्तर देशील?'

'मला असलं काही आवडत नाही,' टपेन्स म्हणाली, 'पण – ठीक आहे. देईन.'

'मोनिका पाद्र्याची मुलगी आहे हे तुला कसं काय कळलं?'

'ओह, लबाडपणा होता तो,' टपेन्स हसत म्हणाली, 'ती आपल्याला भेटायला येणार असल्याचं पत्र मी आधीच उघडलं होतं आणि मिस्टर डीन म्हणून माझ्या वडलांच्या हाताखाली काम करणारे साहाय्यक होते, त्यांना मोनिका नावाची लहान मुलगी होती, जी माझ्याहून चार-पाच वर्षांनी लहान होती, त्यामुळे मी दोन आणि दोन चार हे ओळखलं, इतकंच.'

'निर्लज्ज आहेस तू,' टॉमी हसत म्हणाला, 'अगं ते पाहा, बारा वाजलेत. हॅपी ख्रिसमस, टपेन्स.'

'हॅपी ख्रिसमस, टॉमी. मोनिकाकरताही हा ख्रिसमस आनंदाचा असेल – आणि तोही केवळ आपल्यामुळे. मला छान वाटतंय. त्या बिचारीने फार वाईट दिवस पाहिलेत. तुला माहितेय टॉमी, जेव्हा मी त्याचा विचार करते, तेव्हा मला कसंतरीच होतं. श्वास अडकल्यासारखं.'

'माझी लाडकी टपेन्स,' टॉमी म्हणाला.

'टॉमी लाडक्या,' टपेन्स म्हणाला, 'आपण किती हळवे होतो ना कधी कधी.'

'वर्षातून एकदाच ख्रिसमस येतो ना, मग असं होणारच, असं आपले आजोबा-पणजोबा म्हणायचे,' टॉमी उपदेशात्मक सुरात म्हणाला, 'आणि अजूनही त्यामध्ये तथ्य आहे.'

प्लिमथ एक्स्प्रेस

आरएन ॲलेक सिम्पसन हा न्यूटन ॲबॉट फलाटावरून प्लिमथ एक्स्प्रेसच्या प्रथम वर्गाच्या डब्यामध्ये चढला. त्याच्यामागोमाग एक हमाल जड सूटकेस घेऊन आत गेला. हमाल ती सूटकेस वरच्या फळीवर चढवणार होता, तेवढ्यात त्या तरुण खलाश्याने त्याला थांबवलं.

'नको – इथेच सीटवर ठेव आत्ता. मी नंतर वर ठेवीन. हे घे.'

'आभारी आहे, सर,' उदार मनाने दिलेल्या पैशांकडे पाहत हमाल म्हणाला.

जोरात दारं लावण्यात आली; त्यामागोमाग बुलंद आवाज आला : 'प्लिमथ फक्त. टॉर्केला बदल. पुढचा थांबा प्लिमथ.' शिट्टी वाजली आणि ट्रेन स्टेशनमधून हळूहळू बाहेर पडू लागली.

लेफ्टनंट सिम्पसनचा कोच फक्त त्याचाच होता. डिसेंबरमधला थंडगार वारा वाहत होता, त्यामुळे त्याने खिडकी लावून घेतली. मग त्याला अस्पष्टसा वास आला. त्याने हुंगलं आणि त्याच्या कपाळावर आठ्या पडल्या. कशाचा होता हा वास! त्याला रुग्णालयाची आठवण झाली आणि त्याच्या पायावर झालेल्या शस्त्रक्रियेची. हो, क्लोरोफॉर्म; त्याचाच वास आहे हा!

त्याने लावलेली खिडकी उघडली, इंजिनच्या बाजूला असलेल्या सीटवर जाऊन बसला. त्याने खिशातून पाइप काढला आणि पेटवला. थोडा वेळ तो नुसताच बसला, बाहेरच्या अंधाराकडे पाहत आणि पाइप ओढत.

शेवटी त्याने उठून सूटकेस उघडली. काही कागदपत्रं आणि मासिकं काढली. मग पुन्हा ती बंद केली आणि समोरच्या सीटच्या खाली रेटली; पण ती काही केल्या आत जाईना. कशाचा तरी अडथळा होता. त्याने अधीर होऊन ती जोरात रेटली; पण तरी अर्धीच आत ढकलली गेली.

'ही सूटकेस आत जात का नाहीये?' तो पुटपुटला आणि त्याने कष्टाने ती बाहेर खेचली. मग वाकून सीटच्या खाली पाहिलं... त्यानंतर काही क्षणांत रात्रीच्या अंधारात एक किंकाळी फुटली आणि आपत्कालीन साखळी ओढल्यामुळे ती भलीमोठी ट्रेन नाखुशीनेच; पण आज्ञाधारकपणे थांबली.

'मित्रा,' प्वारो म्हणाला, 'तुला प्लिमथ एक्स्प्रेसमधल्या रहस्यात रस आहे, हे मला माहीत आहे. हे वाच.'

त्याने टेबलावर ठेवलेली चिठ्ठी मी उचलली.

त्यात थोडक्यात, नेमकं आणि मुद्द्याचं लिहिलं होतं.

प्रिय सर,

तुम्ही लवकरात लवकर मला भेटायला आलात, तर मी तुमच्या ऋणात राहीन.

तुमचा कृपाभिलाषी,

एबनेझर हॅलिडे

मला नीटसा संबंध लावता आला नाही आणि म्हणून मी प्रश्नार्थक नजरेने प्वारोकडे पाहिलं.

त्याने ते ओळखलं. वर्तमानपत्र उचलून तो मोठ्याने वाचू लागला. 'काल रात्री लागलेला खळबळजनक शोध. नौदलातला एक तरुण अधिकारी प्लिमथला जात असताना, त्याच्या डब्यात सीटखाली त्याला एका बाईचा मृतदेह सापडला. तिला हृदयात भोसकण्यात आलं होतं. अधिकाऱ्याने तत्काळ आपत्कालीन साखळी ओढली आणि ट्रेन थांबवली. श्रीमंती पोशाख असलेल्या त्या तीस वर्षीय महिलेची ओळख अजून तरी पटलेली नाही.'

'आता त्यानंतर आपल्याला समजतं ते असं – 'प्लिमथ एक्स्प्रेसमध्ये सापडलेल्या मृत महिलेची ओळख पटली असून, त्या आदरणीय मिसेस रूपर्ट कॅरिंग्टन आहेत.' मित्रा, समजलं ना? नसेल तर मी अधिकची माहिती सांगतो – मिसेस रूपर्ट कॅरिंग्टन, लग्नापूर्वीच्या फ्लॉसी हॅलिडे होत्या. वृद्ध हॅलिडे यांची कन्या आणि हे हॅलिडे म्हणजे अमेरिकेतले स्टील सम्राट.'

'आणि त्यांनी तुला ही चिठ्ठी पाठवलीय? विलक्षण!'

'याआधी मी त्यांना थोडी मदत केली होती – बेअरर बाँड्सचं प्रकरण आणि एकदा, एका राजेशाही भेटीकरता मी पॅरिसमध्ये असताना, मला कोणीतरी मिस

फ्लॉसी कोण ते दाखवलं होतं. *काय सुंदर मुलगी!* पण ती एकदा चांगलीच वाईट माणसाच्या नादाला लागली.'

'कसं काय?'

'काउंट द ला रोशफोर. चांगलाच वाईट! त्याला मनस्वी तरुण मुलीला कसं आकर्षित करायचं हे चांगलंच माहीत होतं. नशिबाने तिच्या वडलांना वेळेत याचा सुगावा लागला. त्यांनी तिला तातडीने अमेरिकेला नेलं. त्यानंतर काही वर्षांत तिचं लग्न झाल्याचं मी ऐकलं; पण मला तिच्या पतीबद्दल काहीही माहीत नाही.'

'हं,' मी म्हणालो. 'आदरणीय रूपर्ट कॅरिंग्टन कोणत्याही दृष्टीने काही सुंदर नाही. त्याने त्याचे बरेचसे पैसे उडवले होते आणि असं समजू या की, त्याला वेळेत म्हाताऱ्या हॅलिडेकडून संपत्ती मिळाली. मी असं म्हणायला हवं की, तो चांगला, रीतभात असलेला; पण हलकट तरुण आहे. त्याच्यासाठी जोडी शोधणं कठीणच!'

'ओह, बिचारी ती बाई! *कसं घडलं असेल काय माहीत!'*

'माझ्या मते, तो तिच्याकडे नव्हे, तर तिच्या पैशांकडे आकर्षित झाला हे त्याने पहिल्यापासूनच उघडपणे दाखवलं. लवकरच त्यांच्यात मोठी दरी पडल्याचं मला आठवतंय. त्यांच्यात कायदेशीररीत्या काडीमोड होणार आहे अशाही बातम्या मध्यंतरी माझ्या कानावर आल्या.'

'वृद्ध हॅलिडे काही मूर्ख नाहीये. त्याने तिच्या नावे पैसे ठेवताना बरंच काही करून ठेवलं असणार. कोणालाही ते सहजी घेणं कठीण असावं.'

'अच्छा; पण रूपर्टला पैशांची प्रचंड गरज आहे असं बोललं जायचं, हे नक्की.'

'हो! मला प्रश्न...'

'कोणता प्रश्न?'

'माझ्या मित्रा, असा माझ्या छाताडावर बसू नकोस. मला माहितेय, तुला यात रस आहे ते. तू माझ्याबरोबर मिस्टर हॅलिडेला भेटायला येशील, असं मी गृहीत धरतो. कोपऱ्यावरच टॅक्सी-स्टँड आहे.'

पार्क लेनमधल्या विलक्षण सुंदर घरात गेल्यावर काही मिनिटं आमचं लक्ष तिथे खिळून राहिलं. त्या अमेरिकन उद्योगपतीने ते भाड्याने घेतलं होतं. आम्हाला ग्रंथालयात नेण्यात आलं आणि त्यानंतर लगेचच एक जाडा, भेदक डोळ्यांचा आणि आक्रमक हनुवटी असलेला पुरुष आम्हाला भेटला.

'मिस्टर प्वारो?' मिस्टर हॅलिडे म्हणाला. 'मी तुम्हाला इथे का बोलावलं आहे, हे सांगायची गरज नसावी. तुम्ही वर्तमानपत्रं वाचली असतीलच आणि मला

कोणत्याही बाबतीत कसलीही दिरंगाई झालेली आवडत नाही. तुम्ही लंडनमध्ये असल्याचं मला समजलं आणि तुम्ही मागे चांगलं काम केलं होतं हे मला आठवलं. माझ्याकडे स्कॉटलंड यार्डची माणसंही आहेत; पण मला माझा माणूसही हवा आहे. पैशाचा प्रश्न नाही. मी एवढे सगळे डॉलर्स कमावले ते कुणासाठी - माझ्या मुलीसाठी आणि आता तीच गेली, त्यामुळे आता मी माझी पै न् पै त्या हरामखोराला पकडण्यासाठी खर्च करीन! त्यानेच हे कृत्य केलं. समजलं ना? त्यामुळे पुढचं काम करणं आता तुमच्यावर आहे.'

प्वारो अदबीने खाली झुकून म्हणाला, 'मी काम स्वीकारतो, मिस्टर. मी तुमच्या मुलीला पॅरिसमध्ये कित्येकदा पाहिलं आहे आणि आता मला सांगा की, प्लिमथला ती का गेली होती आणि या प्रकरणाशी संबंधित आणखीही काही तपशील असतील, तर तेही सांगा.'

'ठीक, सुरुवात करायची तर,' हॅलिडे उत्तरला, 'ती काही प्लिमथला जात नव्हती. ती अव्हॉनमीड कोर्ट इथल्या, डचेस स्वान्सीच्या घरी आयोजित केलेल्या मेजवानीला जात होती. लंडनहून पॅडिंग्टनला जाण्यासाठी बारा वाजून चौदा मिनिटांनी ती निघाली, ब्रिस्टलला पोहोचली दोन वाजून पन्नास मिनिटांनी. (तिथे तिला ट्रेन बदलायची होती.) प्लिमथ एक्स्प्रेस अर्थातच बेस्टबरीमार्गे जाते आणि ब्रिस्टलच्या जवळ कुठेही जात नाही. बारा-चौदाची ट्रेन थेट ब्रिस्टलला जाते, त्यानंतर जाते वेस्टन, टॉन्टन, एक्सटर इथे आणि न्यूटन ॲबॉटला थांबते. माझी मुलगी एकटीच डब्यातून प्रवास करत होती. तो ब्रिस्टलपर्यंत तरी आरक्षित होता. तिची नोकराणी पुढच्याच कोचमधल्या तिसऱ्या वर्गातल्या डब्यात होती.'

प्वारोने मान हलवली आणि मिस्टर हॅलिडे पुढे सांगू लागला, 'अॅव्हॉनमीड कोर्ट इथली त्या वेळची मेजवानी चांगलीच रंगेल होती, अनेक बॉल नृत्यं होती आणि परिणामी माझ्या मुलीने तिच्याबरोबर बरेच मौल्यवान दागदागिने नेले होते. त्यांची एकुणातली किंमत असेल एक लाख डॉलर्सच्या आसपास.'

'एक मिनिट,' प्वारोने मध्येच विचारलं, 'दागिने कुणाकडे होते? तुमची मुलगी की नोकराणी?'

'माझी मुलगी तिचे दागिने नेहमी स्वतःकडेच ठेवते, एका छोट्या निळ्या पेटीत.'

'अच्छा, पुढे बोला...'

'ब्रिस्टलला पोहोचल्यावर, नोकराणी जेन मेसन हिने तिच्याकडे असलेल्या मालकीणबाईच्या कपड्याच्या पिशव्या आणि इतर गोष्टी आपल्यासोबत घेतल्या आणि ती फ्लॉसीच्या डब्याच्या दाराशी आली, तेव्हा तिला माझ्या मुलीने सांगितलं की, ती ब्रिस्टलला उतरत नसून आणखी पुढे जात आहे, त्यामुळे नोकराणीला

आश्चर्याचा धक्का बसला. तिने जेन मेसनला सामान बाहेर काढून क्लोकरूममध्ये ठेव असं सांगितलं. ती खानपान कक्षात चहा घेऊ शकली असती; पण तिला आपल्या मालकीणबाईसाठी स्टेशनवरच थांबायला सांगण्यात आलं. कारण, तिची मालकीणबाई दुपारच्या सुमारास ब्रिस्टलला पुन्हा अप-ट्रेनने परतणार होती. नोकराणीला जसं सांगण्यात आलं तसं तिने केलं, तरी तिला याचं खूप आश्चर्य वाटलं. तिने क्लोकरूममध्ये सामान ठेवलं आणि चहा घेतला. त्यानंतर अप-ट्रेन वर अप-ट्रेन येत राहिल्या; पण तिची मालकीणबाई काही तिला दिसली नाही. शेवटची ट्रेन येऊन गेल्यानंतर, सामान होतं तिथे ठेवून ती रात्र घालवण्यासाठी स्टेशनजवळच्या हॉटेलात गेली. सकाळी तिने त्या दुःखद घटनेची बातमी वाचली आणि ती मिळालेल्या पहिल्या ट्रेनने परतली.'

'तुमच्या मुलीने अचानक योजना का बदलली, याबद्दल कुणाला काहीच माहीत नाहीये का?'

'अं. आहे ते असं : जेन मेसनच्या म्हणण्यानुसार, ब्रिस्टलला फ्लॉसी डब्यामध्ये एकटी नव्हती. तिला खिडकीमधून एका उभ्या पुरुषाची आकृती दिसली; पण तिला चेहरा दिसू शकला नाही.'

'ही ट्रेन कॉरिडॉर असलेली असेल, बरोबर ना?'

'हो.'

'कॉरिडॉर कोणत्या बाजूला होता?'

'फलाटाच्या बाजूला. जेन मेसनशी बोलत असताना, माझी मुलगी कॉरिडॉरमध्ये उभी होती.'

'आणि तुम्हाला निःशंकपणे वाटतं... मला क्षमा करा!' असं म्हणून तो उठला. त्याने तिरकी असलेली दौत काळजीपूर्वक सरळ केली. *'मी आपली माफी मागतो,'* तो बसून पुन्हा बोलू लागला. 'असं काही वेडंवाकडं किंवा जागेवर नसलेलं पाहिलं की, मला कसंतरी होत राहतं. विचित्र आहे ना? तर मिस्टर, मी असं म्हणत होतो की, बहुधा या अनपेक्षित भेटीमुळे तुमच्या मुलीच्या योजनेमध्ये अचानक बदल झाला असावा, असं तुम्हाला निःशंकपणे वाटतं?'

'तेव्हढंच एक कारण वाटतं तरी.'

'ते भेटलेले सद्गृहस्थ कोण होते, याबद्दल तुम्हाला काहीही कल्पना नाही, बरोबर?'

त्या लक्षाधीशाने काही क्षण श्वास घेतला. तो थांबला आणि उत्तरला, 'नाही – मला काहीही माहीत नाही.'

'आता – मृतदेह कसा सापडला?'

'एका तरुण नौदल अधिकाऱ्याला तो सापडला. तत्काळ त्याने सूचना दिली. ट्रेनमध्ये एक डॉक्टर होता. त्याने मृतदेहाची तपासणी केली. तिला पहिल्यांदा क्लोरोफॉर्म देऊन बेशुद्ध पाडण्यात आलं आणि मग भोसकण्यात आलं. ती चार तासांपूर्वीच मरण पावल्याचं मत त्याने तपासणीअंती दिलं, त्यामुळे ही घटना तिने ब्रिस्टल सोडल्यानंतर लगेचच घडली असावी. बहुधा, ते तिथे आणि वेस्टन यांच्यामध्ये असताना किंवा वेस्टन आणि टॉन्टन यांच्यामध्ये असताना...'

'आणि दागिन्यांची पेटी?'

'मिस्टर प्वारो, दागिन्यांची पेटी हरवली आहे.'

'आणखी एक गोष्ट, मिस्टर. तिच्या मृत्यूनंतर तुमच्या मुलीची संपत्ती कोणाला मिळणार आहे?'

'फ्लॉसीने लग्न झाल्या झाल्या, तिच्या मृत्युपश्चात सगळी संपत्ती तिच्या पतीच्या नावे केली होती.' तो दोन मिनिटं थांबला आणि मग बोलू लागला : 'मी तुम्हाला हेही सांगू शकतो, मिस्टर प्वारो, माझा जावई हरामखोर, हलकट मनुष्य आहे, याची मला जाणीव आहे, त्यामुळे माझ्या सल्ल्यानुसार, माझ्या मुलीने त्याच्यापासून कायदेशीररीत्या मुक्तता मिळवण्याची प्रक्रिया सुरू केली. त्यात कठीण काही नव्हतं. मी तिच्यासाठी अशा प्रकारे पैसे ठेवले होते, जेणेकरून तो तिच्या हयातीत त्याला हातही लावू शकणार नाही; पण जरी ते काही वर्षं एकमेकांपासून वेगळे राहत असले, तरी थेट वादाला तोंड देण्याऐवजी तिने मधल्या काळात त्याला हवा, तेव्हा पैसा पुरवला होता. असं असलं तरी मी या प्रकरणाचा सोक्षमोक्ष लावायचा निश्चय केला. शेवटी फ्लॉसी मान्य झाली आणि माझ्या वकिलांना योग्य ती कारवाई करण्याच्या सूचना देण्यात आल्या.'

'आणि मिस्टर कॅरिंग्टन आहेत कुठे?'

'शहरात. माझ्या मते तो काल गावात होता; पण तो रात्रीच परतला.'

प्वारोने थोडा वेळ विचार केला. मग तो म्हणाला, 'मिस्टर, मला वाटतं एवढं पुरे झालं.'

'तुम्हाला नोकराणी जेन मेसनला भेटायचंय का?'

'हो, तुमची परवानगी असल्यास.'

हॅलिडेने बेल वाजवली आणि आलेल्या माणसाला थोडक्यात आज्ञा दिली.

काही मिनिटांनी जेन मेसन खोलीत आली. ती एक आदरणीय वाटावी अशी, कठोर चेहऱ्याची महिला होती. चांगल्या नोकराच्या चेहऱ्यावर घडलेल्या दुःखद घटनेबाबत जसे अलिप्त भाव असतात, तसे तिच्या चेहऱ्यावर होते.

'मी काही प्रश्न विचारतो, चालेल ना? तुझी मालकीणबाई काल सकाळी नेहमीसारखी होती का? म्हणजे उत्साहित किंवा आनंदी किंवा उत्तेजित झालेली वगैरे?'

'ओह, नाही, सर.'

'पण ब्रिस्टलला ती पूर्ण वेगळी होती?'

'हो सर, अगदी निराश – इतकी हताश की, ती काय बोलतेय हे तिलाही समजत नव्हतं.'

'ती नेमकं काय म्हणाली?'

'सर, मला जितकं आठवतं आहे, त्याप्रमाणे ती म्हणाली, 'मेसन, मला माझ्या योजनेत बदल करावा लागतोय. काहीतरी महत्त्वाचं घडलंय – म्हणजे मी इथे बाहेर पडणार नाहीये. मला पुढे जावं लागेल. तू सामान बाहेर घेऊन जा आणि ते क्लोकरूममध्ये ठेव; मग चहा घे आणि माझी स्टेशनवर वाट पाहा.''

'इथेच वाट पाहू, मॅडम?' असं मी विचारलं.

'हो, हो. स्टेशन सोडू नको. मी नंतरच्या ट्रेनने परत येईन. कधी ते मला माहीत नाही. फार उशीर होणार नाही.'

'ठीक आहे, मॅडम,' मी म्हणाले. प्रश्न विचारण्याची माझी काही हैसियत नव्हती; पण मला ते फार विचित्र वाटलं.'

'हे तुमच्या मालकीणबाईसारखं नव्हतं वागणं, बरोबर?'

'अगदी विपरीत होतं, सर.'

'तुला काय वाटतं?'

'सर, मला वाटतं डब्यात असलेल्या त्या गृहस्थांमुळे तसं घडलं असावं. त्यांनी काही विचारलं नाही; पण ती योग्य करते आहे ना, हे विचारण्यासाठी तिने एक-दोनदा चेहरा त्यांच्याकडे वळवला होता.'

'पण तू त्या गृहस्थांचा चेहरा पाहिला नाहीस, बरोबर?'

'नाही सर, ते पूर्ण वेळ माझ्याकडे पाठ करून उभे होते.'

'तू त्यांचं वर्णन करू शकतेस का?'

'त्यांनी फिक्कट तपकिरी ओव्हरकोट घातला होता आणि डोक्यावर प्रवासी कॅप होती. उंच आणि बारकुडे होते ते आणि त्यांचा डोक्याचा मागचा भाग काळा होता.'

'तुझ्या ओळखीचे नव्हते ते?'

'अं, नाही. मला नाही वाटत तसं सर.'

'तुझे मालक, मिस्टर कॅरिंग्टन नव्हते ना ते?'

मेसन जराशी चकित झाल्यासारखी वाटली. 'ओह, मला तसं वाटत नाही सर!'

'पण *खात्री* नाही तुला?'

'बांधा आमच्या मालकांसारखा होता, तरी सर – पण ते असतील असा विचार मी कधी केला नव्हता. कारण, ते फार कमी वेळा भेटायचे... त्यामुळे ते *नक्की नव्हते* असंही मी खात्रीने सांगू शकत नाही!'

प्वारोने कार्पेटवर पडलेली पिन उचलली आणि तिच्याकडे कपाळावर आठ्या घालून गंभीरपणे पाहिलं; मग विचारलं, 'ब्रिस्टलला तू डब्यापाशी पोहोचण्याआधी, तो पुरुष डब्यात शिरला असेल का?'

मेसनने विचार केला.

'हो, सर, तसं झालं असेल. माझ्या डब्यामध्ये खूप गर्दी होती, त्यामुळे मला बाहेर पडायला काही मिनिटं लागली – त्यानंतर मग फलाटावरही चिकार गर्दी होती. त्याने आणखी उशीर झाला; पण असं असलं, तरी त्या गृहस्थाला मालकीणबाईंशी बोलायला एक किंवा दोन मिनिटं मिळाली असतील. ते कॉरिडॉरमधून आले असावेत, असं मी गृहीत धरलं.'

'अर्थातच, तशीच शक्यता जास्त आहे,' तो थांबला. अजूनही आठ्या तशाच होत्या.

'सर, मालकीणबाईंनी काय पोशाख केला होता तुम्हाला माहितेय का?'

'वर्तमानपत्रामध्ये तपशिलात आलं आहे; पण तरी मला खात्री करून घ्यायला आवडेल.'

'त्यांनी फरची पांढरी टोक टोपी घातली होती, सर आणि टोपीला जोडलेली ठिपक्यांची पांढरी जाळी चेहऱ्यावर होती आणि शुभ्र निळा कोट आणि स्कर्ट.'

'अच्छा, लक्षात घेण्यासारखं आहे हे.'

'हो,' मिस्टर हॅलिडे म्हणाला, 'इन्स्पेक्टर जॅपलाही आशा वाटते आहे, त्यामुळे गुन्हा नक्की कुठे झाला हे शोधता येऊ शकतं. कारण, तिला पाहिलेल्या कुणाला ती या कपड्यांमुळे लक्षात राहिली असती.'

'*अगदी अचूक!*... धन्यवाद मॅडम,' नोकराणी खोलीतून गेली.

'ठीक!' असं म्हणून प्वारो तातडीने उठला. 'माझं इथलं झालं आहे – फक्त मिस्टर, एकच विनंती की, मला तुम्ही *सगळं काही* सांगा – सगळं!'

'मी सांगितलं आहे.'

'नक्की?'

'हो, अगदी सगळं.'

'मग बोलण्यासारखं काही नाही. मी ही केस सोडून दिली पाहिजे.'

'का?'

'कारण, तुम्ही माझ्याशी मोकळेपणाने बोलला नाही आहात.'

'मी खात्रीने सांगतो –'

'नाही, तुम्ही काहीतरी हातचं राखलं आहे.'

काही क्षण शांतता पसरली. मग हॅलिडेने खिशातून एक कागद काढला आणि माझ्या मित्राच्या हातात दिला.

'मिस्टर प्वारो, हेच तुम्हाला हवं होतं ना! पण तरी तुम्हाला हे कसं समजलं असेल हे न कळून माझी चिडचिड होतेय!'

प्वारोने मंदस्मित केलं आणि कागदाची घडी उघडली. ते पातळशा खरखरीत कागदावर हाताने लिहिलेलं पत्र होतं. त्याने ते मोठ्याने वाचलं.

'प्रिय मॅडम,

तुझी पुन्हा एकदा भेट घेता येणार आहे यामुळे मला अपरिमित आनंद झाला आहे. माझ्या पत्रांना अनेकदा प्रेमळ उत्तर दिल्यानंतर, मी माझा संयम फार काळ राखू शकत नाही. मी पॅरिसमधले ते दिवस कधीही विसरू शकत नाही. तू उद्या लंडनला रवाना होणार आहेस, हे किती क्रूर आहे, तरीही लवकरच आणि कदाचित तू विचार करते आहेस त्याहून आधीच, ज्या लेडीची प्रतिमा माझ्या हृदयाच्या साम्राज्यात अढळपदी विराजमान झाली आहे, तिला पुन्हा एकदा भेटण्याचा आनंद मला मिळेल, अशी आशा.

प्रिय मॅडम, माझ्या समर्पित आणि अविचल भावनांबद्दल खात्री बाळगा –

आपला

अर्मांद द ला रोशफोर'

प्वारोने ते पत्र खाली झुकून अभिवादन करत हॅलिडेकडे परत दिलं.

'मिस्टर, काउंट द ला रोशफोर यांच्याबरोबर तुमची मुलगी पुन्हा नव्याने संपर्क प्रस्थापित करू पाहत होती, याबद्दल तुम्हाला काही माहीत नव्हतं, असा माझा अंदाज आहे, हो ना?'

'हे पाहून मला तर आश्चर्याचा धक्काच बसला! मला माझ्या मुलीच्या हँडबॅगेत हे पत्र सापडलं. मिस्टर प्वारो, तुम्हाला बहुधा माहिती असेलच की, हा तथाकथित उमराव अजिबात चांगला माणूस नाही.'

प्वारोने मानेने होकार दिला.

'पण तुम्हाला असं पत्र आहे हे समजलं तरी कसं?'

माझ्या मित्राच्या ओठांवर स्मित उमटलं. 'मिस्टर, मला समजलं नाही; पण गुप्तहेराने पायाच्या ठशांचा माग काढणं आणि सिगारेटची राख ओळखणं एवढंच

पुरेसं नसतं, तर तो चांगला मानसतज्ज्ञही असला पाहिजे! तुमचा तुमच्या जावयावर विश्वास नाही आणि तुम्हाला तो आवडत नाही, हे मला माहीत आहे. त्याला तुमच्या मुलीच्या मृत्यूने फायदा झाला; नोकराणीने केलेलं त्या रहस्यमयी पुरुषाचं वर्णन बऱ्याच अंशी त्याच्याशी मिळतंजुळतं आहे, तरी तुम्ही त्याचा माग काढण्यास उत्सुक नाही! का? कारण, तुमचा संशय दुसऱ्या दिशेने जातो आहे, त्यामुळे तुम्ही हातचं राखून होतात.'

'खरंय तुमचं मिस्टर प्वारो. हे पत्र सापडेपर्यंत रूपर्ट दोषी आहे अशी मला खात्री होती. या पत्राने मी आतून पुरता हादरून गेलो.'

'हो, उमरावाने म्हटलंय, 'लवकरच आणि कदाचित तू विचार करते आहेस त्याहून आधीच' याचा अर्थ उघड आहे की, त्याच्या परतण्याचा सुगावा तुम्हाला लागेपर्यंत त्याला थांबायचं नव्हतं. बारा-चौदाच्या गाडीने लंडनहून जाणारा आणि तुमच्या मुलीच्या डब्यात कॉरिडॉरमार्गे येणारा पुरुष तोच होता का? माझी स्मरणशक्ती दगा देत नसेल, तर माझ्या मते उमराव रोशफोरदेखील उंच आणि गडद वर्णाचा आहे!'

त्या लक्षाधीशाने होकार भरला.

'ठीक आहे, मिस्टर. तुमचा दिवस चांगला जावो अशा शुभेच्छा आणि हो, दागदागिन्यांची यादी स्कॉटलंड यार्डकडे असेल असं मी गृहीत धरतो.'

'हो, इन्स्पेक्टर जॅप इथे आहेत आत्ता. तुम्हाला जमल्यास भेटता येईल त्यांना.'

जॅप आणि आमची जुनी मैत्री होती. त्याने प्वारोची विचारपूस केली.

'कसा आहेस, मिस्टर? एकमेकांबद्दल आपल्या मनात काही वाईटसाईट नाही; पण तरी *आपले* जगाकडे पाहण्याचे दृष्टिकोन भिन्न आहेत. मेंदूच्या 'करड्या पेशी' कशा आहेत तुझ्या? चांगल्या काम करतायत ना?'

आनंदाने स्मित करत प्वारो उत्तरला. 'चांगल्या काम करताहेत त्या, मित्रा जॅप. खात्री बाळग!'

'मग फार चांगलं. रूपर्ट असावा की कोणीतरी गुंड, काय वाटतं तुला? आम्ही अर्थातच लक्ष ठेवून आहोत सगळ्या नेहमीच्या ठिकाणांवर. दागदागिने, मौल्यवान रत्नं यांची विल्हेवाट लावली जात आहे का, याची माहिती आम्हाला मिळेलच आणि ज्याने कुणी हे कृत्य केलं असेल, तो काही त्या दागिने-रत्नांच्या झळाळीची प्रशंसा करण्यासाठी ती आपल्याकडे ठेवणार नाही; नाही का! काल रूपर्ट कॅरिंग्टन कुठे होता याचा शोध घ्यायचा मी प्रयत्न करतो आहे. त्याबद्दल जरा गूढच असल्याचं दिसतंय. त्याच्यावर पाळत ठेवायला माणूस ठेवला आहे मी.'

'मोठीच दक्षता घेतो आहेस तू; पण माझ्या मते एक दिवसाचा उशीर झालाय,' प्वारोने हळुवारपणे सूचित केलं.

'तू विनोदी आहेसच प्वारो. ठीकय, मी आता पॅडिंग्टनला जातो आहे. ब्रिस्टल, वेस्टन, टॉन्टन, माझ्या अखत्यारीत येतं.'

'ठीक आहे, मग तू परतल्यावर संध्याकाळी मला भेटून तुझा निष्कर्ष सांगशील का?'

'नक्कीच, जर मी परतलो तर.'

'चांगला इन्स्पेक्टर सारखा फिरतीवर असतो, त्यावर त्याचा विश्वास असतो,' त्याचा मित्र गेल्यावर प्वारो पुटपुटला. 'तो प्रवास करतो; पावलांचे ठसे मोजतो; माती आणि सिगारेटची राख गोळा करतो! तो खूप खूप व्यग्र असतो! तो शब्दातीत उत्साहात असतो! आणि जर मी त्याला मानसशास्त्राबद्दल काही सांगितलं, तर माझ्या मित्रा तो काय करेल तुला माहित्येय? तो मंद स्मित करेल! तो स्वतःला म्हणेल, 'बिचारा म्हातारा प्वारो! वय होतंय त्याचं! म्हातारपणामुळे भ्रमिष्ट झालाय तो!' जॅप म्हणजे अशी 'तरुण पिढी आहे जी दारावर टकटक तर करते आहे'; पण माझ्या *मित्रा,* ते दारावर टकटक करण्यात एवढे व्यग्र आहेत की, त्यांना समजतच नाहीये की, दार तर उघडं आहे!'

'आणि तू काय करणार आहेस?'

'आपल्या हाती आता *सगळे पत्ते* असल्यामुळे, मी आता थोडे पैसे खर्चून रिट्झला फोन करीन. आपला उमराव तिथे राहतो आहे हे तुला कळलं असेलच. त्यानंतर, माझी पावलं थोडी ओलसर झाल्यामुळे आणि मला दोनदा शिंका आल्यामुळे, मी माझ्या खोलीत जाईन आणि माझ्यासाठी स्पिरीटच्या दिव्यावर *औषधी चहा* तयार करीन.'

त्यानंतर दुसऱ्या दिवशी सकाळपर्यंत मला प्वारो दिसला नाही. मग मला तो शांतपणे न्याहारी करताना दिसला.

'काय झालं?' मी उत्सुकतेने विचारलं.

'काही नाही.'

'पण जॅप?'

'मी त्याला पाहिलेलं नाही.'

'आणि उमराव?'

'त्याने परवाच रिट्झ सोडलं.'

'खून झाला त्या दिवशी?'

'हो.'

'मग झालं तर! रूपर्ट कॅरिंग्टनचं हे कृत्य नाही, हे स्पष्ट आहे.'

'उमराव रोशफोरेने रिट्झ सोडलं म्हणून? तू फारच घाई करतो आहेस, माझ्या मित्रा.'

'ते काहीही असो, त्याचा पाठलाग केला पाहिजे, त्याला पकडलं पाहिजे! पण त्याने खून का केला असेल? हेतू काय?'

'एक लाख डॉलर्स किमतीचे दागदागिने हे कुणाहीसाठी चांगलं कारण असू शकतं. नाही; पण मला पडलेला प्रश्न असा – तो तिला मारेल का? म्हणजे नुसते दागिने चोरले का नाहीत? तिने काही तक्रार वगैरे दिली नसती.'

'का?'

'कारण, ती स्त्री आहे, *मित्रा.* तिने त्याच्यावर कधीकाळी प्रेम केलं, त्यामुळे ती गप्प राहून तिचं नुकसान सहन करेल आणि स्त्रियांची मानसिकता उत्तम जाणणारा उमराव यशस्वी होईल. त्याला हे नीट माहिती असेलच! दुसरीकडे, जर रूपर्ट कॅरिंग्टनने तिला मारलं असेल, तर तो गुन्हा सिद्ध करण्यासाठी पुरावा असलेले दागिने का घेईल?'

'दुसरीकडे पोलिसांचं लक्ष वळवण्यासाठी.'

'कदाचित, तुझं बरोबर असेल, मित्रा. चला, जॅप आलाय! मला त्याची टकटक ओळखता येते.'

हसत, उत्साहात इन्स्पेक्टर जॅप आत आला.

'सुप्रभात, प्वारो. नुकताच परतलो. चांगलं काम झालं हातून! आणि तुझं?'

'माझं? मी माझे विचार मनातच जरा नीट मांडले,' प्वारो शांतपणे म्हणाला. त्यावर जॅप मोठ्याने हसला.

'अरे तू तर म्हातारा होत चाललायेस असं दिसतं,' त्याने आपलं हे निरीक्षण दबक्या आवाजात मला सांगितलं. 'आम्हा तरुणांचं तसं नसतं,' मग तो हे वाक्य मोठ्याने म्हणाला.

'अरेरे!' प्वारो म्हणाला.

'मी काय केलं हे तुला ऐकायचं आहे का?'

'मी अंदाज बांधावा असं वाटतंय तुला? मग ऐक, ज्या हत्याराने खून झाला, ते हत्यार म्हणजे तो सुरा तुला सापडला, तो वेस्टन आणि टॉन्टन लाइनच्या बाजूला सापडला आणि हो, तू वृत्तपत्र विकणाऱ्या एका मुलालाही भेटलास. जो मिसेस कॅरिंग्टनशी वेस्टनमध्ये बोलला होता.'

जॅपचं तोंड आश्चर्याने उघडं पडलं. 'आं! तुला कसं काय माहीत? तुझ्या त्या शक्तिशाली 'करड्या पेशीं'मुळे असं मला आता सांगू नकोस बरं!'

'त्या *शक्तिशाली* आहेत, हे तू एकदा तरी मान्य केलंस याचा मला आनंद झाला! मला सांग, तिने त्या मुलाला एक शिलिंग जास्तीचा दिला का?'

'नाही, अर्धा क्राउन!' जॅपने आपल्या रागाला आवर घातला आणि म्हणाला, 'हे श्रीमंत अमेरिकन्स ना, जरा जास्तच औदार्य दाखवतात!'

'आणि त्यामुळे त्या मुलाच्या ती लक्षात राहिली, बरोबर?'

'बरोबर. त्याला रोज रोज थोडीच अर्धा क्राउन्स मिळतात. तिने त्याला बोलावलं आणि दोन मासिकं विकत घेतली. एकाच्या मुखपृष्ठावर निळ्या कपड्यातल्या मुलीचं चित्र होतं. ती म्हणाली, 'मला मॅच होईल हे.' आणि हो, ती त्याच्या स्मरणात कोरली गेली. माझ्यापुरतं हे पुरेसं आहे. डॉक्टरच्या मतानुसार, गुन्हा टॉन्टनच्या *आधीच* घडला असला पाहिजे. मी असा अंदाज बांधला की, त्यांनी सुरा लगेच फेकून दिला असेल आणि म्हणून मी रूळांवरून त्याचा शोध घेत चाललो आणि हो, तिथे तो सापडलाच. टॉन्टनला मी आपल्या संशयिताची बरीच चौकशी केली; पण ते अर्थातच मोठं स्टेशन आहे आणि त्यामुळे त्याला कुणी पाहिलं असण्याची शक्यता कमी आहे. बहुधा तो नंतरच्या ट्रेनने लंडनला परतला.'

प्वारोने होकार भरला, 'तसंच असावं.'

'पण मी परतल्यावर मला आणखी एक बातमी मिळाली. दागदागिने विकताहेत ते! एक मोठा पाचू काल रात्री विकण्यात आला – नेहमीच्याच चोरीच्या मालाबरोबर. कोण असेल तो असं तुला वाटतं?'

'मला माहीत नाही – पण तो माणूस बुटका होता.'

जॅप चकित झाला. 'अगदी बरोब्बर. तो बराच बुटका आहे. रेड नार्की.'

'रेड नार्की कोण?' मी विचारलं.

'सर, एक अत्यंत हुशार रत्नचोर; पण तो खून वगैरे करत नाही. तो बऱ्याचदा एका बाईबरोबर काम करतो. ग्रेसी किड तिचं नाव, या वेळी ती यात गुंतलेली आहे असं दिसत तरी नाहीये. हां म्हणजे ती सगळा माल घेऊन हॉलंडला गेली नसेल तर.'

'तू नार्कीला पकडलंस?'

'अर्थातच; पण माझ्या मते आपल्याला हवा असलेला माणूस तो आहे जो मिसेस कॅरिंग्टनच्या सोबत ट्रेनमध्ये होता. त्याने हे काम नियोजित केलं तो; पण नार्की त्याच्या जोडीदाराचं नाव उघड करणार नाही.'

प्वारोचे डोळे गहिरे हिरवे झाल्याचं मी पाहिलं.

'मला वाटतं,' तो हळूच म्हणाला, 'मी नार्कीचा तो माणूस शोधू शकेन. ठीक आहे.'

'तुझी एखादी कल्पना का?' जॅपने प्वारोकडे कटाक्ष टाकला, 'या वयातही तू कसा काय सगळं हाताळू शकतोस, हे पाहून आश्चर्य वाटतं कधी कधी. अर्थातच नशीब म्हणायचं!'

'हं... कदाचित म्हणता येईल तसं,' माझा मित्र पुटपुटला, 'हेस्टिंग्ज, माझी हॅट आणि ब्रश आणि पाऊस पडत असेल तर माझे गमबूट. त्या *औषधी चहाच्या* परिणामावर आपण पाणी नको फिरवायला! जॅप, अच्छा!'

'प्वारो, गुड लक.'

प्वारोने दिसलेल्या पहिल्या टॅक्सीला हाक मारून बोलावलं आणि चालकाला पार्क लेनला न्यायला सांगितलं.

जेव्हा आम्ही हॅलिडेच्या घरापाशी येऊन थांबलो, तेव्हा त्याने चालकाला पैसे दिले आणि चपळाईने बाहेर पडला. घराची बेल वाजवली. दार उघडणाऱ्या नोकराला त्याने दबक्या आवाजात विनंती केली आणि तत्काळ आम्हाला वर नेण्यात आलं. आम्ही जिन्याने घराच्या वरच्या भागात गेलो. तिथे आम्हाला एका नीटनेटक्या निजायच्या खोलीत बसवण्यात आलं. प्वारोची नजर खोलीभर झरझर फिरली आणि एका छोट्या काळ्या ट्रंकेपाशी थांबली. तो तिच्या पुढ्यात वाकला, त्याने त्यावरची लेबलं तपासली आणि खिशामधून तारेचा छोटा तुकडा काढला.

'ते इथे वर आले तर फार चांगलं होईल, असं मिस्टर हॅलिडेंना सांग,' त्याने थांबलेल्या नोकराला सांगितलं.

नोकर गेल्यावर, प्वारोने हळुवारपणे ती तार ट्रंकेच्या कुलपात लावून गोडीगुलाबीने फिरवली. त्याचा हात या कामात तरबेज असावा असं वाटत होतं. काही मिनिटांत खट्‌ असा आवाज झाला, कुलूप उघडलं आणि त्याने ट्रंकेचं झाकण वर उचललं. तो आतले कपडे उचकू लागला, जमिनीवर अस्ताव्यस्त टाकू लागला.

जिन्यावर पावलांचा आवाज ऐकू आला आणि काही क्षणांत हॅलिडे खोलीत शिरला.

'तुम्ही इथे काय करताय?' प्वारोकडे पाहत त्याने विचारलं.

'मी ना, मिस्टर, हे शोधत होतो,' प्वारोने ट्रंकमधून निळा कोट आणि स्कर्ट तसंच पांढऱ्या रंगाची फर असलेली टोक टोपी काढून दाखवली.

'माझ्या ट्रंकेपाशी काय करताय तुम्ही?' तेवढ्यात आणखी एक आवाज आला. त्या दिशेने मी पाहिलं, तेव्हा नोकराणी, जेन मेसन खोलीत शिरली होती.

'दार बंद करशील का हेस्टिंग्ज! धन्यवाद आणि हो, दाराला पाठ लावून उभा राहा. आता, मिस्टर हॅलिडे, मी तुमची ओळख करून देतो – ही आहे ग्रेसी किड म्हणजेच जेन मेसन, जी थोड्याच वेळात आपल्या साथीदारासोबत, रेड नार्कीसोबत असेल. तो आता इन्स्पेक्टर जॅपच्या ताब्यात आहे.'

प्वारोने आपले हात नापसंतीने हलवले. 'फार सोपं होतं हे!' त्याने आणखी काव्हियर घेतलं.

'आपल्या मालकीणबाईने घातलेल्या पोशाखावर नोकराणीने स्वतःहून दिलेला भर पाहून माझं लक्ष पहिल्यांदा वेधलं गेलं. आपलं लक्ष त्याकडे वळवलं पाहिजे, यासाठी ती एवढी खटपट का करत असावी? मला असं वाटलं की, ब्रिस्टलला डब्यामध्ये एक रहस्यमय पुरुष होता असं फक्त नोकराणीने आपल्याला सांगितलं होतं. दुसऱ्या कोणालाही ते माहीत नव्हतं. डॉक्टरच्या पुराव्याचा विचार केला, तर मिसेस कॅरिंग्टनला ब्रिस्टलला *पोहोचण्याआधीच* मारलेलं असू शकतं; पण तसं असेल, तर नोकराणीसुद्धा साथीदार असायला हवी आणि जर ती साथीदार असेल, तर हा मुद्दा तिच्या एकटीच्या साक्षीवर अवलंबून राहणं तिला नकोच असणार. मिसेस कॅरिंग्टनने घातलेले कपडे लक्षवेधक होते. आपल्या मालकीणबाईंनी काय परिधान करावं, याबद्दल नोकराणीच बहुतेकदा ठरवत असते. आता जर ब्रिस्टलनंतर, कुणी निळा कोट, स्कर्ट आणि पांढऱ्या फर टोपीतल्या बाईला पाहिलं असेल, तर तो, आपण मिसेस कॅरिंग्टनलाच पाहिलं होतं असं शपथेवर सांगेल.

'मी सगळा घटनाप्रसंग पुन्हा रचू लागलो. नोकराणीने मालकीणबाईसारखे तंतोतंत नकली कपडे घातले असणार. तिने आणि तिच्या साथीदाराने क्लोरोफॉर्मने मिसेस कॅरिंग्टनला बेशुद्ध पाडलं आणि लंडन आणि ब्रिस्टल यांच्यादरम्यान चाकूने भोसकलं. बहुधा, त्यांनी बोगद्यातून गाडी जाताना हे केलं असावं. मृतदेह सीटखाली ढकलला आणि नोकराणी पुन्हा आपल्या जागी परतली. वेस्टनला तिला कुणीतरी पाहणं आवश्यक होतं. कसं? सगळ्या शक्यता लक्षात घेऊन, वृत्तपत्रविक्रेता मुलगा निवडण्यात आला. मोठी टिप दिली, तर त्याच्या आपण लक्षात राहू, असं तिने पाहिलं. मासिकावरील सारख्या कपड्यांबाबत टिप्पणी करून तिने त्याचं लक्ष कपड्यांच्या रंगाकडे वेधलं. वेस्टन गेल्यावर, तिने खिडकीतून सुरा खाली टाकला. जेणेकरून खून कुठे झाला असावा, याची खूण तिथे सापडेल. त्यानंतर तिने कपडे तरी बदलले किंवा त्यावरून लांब मॅकिन्टोश कोट तरी घातला. टॉन्टनला तिने ट्रेन सोडली आणि पुन्हा लवकरात लवकर ब्रिस्टलला परतली. तिथे तिच्या साथीदाराने क्लोकरूममध्ये सामान नीट ठेवलं होतं. त्याने तिकीट दिलं आणि स्वतः लंडनला परतला. तिने स्टेशनवर वाट पाहिली, आपली भूमिका निभावली. मग रात्र हॉटेलमध्ये काढली आणि तिने सांगितल्याप्रमाणेच सकाळी ती शहरात परतली.

'जेव्हा जॅप त्याच्या मोहिमेवरून परतला, तेव्हा मला माझे अंदाज खरे असल्याचं लक्षात आलं. त्याने मला असंही सांगितलं की, एक प्रसिद्ध चोर दागिने विकतो आहे. मला माहीत झालं की, तो जो कोणी असेल तो जेन मेसनने वर्णिलेल्या पुरुषापेक्षा दिसायला बरोब्बर विरुद्ध असेल. जेव्हा मला तो रेड नार्की

आहे असं समजलं, जो ग्रेसी किडसोबत काम करतो, तेव्हा मला ग्रेसी कुठे सापडेल हेही लक्षात आलं.'

'आणि आपला उमराव?'

'मी जितका याचा विचार करू लागलो, तितकी मला खात्री झाली की, यामध्ये त्याचा काहीही संबंध नव्हता. तो गृहस्थ स्वतःची कातडी वाचवण्याबाबत अत्यंत जागरूक असल्याने, तो खून करण्याचा धोका उचलणं शक्य नव्हतं. त्याच्या चारित्र्याला हे शोभलं नसतं.'

'मिस्टर प्वारो,' हॅलिडे म्हणाला, 'मी तुमचे हे उपकार कसे फेडू हेच मला समजत नाही आणि दुपारचं जेवण झाल्यावर मी जो तुम्हाला धनादेश लिहून देईन, त्यानेही ते फेडले जातील असं नाही.'

प्वारो नम्र हसला आणि माझ्या कानात पुटपुटला, 'जॅपला औपचारिकरीत्या सगळं श्रेय मिळेलच; पण जरी ग्रेसी किड आता त्याच्या ताब्यात असली, तरी माझ्या यशस्वी तपासामुळे त्याची पुरती चिडचिड झाली आहे हे नक्की!'

पोलेन्सा उपसागरावरची समस्या

वाफेवर चालणारी बोट बार्सिलोनाहून माजोर्काला आली. त्यामधून मिस्टर पार्कर पाइन पाल्माच्या किनाऱ्यावर सकाळी लवकरच उतरला - आणि आल्या आल्या त्याचा भ्रमनिरासच झाला. सगळी हॉटेल्स संपूर्ण भरलेली! त्याच्यासाठी त्यातल्या चांगली व्यवस्था करण्यात आली ती शहराच्या मध्यभागी असलेल्या एका हॉटेलमधल्या अंगणात. तिथे त्याला एक दुर्लक्षित, छोटीशी, बंदिस्त, कोंदट खोली देण्यात आली. मिस्टर पार्कर पाइनला ती नको होती. हॉटेलच्या मालकाला त्याच्या या भ्रमनिरासाबद्दल काहीही वाटलं नाही.

'आता काय?' त्याने खांदे उडवून विचारलं.

पाल्मा लोकप्रिय झालं होतं! देवाण-घेवाण फायद्याची होती! हिवाळ्यामध्ये सगळे जण - इंग्लिश आणि अमेरिकी लोक - माजोर्काला यायचे, त्यामुळे सगळीकडची निवासव्यवस्था भरून जायची, त्यामुळे पार्कर पाइनला कुठेही जागा मिळाली नव्हती. कदाचित, याला अपवाद होता फोरमेंटरचा; पण तिथे किमती एवढ्या चढ्या होत्या की, परदेशी लोकही त्या ऐकून पांढरे पडायचे.

मिस्टर पार्कर पाइनने थोडी कॉफी घेतली आणि तो कॅथेड्रल पाहण्यासाठी बाहेर पडला; पण तो स्थापत्यशास्त्रातल्या सौंदर्याचा आस्वाद घेण्याच्या मनःस्थितीत नव्हता.

अर्धं फ्रेंच, मधूनमधून स्थानिक स्पॅनिश भाषेचा शिडकावा असलेल्या भाषेत त्याचं मित्रत्वाने वागणाऱ्या एका टॅक्सी चालकाशी संभाषण झालं. त्यांनी सोलर, ॲल्कूडिया, पोलेन्सा आणि फोरमेंटर या ठिकाणांच्या गुणवत्तेबद्दल आणि शक्यतांबद्दल चर्चा केली. तिथे हॉटेल्स चांगली होती; पण खूप महाग होती.

किती महाग आहेत, अशी मिस्टर पाइनने मुद्दाम त्याला डिवचायला चौकशी केली.

टॅक्सी चालक म्हणाला की, ते वाट्टेल तितके, तोंडाला येईल तेवढे पैसे मागतात. त्याला काही अर्थच नसतो; पण इंग्लिश लोक इथे स्वस्त आणि योग्य किमतींसाठी येतात, हे खरं आहे ना?

मिस्टर पार्कर पाइन म्हणाला की, हो, तसं काही प्रमाणात आहे; पण फोरमेंटरला ते किती पैसे *आकारतात* एकुणात?

भयंकर किंमत!

बरोबर आहे – **पण नक्की किती?**

चालकाने सरतेशेवटी आकड्यांमध्ये उत्तर दिलं. नुकत्याच भेट दिलेल्या जेरूसेलम आणि इजिप्तमधल्या हॉटेलांएवढी ती रक्कम होती, त्यामुळे मिस्टर पार्कर पाइनला तो आकडा काही एवढा भोवळ आणणारा वगैरे वाटला नाही.

सौदा करण्यात आला. मिस्टर पार्कर पाइनच्या सूटकेसेस जरा धसमुसळेपणानेच टॅक्सीमध्ये भरण्यात आल्या आणि ते बेटावरच्या रस्त्यांवरून फिरू लागले, रस्त्यामध्ये त्यांनी स्वस्तातल्या हॉटेलांमध्ये प्रयत्न करायचा असं ठरवलं; पण अंतिम ध्येय होतं फोरमेंटर.

पण ते फोरमेंटर या राहण्याची आलिशान व्यवस्था असलेल्या हॉटेलला पोहोचले नाहीत. कारण, पोलेन्साच्या अरुंद रस्त्यांवरून जात असताना आणि किनाऱ्याला लागून असलेल्या अर्धवर्तुळाकार रस्त्यावरून पुढे जाताना, त्यांना हॉटेल पिनो दोरो दिसलं – समुद्रकाठावर उभं असलेलं ते लहानसं हॉटेल होतं. तिथून धुक्यात लपेटलेल्या किनाऱ्याचं सुंदर, अस्पष्ट दृश्य दिसत होतं, जणू एखाद्या जपानी चित्रासारखं, तेव्हा मिस्टर पार्कर पाइनला कळलं की, त्याला हेच हॉटेल आवडलं आहे. त्याने टॅक्सी थांबवली आणि इथे आपल्याला राहायला जागा मिळेल, अशी आशा करत रंगवलेल्या दारातून तो आत गेला.

एका वयस्कर जोडप्याच्या मालकीचं ते हॉटेल होतं. त्यांना इंग्रजी किंवा फ्रेंच भाषा येत नव्हती; पण तरी संवाद साधला गेला आणि समाधानकारक तोडगाही निघाला. मिस्टर पार्कर पाइनला समुद्राकडची खोली देण्यात आली, सूटकेसेस ठेवण्यात आल्या. 'नव्या हॉटेलांनी चालवलेली' लूटमार टाळता आल्याबद्दल चालकाने आपल्या प्रवाशाचं अभिनंदन केलं आणि आपलं भाडं घेऊन स्पॅनिश सलाम ठोकत निरोप घेतला. मिस्टर पार्कर पाइनने आपल्या घड्याळात पाहिलं. अजूनही पावणेदहाच वाजले आहेत, हे पाहून त्याला आश्चर्य वाटलं. तो खोलीबाहेर असलेल्या छोट्या सज्ज्यात गेला. ती सकाळच्या सूर्यप्रकाशात न्हाऊन निघाली होती. त्याने दुसऱ्यांदा कॉफी आणि रोल्स मागवले.

तिथे चार टेबलं मांडली होती. तो बसला ते एक; दुसरं, ज्यावरून न्याहारीच्या ताटल्या उचलण्यात येत होत्या आणि बाकीची दोन भरलेली होती. त्याच्या

जवळच्या टेबलावर एक कुटुंबं बसलं होतं, आई-वडील आणि दोन मोठ्या मुली. ते जर्मन होते. त्यांच्या पलीकडे सज्ज्याच्या कोपऱ्यातल्या टेबलावर आई आणि मुलगा बसले होते. ते इंग्लिश असल्याचं उघड कळत होतं.

त्यातली आई पंच्चावन्न वर्षांची बाई वाटत होती. तिचे केस करडे होते. तिने फॅशन म्हणून नव्हे, तर आवड म्हणून ट्विड कोट आणि स्कर्ट असा पोशाख घातला होता. परदेशी भरपूर प्रवास केलेल्या इंग्लिश महिला ज्या प्रकारे आरामात, शांत आणि आत्मविश्वासाने बसतात, तशी ती बसली होती.

तिच्या समोर बसलेला तरुण पंचविशीचा होता आणि तो त्याच्या वयानुसार आणि श्रेणीनुसार वागत होता. तो दिसायला अगदी सुंदरही नव्हता किंवा साधाही नव्हता. तो उंच नव्हता, तसाच बुटकाही नव्हता. तो त्याच्या आईबरोबर मजेत होता, हे उघड दिसत होतं. ते मध्येच विनोद करून हसत होते. तिच्याकडे काही पदार्थ वगैरे देतानाही तो काळजी घेत होता.

ते बोलत असताना, तिची नजर मिस्टर पार्कर पाइनच्या नजरेला भिडली. तिने अलिप्त सभ्यपणाने त्याच्यावरून क्षणभर नजर फिरवली आणि तेवढ्या वेळात तिने त्याच्याविषयी चांगलं मत बनवलं होतं हे त्याने ताडलं.

तिने तो इंग्लिश आहे, हे अर्थातच ओळखलं आणि पुढे कदाचित ती त्याच्याबद्दल एखादं वाक्य बोललीही असती.

मिस्टर पार्कर पाइनची त्याबद्दल विशेष काही हरकत नव्हती. त्याचे देशवासीय परदेशात गेल्यावर त्याला जरा कंटाळवाणे वाटायचे; पण दिवसातला काही वेळ तरी तो सौहार्दाने घालवायला तयार होता. तसं केलं नाही, तर छोट्या हॉटेलात नीट राहता येत नाही. त्याला खात्रीने वाटलं की, विशेषतः त्या बाईचे 'हॉटेल मॅनर्स' सर्वोत्तम होते.

तो इंग्लिश मुलगा त्याच्या जागेवरून उठला. त्याने हसत हसत काहीतरी टिप्पणी केली आणि हॉटेलच्या आत गेला. त्या बाईने तिची पत्रं आणि बॅग घेतली आणि ती सुमद्राकडे तोंड करून बसली. *कॉन्टिनेंटल डेली मेलची* एक प्रत उघडून ती वाचू लागली. आता तिची मिस्टर पार्क पाइनकडे पाठ होती.

कॉफीचा शेवटचा घोट पिऊन मिस्टर पार्कर पाइनने तिच्या दिशेने पाहिलं आणि अचानक तो ताठरला. तो सावध झाला – त्याची सुट्टी एवढी शांततेत कशी जाते आहे या विचाराने तो सावध झाला! ती पाठ भयंकर बोलकी होती. त्याने त्याच्या कारकिर्दीत निरनिराळ्या पाठी पाहिल्या होत्या, त्यांचे अर्थ लावले होते. ती पाठ कडक, ताठ होती. ती व्यक्ती ताणामध्ये असल्याचं जाणवत होतं. तिचा चेहराही न पाहता त्याला हे नीट कळलं की, तिचे डोळे अश्रूंनी काठोकाठ भरले आहेत. त्या बाईने प्रचंड प्रयत्नांती स्वतःला रोखून धरलं आहे.

एखाद्या सावध प्राण्यासारख्या दक्षतेने हालचाली करत मिस्टर पार्कर पाइन हॉटेलमध्ये परतला. अर्ध्या तासापूर्वीच त्याने हॉटेलच्या डेस्कवरील वहीत नीट अक्षरात सही केली होती. – सी. पार्कर पाइन, लंडन.

काही ओळी वर, मिस्टर पार्कर पाइनला इतर नावं लिहिलेली दिसली : मिसेस आर. चेस्टर, मिस्टर बेझिल चेस्टर – होम पार्क, डेव्हन. मग तत्काळ पेन हातात घेऊन, मिस्टर पार्कर पाइनने घाईघाईने आपल्या सहीवर (मोठ्या प्रयत्नाने, कसंबसं) दुसरं नाव लिहिलं – ख्रिस्तोफर पाइन.

जर पोलेन्सा बेमध्ये आलेली मिसेस आर. चेस्टर दुःखी असेल, तर आता तिला मिस्टर पार्कर पाइनचा सल्ला इतक्या सहजी घेता येणार नव्हता.

परदेशात गेल्यावर त्याचं नाव जाणणारी आणि त्याच्या जाहिराती पाहणारी एवढी मंडळी त्याला भेटतात, याचं त्याला नेहमीच आश्चर्य वाटायचं. इंग्लंडमध्ये हजारो लोक *टाइम्स* वृत्तपत्र रोज वाचतात आणि त्यांना विचारल्यास, त्यांनी असलं काही नाव आयुष्यात बहुतांश वेळा कधी ऐकलेलंही नाही, असं ते खरं खरं उत्तर देतात. परदेशात मात्र लोक वृत्तपत्रं अधिक खोलात आणि नीट वाचतात, असं त्याच्या लक्षात आलं. त्यांच्याकडून एकही बातमी, अगदी जाहिरातही सुटत नाही.

आधीच त्याच्या सुट्टीमध्ये अनेकदा वेगवेगळे अडथळे निर्माण झाले होते. त्याला खुनापासून ब्लॅकमेल करण्यापर्यंतची सगळी प्रकरणं हाताळावी लागली होती. माजोर्कामध्ये आल्यावर शांतपणे आराम करायचा, असा त्याने निश्चय केला होता. त्याला अंतःप्रेरणेने असं वाटलं की, ती त्रासात असलेली आई बहुतेक त्याच्या शांततेवर विरजण घालणार आहे.

मिस्टर पार्कर पाइन पिनो दोरोमध्ये आनंदाने स्थिरस्थावर झाला. तिथून मॅरिपोसासारखी मोठी हॉटेल्स फार काही दूर नव्हती. तिथे बरेच इंग्लिश लोक राहायचे. आजूबाजूला एक कलाकार मंडळींची वसाहतही होती. समुद्रकिनाऱ्यावरून चालत गेलात की, मासेमारी करणाऱ्या लोकांचं गाव होतं, जिथे कॉकटेल बार होता. लोक तिथे भेटत. तिथे काही दुकानंही होती. सगळं कसं छान, आनंददायक आणि शांतता देणारं होतं. शरीराच्या वरच्या अर्धा भागावर रंगीबेरंगी रुमाल गुंडाळलेल्या, ट्राउझर्स घातलेल्या मुली फिरताना दिसायच्या. मोठे केस राखलेले, मऊ चपट्या हॅट घातलेले तरुण मॅक्स बारपाशी जमून कलेतील अमूर्तता वगैरे विषयांवर बोलताना दिसायचे.

मिस्टर पार्कर पाइन तिथे आल्यानंतर, एक दिवसाने, मिसेस चेस्टर त्याच्याकडे पाहून तिथून दिसणाऱ्या दृश्याबाबत बोलली आणि हवा किती चांगली आहे, याबाबतही बोलली. त्यानंतर तिने जर्मन बाईशी विणकामाच्या गप्पा मारल्या आणि दोन डॅनिश गृहस्थांकडे राजकीय परिस्थितीतील निराशाजनक स्थितीवर काही मतं

प्रदर्शित केली. ही दोन डॅनिश माणसं रोज पहाटे उठायची आणि अकरा तास चालायची.

मिस्टर पार्कर पाइनला सर्वांत जास्त आवडला बेझिल चेस्टर हा तरुण. त्याने मिस्टर पार्कर पाइनला सर म्हणून संबोधलं आणि तो वृद्ध माणूस जे काही बोलला, ते त्याने नम्रपणे ऐकून घेतलं. अधेमधे या तीन इंग्लिश लोकांनी संध्याकाळच्या जेवणानंतर कॉफीही एकत्र घेतली. तिसऱ्या दिवशी, साधारणतः दहा मिनिटांनंतर बेझिलने मेजवानीतून निरोप घेतला आणि मिस्टर पार्कर पाइन मिसेस चेस्टरशी संवाद साधण्याकरता एकटाच उरला.

ते फुलांबद्दल आणि त्यांना कसं वाढवावं, कशी निगा राखावी याबद्दल, इंग्लिड पौंड चलनाच्या स्थितीबद्दल, फ्रान्समध्ये राहणं किती महाग झालं आहे, यांबद्दल आणि दुपारचा चांगला चहा मिळण्यातल्या अडचणीबद्दल बोलले.

रोज संध्याकाळी जेव्हा तिचा मुलगा जात असे, तेव्हा तिचे ओठ थरथरत आणि ती तत्काळ ते लपवे. मिस्टर पार्कर पाइनला हे दिसायचं; पण तत्काळ ती स्वतःला सावरायची आणि वर उल्लेखलेल्या विषयांबद्दल बोलणं सुरू करायची.

हळूहळू तिने बेझिलबद्दल सांगायला सुरुवात केली – तो शाळेत, अभ्यासात किती चांगला होता – 'तो पहिला असायचा, माहितेय', सगळ्यांना तो कसा आवडायचा, त्याचे वडील जिवंत असते, तर त्यांना अशा मुलाचा किती अभिमान वाटला असता, बेझिल कधीही 'हाताबाहेर' न गेल्याने ती किती आभारी आहे याबद्दल. 'अर्थात, मी त्याला जरा तरुणांसोबत राहत जा असं सांगते खरी; पण त्याला माझ्यासोबत राहणं खरोखरच आवडतं,' असं ती म्हणाली.

हे सांगताना तिला थोडा आनंदही झालेला दिसला.

पण एकदा मिस्टर पार्कर पाइनने नेहमीप्रमाणे प्रतिसाद दिला नाही. एरवी तो धोरणीपणे सहज काहीतरी प्रतिसाद द्यायचा; पण त्याऐवजी तो म्हणाला, 'ओह! इथे बरीच तरुण मंडळी आहेत की – हॉटेलमध्ये नाही; पण आजूबाजूला.'

...आणि तेव्हा मिसेस चेस्टर ताठरली हे त्याने पाहिलं. ती म्हणाली की, हो. अर्थातच इथे भरपूर *कलाकार, कलावंत* आहेत. कदाचित, ती जुन्या मताची असेल; पण खरी कला वेगळी असते. भरपूर तरुण लोक आळशासारखं निवांत जगता यावं म्हणून कला वगैरे काहीतरी करतात आणि बाकी काहीच करत नाहीत – आणि या मुली खूप पितात.

दुसऱ्याच दिवशी बेझिल मिस्टर पार्कर पाइनला म्हणाला, 'सर, तुम्ही इथे भेटलात याचा मला फार आनंद झालाय, विशेषकरून माझ्या आईसाठी. तिला संध्याकाळी तुमच्याशी गप्पा मारायला आवडतं.'

'तुम्ही इथे आल्यावर पहिल्यांदा काय करायचात?'

'खरं सांगायचं तर आम्ही पिकेट हा पत्त्यांचा खेळ खेळायचो.'

'अच्छा.'

'अर्थातच, पिकेटचा कंटाळा येणं साहजिक आहे. खरंतर माझे इथे काही मित्र झाले आहेत. जरा अतिउत्साही मंडळी आहेत ती. माझ्या आईला ते फारसे आवडत नाहीत -' तो हसला, जणू काही त्याला ते गमतीशीर वाटलं. 'माझी आई जरा जुन्या विचारांची आहे... ट्राउझर घातलेल्या मुली पाहिल्या तरी तिला धक्का बसतो!'

'अगदी,' मिस्टर पार्कर पाइन म्हणाला.

'मी तिला सांगतो की, काळासोबत आपणही पुढे गेलं पाहिजे... आमच्या घराच्या आसपासच्या मुली भयंकर कंटाळवाण्या आहेत...'

'अच्छा,' मिस्टर पार्कर पाइन म्हणाला.

या सगळ्यात त्याला विशेष रुची होती. तो एका लहानशा नाटकाचा प्रेक्षक होता; पण त्याला त्यात भाग घेण्यासाठी अजून बोलावणं आलं नव्हतं.

...आणि मग मिस्टर पार्कर पाइनच्या दृष्टीने, अत्यंत वाईट घडलं. त्याच्या ओळखीची, उत्साहाने भळभळणारी एक बाई मॅरिपोसात निवासाला आली. मिसेस चेस्टर त्याच्यासोबत चहा घेत असतानाच त्यांची भेट झाली.

ती बाई जवळपास किंचाळलीच - 'अरेच्चा! मिस्टर पार्कर पाइन? हो, एकमेवाद्वितीय पार्कर पाइन! आणि ॲडेला चेस्टर, तू! तुम्ही एकमेकांना ओळखता? खरंच? तुम्ही एकाच हॉटेलात राहत आहात का? हे विलक्षण असे जादूगार आहेत, ॲडेला - या शतकातलं आश्चर्य - आपण नुसतं बसून वाट बघायची आणि हा आपल्या सगळ्या समस्या सोडवतो! तुला *माहीत नाही* का? तू याच्याबद्दल कधीतरी *ऐकलं* असशीलच की! जाहिराती वाचतेस की नाही? *'संकटात असल्यास, तुम्ही मिस्टर पार्कर पाइनचा सल्ला घ्या.'* तो काहीही करू शकतो. एकमेकांच्या गळ्याचा घोट घ्यायला निघालेल्या नवरा-बायकोला तो एकत्र नांदवू शकतो - जर तुमचा जीवनातला रस गेला असेल, तर तो तुम्हाला थरारक साहसांवर पाठवतो. मी म्हणाले ना, हा माणूस जादूगार आहे, *जादूगार!*'

...आणि ही अशी बडबड आणखीही बराच वेळ चालू राहिली. मिस्टर पार्कर पाइन अधेमधे काहीतरी नम्रपणे सांगू पाहत होता. मिसेस चेस्टर त्याच्याकडे ज्या प्रकारे पाहू लागली ते त्याला आवडलं नाही आणि थोड्या वेळाने त्याचं गुणगान गाणाऱ्या त्या बाईसोबत काहीतरी महत्त्वाचं बोलत मिसेस चेस्टर समुद्रकिनाऱ्यावरून चालत येताना दिसल्यावर तर मिस्टर पाइनला आणखीनच नकोसं झालं.

त्याच्या अपेक्षेनुसार फार लवकरच तो क्षण आला. त्याच संध्याकाळी, कॉफी प्यायल्यावर, मिसेस चेस्टरने अचानक विचारलं, 'मिस्टर पाइन, सॅलॉंमध्ये माझ्यासोबत याल? मला तुम्हाला काहीतरी सांगायचं आहे.'

लवून होकार देण्याशिवाय तो काहीही करू शकला नाही.

मिसेस चेस्टरचा संयम कमी कमी होत चालला होता. त्या छोट्या सॅलाँचं दार बंद होताच, तिचा धीर संपुष्टात आला. ती खाली बसून रडू लागली.

'माझा मुलगा, मिस्टर पार्कर पाइन. तुम्ही त्याला वाचवा. आपण त्याला वाचवलं पाहिजे. माझ्या मनाला किती यातना होतायत!'

'प्रिय मॅडम, मी केवळ एक बाहेरचा माणूस...'

'नीना वायशर्ली म्हणाली तुम्ही *काहीही* करू शकता. ती म्हणाली की, मी तुमच्यावर पूर्ण विश्वास टाकायला पाहिजे. तुम्हाला सगळं काही सांगायचा सल्ला तिने मला दिलाय – आणि तुम्ही सगळं काही ठीक कराल असंही ती म्हणाली.'

मिस्टर पार्कर पाइनने मनातल्या मनात मिसेस वायशर्लीला शिव्यांची लाखोली वाहिली. स्वतःला सावरत, तो म्हणाला, 'बरं, ठीक आहे. काय झालं सगळं सांगा. प्रकरण काय आहे, एखाद्या मुलीचं काहीतरी?'

'त्याने तुम्हाला तिच्याबद्दल काही सांगितलंय का?'

'आडून आडून.'

मिसेस चेस्टरच्या तोंडून विषारी धबधब्यागत शब्द बाहेर पडले, 'ती भयंकर मुलगी आहे. ती पिते, ती उद्धट बोलते, शिव्या देते – तिच्या कपड्यांबद्दल तर विचारूच नका. तिची बहीण इथे राहते. त्या बहिणीने एका डच कलाकाराशी लग्न केलंय. ते सगळेच विचित्र आहेत. ते सगळे मला मुळीच आवडले नाहीत. त्यांच्यातले अर्धे एकमेकांसोबत असेच राहताहेत म्हणजे लग्न न करता. बेझिल पूर्ण बदललाय. तो नेहमी शांत मुलगा होता, त्याला गंभीर विषयांमध्ये रस असायचा. मागे एकदा तर त्याचा पुरातत्त्वशास्त्राचा अभ्यास करायचा विचार होता – '

'बरं, बरं,' मिस्टर पार्कर पाइन म्हणाला, 'निसर्ग कधी कधी असा सूड उगवतो.'

'म्हणजे काय म्हणायचंय तुम्हाला?'

'गंभीर विषयामध्ये एखाद्या तरुणाने रस घेणं, हे काही फार चांगलं लक्षण नाही. त्याने स्वतःला या नाहीतर त्या मुलीसाठी झोकून देत वेडं होणं हेच नैसर्गिक आहे.'

'मिस्टर पाइन, कृपया गंभीरपणे घ्या हे.'

'मी अगदी गांभीर्याने बोलतो आहे. ती तरुणी म्हणजे काल तुम्ही जिच्याबरोबर चहा घेतला ती का?'

त्याने तिला पाहिलं होतं. तिने करडी फ्लॅनेलची ट्राउझर घातली होती. एक लाल रुमाल वक्षावर सैलपणे बांधला होता. तिचे ओठ लाल रंगाने रंगवले होते आणि विशेष म्हणजे तिने चहाऐवजी कॉकटेल घेणं पसंत केलं होतं.

‘तुम्ही तिला पाहिलंत! भयंकर! बेझिलला अशा मुली कधीच आवडल्या नव्हत्या.’

‘तुम्ही त्याला एखादी मुलगी आवडण्यासाठी पुरेशी संधी तरी दिली आहे का कधी?’

‘मी?’

‘त्याला *तुमच्यासोबत* राहायला खूप आवडतं! हे वाईट आहे! तरीही, मी असं म्हणेन की, तुम्ही हे प्रकरण फार लावून धरलं नाहीत, तर तो यातून बाहेर पडेल.’

‘तुम्हाला समजत नाहीये. त्याला या मुलीशी – बेटी ग्रेगशी लग्न करायचं आहे. त्यांनी *साखरपुडा* केलाय.’

‘अच्छा, बरंच खोल गेलंय म्हणजे हे प्रकरण.’

‘हो, मिस्टर पार्कर पाइन तुम्ही *काहीतरी* करा. या भयंकर, धोकादायक लग्नापासून तुम्ही माझ्या मुलाला वाचवा! त्याचं अख्खं आयुष्य उद्‌ध्वस्त होईल.’

‘स्वतःशिवाय दुसरं कुणीही आपलं आयुष्य उद्‌ध्वस्त करू शकत नाही.’

‘बेझिलचं तसं होईल,’ मिसेस चेस्टर म्हणाली.

‘मला बेझिलची काळजी वाटत नाहीये.’

‘तुम्हाला त्या *मुलीमुळे* काळजी वाटत नाहीये का?’

‘नाही, मला *तुमची* काळजी वाटतेय. तुम्ही तुमचा जन्मसिद्ध हक्क वाया घालवत आहात.’

मिसेस चेस्टरने धक्का बसून त्याच्याकडे पाहिलं.

‘वीस ते चाळीस हे वय कशाचं असतं? वैयक्तिक आणि भावनिक नातेसंबंधांना बांधलेली, वाहिलेली ती वर्षं असतात. तशी ती असणारच. जगणं असंच असतं; पण त्यानंतरच्या वयाचा वेगळा, नवा टप्पा येतो. तुम्ही विचार करता, आयुष्याकडे पाहता, इतर लोकांमध्ये काहीतरी शोधता आणि तुमच्याबद्दलचं सत्य तुम्हाला कळतं. जीवनाचं महत्त्व कळतं तुम्हाला. तुम्ही त्याकडे व्यापक दृष्टीने पाहता. एकेक प्रसंग म्हणून नव्हे – अभिनेता म्हणून तुम्ही ज्या दृश्यामध्ये काम करता आहात तेवढंच नाही, तर तुम्ही संपूर्ण आयुष्याचा पट पाहू शकता. पंचेचाळिशीनंतरच खऱ्या अर्थाने कोणतीही व्यक्ती स्वतःची होते, तेव्हाच त्या व्यक्तीला स्वतःचं काहीतरी गवसायची संधी मिळते.’

मिसेस चेस्टर म्हणाली, ‘मी इतकी वर्षं बेझिलमध्ये पूर्ण गुंतलेली होते. तो माझ्यासाठी *सर्वस्व* आहे.’

‘हो; पण तसं तुम्ही करायला नको होतं. त्याचीच किंमत तुम्ही आता भोगताय. तुम्ही त्याच्यावर हवं तितकं प्रेम करा – पण तुम्ही ॲडेला चेस्टर आहात,

एक स्वतंत्र व्यक्ती आहात हे विसरू नका. केवळ बेझिलची आई नाही आहात तुम्ही.'

'बेझिलचं आयुष्य उद्ध्वस्त झालं, तर मला सहनच होणार नाही,' बेझिलची आई म्हणाली.

त्याने तिच्या चेहऱ्यावरच्या नाजूक रेषांकडे पाहिलं. काही झालं तरी ती चांगली, प्रेमळ बाई होती. त्याला तिला दुखवायचं नव्हतं. तो म्हणाला, 'मी पाहतो काय करता येईल ते.'

बेझिल चेस्टर बोलण्यासाठी तयार होता, अधीर होता. त्याला त्याचं म्हणणं मांडायचं होतं, असं पार्करला आढळलं.

'हे सगळं जरा अति होत चाललं आहे. आईचा पूर्वग्रहदूषित, संकुचितपणा पाहून हताश झालोय मी. तिने तो सोडला, तर तिला *दिसेल* बेटी किती चांगली आहे ते.'

'आणि बेटीचं काय?' त्याने विचारलं.

'बेटीही अवघड आहे याबाबतीत! तिने जरा आपल्या नियमांना मुरड घातली असती म्हणजे मला म्हणायचंय की, एक दिवस लिपस्टिक लावली नसती, तर आज वेगळं काहीतरी झालं असतं. तिला तिच्या पद्धतीने राहायला आवडतं आणि आई समोर असताना ती मुद्दाम जास्तच आधुनिकपणा दाखवते असं मला वाटतं.'

मिस्टर पार्कर पाइनने मंद स्मित केलं.

'या जगात माझ्या सर्वांत आवडत्या, जवळच्या दोन व्यक्ती आहेत - बेटी आणि आई आणि त्या एकमेकींकडे ज्या पद्धतीने पाहत आहेत, ते पाहून मला काही समजेनासं झालंय.'

'तुला अजून खूप काही शिकायचंय, तरुण मुला,' मिस्टर पार्कर पाइन म्हणाला.

'तुम्ही माझ्यासोबत येऊन बेटीला भेटाल, तिच्याशी बोलाल का? मला मनापासून तसं व्हावं असं वाटतंय.'

मिस्टर पार्कर पाइनने ते आमंत्रण तत्काळ स्वीकारलं.

समुद्रकिनाऱ्यापासून मागच्या बाजूला जवळच, एका छोट्या जीर्णशीर्ण, जुन्या व्हिलामध्ये बेटी, तिची बहीण आणि तिचा पती असे राहत होते. त्यांचं आयुष्य म्हणजे ताजंतवानं करणारा साधेपणा होता. त्यांच्या घरी तीन खुर्च्या, एक टेबल आणि पलंग एवढंच फर्निचर होतं. भिंतीला लावून ठेवलेलं कपाट होतं. त्यात गरजेपुरते कप आणि प्लेट्स होत्या. हान्स हा उत्साहित करणारा तरुण होता. त्याचे सोनेरी केस डोक्यावर उभे राहिलेले होते. तो भराभरा विचित्र इंग्रजीत बोलत होता आणि बोलता बोलता येरझाऱ्या घालत होता. त्याची पत्नी स्टेला, छोटीशी आणि

गोरी होती. बेटी ग्रेगचे केस लाल होते आणि चेहऱ्यावर फ्रेकल्स होत्या. तिचे डोळे खट्याळ होते. आदल्या दिवशी पिनो दोरोला आली असताना, तिने केलेला मेकअप आता नव्हता.

तिने त्याला कॉकटेल दिलं आणि डोळे मिचकावत म्हणाली, 'मोठ्याच भांडणात सापडलात तुम्ही?'

मिस्टर पार्कर पाइनने मानेने होकार दिला.

'तुम्ही कोणत्या बाजूला आहात? दोन तरुण प्रेमिक की परवानगी न देणारं जुनं खोड?'

'मी तुला एक प्रश्न विचारू का?'

'हो, विचारा.'

'या सगळ्या प्रकरणात तू धोरणीपणे तिच्याशी वागलीस का?'

'अजिबात नाही,' मिस ग्रेग उघडच म्हणाली, 'पण ती म्हातारी मांजर माझ्या अगदी डोक्यात जाते.' (हे म्हणताना तिच्या आजूबाजूला बेझिल नाहीये ना, हे तिने पाहिलं. त्याच्या कानावर तिला हे पडू द्यायचं नव्हतं.) 'त्या बाईमुळे माझा राग राग होतो. तिने बेझिलला इतकी वर्षं जणू बांधून ठेवलंय – अशाने पुरुष बावळट निपजतात आणि बेझिल खरंतर अजिबात मूर्ख नाहीये. ती भयंकर आहे हो, *अगदी साहेबीपणा करते!*'

'इतकीही काही वाईट नाहीये ती. फक्त हो, ती आजच्या काळानुसार 'फॅशनेबल' नाहीये एवढंच.'

बेटी ग्रेगचे डोळे खट्याळपणे चमकले.

'म्हणजे व्हिक्टोरियन काळातील लाकडी खुर्च्या अडगळीत ठेवून द्यायच्या? आणि मग अनेक वर्षांनी त्या वापरायला काढून म्हणायचं की, विलक्षण सुंदर आहेत ना या, बरोबर?'

'काहीसं तसंच.'

बेटीने विचार केला.

'कदाचित, तुम्ही बरोबर म्हणता आहात. मी प्रामाणिकपणे सांगते. या बेझिलमुळेच माझी खरंतर चिडचिड झाली. त्याच्या आईवर माझी काय छाप पडेल, याबद्दल तो एवढी काळजी करत होता की विचारू नका, त्यामुळे मीही मुद्दाम टोकाचं वागले. आताही मला असं वाटतं की, जर त्याच्या आईने त्याला भरपूर पढवलं तर तो मला सोडेल.'

'कदाचित,' मिस्टर पार्कर पाइन म्हणाला, 'जर त्याची आई योग्य मार्गाने गेली तर.'

'तुम्ही तिला तो योग्य मार्ग दाखवणार का? ती काही स्वतः तसा विचार करू शकत नाही, तुम्हाला माहिती आहेच. ती नुसता नकार देत राहील आणि त्याने काहीच साध्य होणार नाही; पण तुम्ही तर तिला समजावलंत...'

तिने तिचा ओठ चावला. आपल्या निळ्या डोळ्यांनी त्याच्याकडे पाहिलं.

'मी तुमच्याबद्दल खूप ऐकलंय, मिस्टर पार्कर पाइन. तुम्हाला मानवी स्वभावाबद्दल बरंच कळतं. मी आणि बेझिल, आम्ही दोघं एकत्र राहू शकू का, तुम्हाला काय वाटतं?'

'मला तीन प्रश्नांची उत्तरं हवी आहेत.'

'आम्ही एकमेकांना योग्य आहोत का याची परीक्षा? ठीक, चला विचारा.'

'तू झोपताना खिडकी उघडी ठेवून झोपतेस की बंद?'

'उघडी. मला वारा खूप आवडतो.'

'तुझ्या आणि बेझिलच्या खाण्यापिण्याच्या आवडी जुळतात का?'

'हो.'

'तुला लवकर झोपी जायला आवडतं की उशिरा?'

'खरं सांगायचं, तर लवकर; पण सांगू नका कुणाला. मला खरंतर साडेदहा झाले की, जांभया यायला लागतात आणि सकाळी फार छान, उत्साही वाटतं; पण अर्थात मी ते मान्य करत नाही.'

'तुम्ही एकमेकांना चांगले शोभाल,' मिस्टर पार्कर पाइन म्हणाला.

'जरा वरवरची परीक्षा झाली नाही का ही?'

'अजिबात नाही. मी किमान सात तरी अशी लग्नं पाहिली आहे, जी पूर्णतः मोडकळीस आली. कारण, नवऱ्याला मध्यरात्रीपर्यंत जागायला आवडायचं आणि साडेनऊ वाजता बायको झोपून जायची किंवा याउलट.'

'वाईटच की,' बेटी म्हणाली, 'प्रत्येक जण काही आनंदी होऊ शकत नाही. बेझिल आणि मी, आम्हाला त्याची आई तिचे आशीर्वाद देते आहे...'

मिस्टर पार्कर पाइन खाकरला.

'माझ्या मते,' तो म्हणाला, 'तसं घडवून आणणं शक्य आहे.'

ती त्याच्याकडे साशंकपणे पाहू लागली.

'आता मला प्रश्न पडलाय,' ती म्हणाली, 'तुम्ही दोन्हीकडून तर बोलत नाहीयात ना?'

मिस्टर पार्कर पाइनचा चेहरा निश्चल राहिला.

मिसेस चेस्टरला त्याने शांत केलं; पण तो संदिग्ध राहिला. सारखपुडा म्हणजे काही लग्न झालं नव्हतं. तो स्वतः एक आठवड्यासाठी सोलरला जाणार होता.

त्याने असं सुचवलं की, तिने स्वतःहून फार काही करू नये. तिने वाद टाळण्यासाठी मूक संमती दिली आहे, असं त्यांना कळू द्यावं.

त्याने सोलरमध्ये एक आठवडा छान मजेत घालवला.

तो परतला, तेव्हा त्याला पूर्णतः अनपेक्षित असं घडलेलं दिसलं.

जेव्हा तो पिनो दोरो हॉटेलमध्ये शिरला, तेव्हा त्याला दिसलं की, मिसेस चेस्टर आणि बेटी ग्रेग एकत्र बसून चहा पीत होत्या. बेझिल तिथे नव्हता. मिसेस चेस्टर दमलेल्या, काळजीत पडल्यासारख्या दिसत होत्या. बेटीदेखील नेहमीसारखी नव्हती. तिने मेकअप जवळपास केला नव्हता आणि जणू ती आधी रडली असावी, अशा तिच्या पापण्या दिसत होत्या.

त्या दोघींनी त्याचं हसून स्वागत केलं; पण दोघींपैकी कुणीही बेझिलचा उल्लेख केला नाही.

अचानक बेटीने मोठा श्वास घेत तो रोखून धरल्याचं मिस्टर पाइनला जाणवलं. जणू काही एखादी गोष्ट तिला खुपली असावी. मिस्टर पार्कर पाइनने तिच्याकडे वळून पाहिलं.

समुद्रकिनाऱ्याकडून येणाऱ्या पायऱ्यांवरून बेझिल चेस्टर येत होता. त्याच्यासोबत एक अत्यंत सुंदर मुलगी होती, जिला पाहताच कुणाचाही श्वास रोखला जाईल. ती गडद वर्णाची होती आणि तिचा बांधा विलक्षण होता हे कोणालाही सहज दिसत होतं. कारण, तिने फिक्कट निळ्या रंगाचा एकच झुळझुळीत कपडा वळगता बाकी काही घातलं नव्हतं. तिने भरपूर मेकअप केला होता आणि लाल-नारिंगी लिपस्टिक लावली होती, त्यामुळे तिचं विलक्षण सौंदर्य आणखीनच खुलून आलं होतं. तरुण बेझिलची नजर तिच्यावर खिळून राहिली होती.

'उशीर झालाय तुला बेझिल,' त्याची आई म्हणाली, 'तू बेटीला मॅकमध्ये नेणार होतास ना.'

'माझी चूक,' ती सुंदरी म्हणाली. 'आम्ही जरा भरकटलो कुठेतरी,' असं म्हणून ती बेझिलकडे वळली. 'डार्लिंग – किक बसेल असं काहीतरी प्यायला आण ना माझ्यासाठी.'

तिने आपले बूट उडवले आणि मॅनिक्यूअर केलेली तिची पावलं ताणली. तिच्या नखांवर पाचूच्या रंगाचं नेलपेंट लावलं होतं. हातांच्या नखांना होतं तसंच.

तिने त्या दोन बायकांकडे लक्षही दिलं नाही; पण ती मिस्टर पार्कर पाइनच्या दिशेने जराशी झुकली.

'वाईट आहे हे बेट,' ती म्हणाली, 'बेझिलची भेट होण्याआधी मी अगदी कंटाळून गेले होते; पण तो इतका गोड आहे ना!'

'मिस्टर पार्कर पाइन – ही मिस रॅमोना,' मिसेस चेस्टरने ओळख करून दिली. ती मुलगी मंद हसली.

'मी तुम्हाला पार्कर एवढंच म्हणीन,' ती पुटपुटली, 'माझं नाव डोलोरीस.'

ड्रिंक्स घेऊन बेझिल आला. मिस रॅमोना, बेझिल आणि मिस्टर पार्कर पाइन दोघांशी बोलू लागली. (खरंतर संभाषण असं नव्हतंच ते – नुसते कटाक्ष होते.) त्या दोन बायकांकडे तिने ढुंकूनही पाहिलं नाही. बेटीने त्या संभाषणात एक-दोनदा घुसण्याचा प्रयत्न केला; पण त्या दुसऱ्या मुलीने तिच्याकडे नुसतं पाहिलं आणि जांभई दिली.

अचानक डोलोरीस उठली.

'मी त्या दुसऱ्या हॉटेलात राहते आहे. मला आता निघायला हवं. मला सोडायला कुणी येतंय का?'

बेझिल उत्साहात उठला.

'मी येतो तुझ्याबरोबर.'

मिसेस चेस्टर म्हणाली, 'बेझिल, अरे –'

'मी लगेच जाऊन येतो गं, आई.'

'अगदी आईचा लाडका मुलगा आहे ना हा?' मिस रॅमोनाने उघडच सगळ्यांना विचारलं. 'तिच्याभोवती सारखा घुटमळत असतो, नाही?'

बेझिल गोरामोरा झाला आणि अवघडला. मिस रॅमोनाने मिसेस चेस्टरच्या दिशेने पाहून मान हलवली, मिस्टर पार्कर पाइनकडे पाहून उत्फुल्लपणे हसली. मग ती आणि बेझिल एकत्र निघाले. ते गेल्यानंतर तिथे शांतता पसरली. अवघडलेली शांतता. मिस्टर पार्कर पाइन स्वतःहून काही बोलला नाही. बेटी ग्रेग समुद्राकडे पाहत आपली बोटं मोडू लागली.

मिसेस चेस्टरचा चेहरा लाल झाला. ती चिडली होती.

बेटी म्हणाली, 'पोलेन्स बेमध्ये आलेल्या या नव्या पाहुणीबद्दल तुम्हाला काय वाटतं?' तिचा आवाज स्थिर नव्हता, कापत होता.

मिस्टर पार्कर पाइन काळजीपूर्वक म्हणाला, 'जरा अं... एक्झॉटिक आहे!'

'एक्झॉटिक?' बेटीने प्रश्न केला. तिच्या आवाजात कडवटपणा होता.

मिसेस चेस्टर म्हणाली, 'ती भयंकर आहे – भयंकर. बेझिल वेडा झालाय.'

बेटी तत्काळ म्हणाली, 'बेझिलची काही चूक नाहीये.'

'तिच्या पायाची नखं,' मिसेस चेस्टरच्या अंगावर शिसारीने काटा आला.

बेटी अचानक उभी राहिली.

'माझ्या मते, मी घरी गेलेलंच बरं. इथे रात्रीचं जेवायला मी थांबत नाही, मिसेस चेस्टर.'

'अगं अशी नको जाऊस. बेझिलला फार वाईट वाटेल.'

'खरंच वाटेल?' कडवटपणे हसत बेटीने विचारलं, 'असो. मला मात्र वाईट वाटेल. खरंतर डोकंच दुखायला लागलंय माझं.'

ती दोघांकडे पाहून हसली आणि निघून गेली. मिसेस चेस्टर मिस्टर पार्कर पाइनकडे वळल्या. 'आम्ही या ठिकाणी आलोच नसतो, तर किती बरं झालं असतं!'

मिस्टर पार्कर पाइनने खेदाने आपली मान हलवली.

'तुम्ही जायला नको होतं इथून,' मिसेस चेस्टर म्हणाली, 'तुम्ही इथे असतात, तर असं काही घडलं नसतं.'

या प्रतिसादामुळे मिस्टर पार्कर पाइन चकित झाला.

'अहो बाईसाहेब, मी तुम्हाला खात्रीने सांगतो की, प्रश्न जेव्हा सुंदर तरुणीचा असतो, तेव्हा माझा तुमच्या मुलावर काहीही प्रभाव पडत नाही. त्याचा याबाबतीतला स्वभाव निसरडा वाटतो.'

'आधी तसा नव्हता हो तो,' मिसेस चेस्टर रडतच म्हणाली.

मिस्टर पार्कर पाइन तिला उत्साहित करण्याच्या प्रयत्नात म्हणाला, 'एक बरं झालं की, या नव्या आकर्षणामुळे मिस ग्रेगबद्दलची त्याला वाटणारी ओढ संपली आहे, त्यामुळे तुम्हाला आनंदच झाला पाहिजे की.'

'तुम्हाला काय म्हणायचंय, मला समजलं नाही,' मिसेस चेस्टर म्हणाला. 'बेटी चांगली मुलगी आहे आणि ती बेझिलप्रती समर्पित आहे. ती हे सगळं फार चांगल्या पद्धतीने हाताळते आहे. माझ्याच मुलाचं डोकं फिरलंय.' चेहऱ्यावरची रेषही न हलवता मिस्टर पार्कर पाइनने हा लक्षणीय बदल पाहिला. याआधीही स्त्रियांच्या वर्तणुकीतलं असातत्य त्याने अनुभवलं होतं. तो मृदू आवाजात म्हणाला, 'डोकं फिरलंय असं नाही अगदी – मोहीत झालाय तो असं म्हणू या.'

'स्पॅनिश किंवा इटालियन असणार ती! अशक्य आहे ती!'

'पण अत्यंत सुंदर.'

मिसेस चेस्टरने मोठ्ठा उसासा टाकला.

किनाऱ्याच्या दिशेकडच्या बाजूच्या पायऱ्या चढून बेझिल धावतच आला. 'हॅलो, आई. आलो मी. बेटी कुठे गेली?'

'तिचं डोकं दुखत होतं, त्यामुळे ती घरी गेली. यात मला काही आश्चर्य वाटत नाही.'

'रुसली म्हणजे.'

'माझ्या मते बेझिल, तू बेटीशी फारच वाईट वागला आहेस.'

'देवा रे, आई कृपया अति करू नकोस. दरवेळी मी एखाद्या मुलीशी बोलल्यावर जर बेटी असले प्रकार करणार असेल ना, तर कसले सुखात एकत्र राहणार आम्ही!'

'तुझा *साखरपुडा* झालाय!'

'हो, झालाय आमचा साखरपुडा; पण त्याचा अर्थ असा नाही ना की, आम्हाला आमचे इतर मित्रमैत्रिणी असूच नयेत. आताच्या काळात मत्सर टाळून आपापलं स्वतंत्र आयुष्य जगायला पाहिजे लोकांनी,' असं म्हणून तो थांबला. 'हे बघ, जर बेटी आपल्याबरोबर रात्रीचं जेवण करणार नसेल, तर माझ्या मते मी परत मारिपोसाला जातो. त्यांनी मला जेवणाबद्दल विचारलच होतं...'

'अरे बेझिल...'

त्याने तिच्याकडे वैतागून पाहिलं, मग पायऱ्या उतरून तो धावतच निघून गेला.

मिसेस चेस्टरने मिस्टर पार्कर पाइनकडे पाहिलं. 'बघितलंत ना,' ती म्हणाली.

त्यालाही ते समजलं.

दोन दिवसांनी पाणी डोक्यावरून गेलं. बेटी आणि बेझिल दुपारचं जेवण सोबत घेऊन दूरवर चालायला जाणार होते. बेझिलला शोधत बेटी ठरलेल्या वेळी पिनो दोरोला आली; पण बेझिल त्याचा प्लॅन विसरला होता. तो डोलोरीस रॅमोना आणि तिच्या मित्रमैत्रिणींसोबत दिवसभरासाठी फोरमेंटरला गेला होता. बेटीने आपले ओठ घट्ट मुडपले; पण बाकी काही बोलली नाही.

ती तत्काळ मिसेस चेस्टरच्या पुढ्यात जाऊन उभी राहिली (तेव्हा दोन्ही बायका सज्जावर एकट्याच होत्या).

'जे काही घडतंय ते ठीकच आहे,' ती म्हणाली. 'काही हरकत नाही; पण मला असं वाटतं की, आमचा साखरपुडा मोडलेलाच बरा. तेच अधिक चांगलं.'

बेझिलने दिलेली, नावं कोरलेली अंगठी तिने बोटामधून काढली. तो नंतर तिच्यासाठी खरी अंगठी घेणार होता.

'मिसेस चेस्टर, तुम्ही त्याला ही द्याल का? आणि त्याला सांगा, ठीक आहे. काळजी नको...'

'माझ्या बाळा, नको! त्याचं तुझ्यावर प्रेम *आहे* – खरंच.'

'खरंच असं दिसतंय का?' थोडं हसत ती मुलगी म्हणाली, 'नाही. मला माझा स्वाभिमान आहे. त्याला सांगा, सगळं काही ठीक आहे आणि त्याला माझ्या शुभेच्छा द्या.'

जेव्हा बेझिल संध्याकाळी परतला, तेव्हा वादळ त्याची वाट पाहतच होतं.

तिच्या अंगठीकडे पाहून तो थोडासा गोरामोरा झाला.

'अच्छा, तिला असं वाटतं तर... ठीकच आहे, मीही मग असंच म्हणीन की, झालं ते चांगलंच झालं.'

'बेझिल!'

'आई, खरं सांगायचं तर असंही आम्ही पूर्वीसारखे एकमेकांना भेटत नव्हतो.'

'दोष कुणाचाय?'

'मला तरी माझा वाटत नाही. मत्सर वाईटच असतो आणि *तुला* याचा त्रास का होतोय हे मला काही समजत नाहीये. बेटीशी लग्न करू नकोस, असं तूच मला कितीदा म्हणाली होतीस ना.'

'मी तिला ओळखत नव्हते तेव्हा. बेझिल, माझ्या बाळा, तू या दुसरीशी लग्न करायचा विचार करतो आहेस की काय!'

बेझिल चेस्टर शांतपणे म्हणाला, 'तिला चालणार असेल, तर मी तिच्याशी एका फटक्यात लग्न करीन; पण ती तसं काही करणार नाही हे मला माहितेय.'

मिसेस चेस्टरच्या अंगावर सरसरून काटा आला. तिने मिस्टर पार्कर पाइनला शोधून काढलं. तो एका कोपऱ्यात सावलीत शांतपणे पुस्तक वाचत बसला होता.

'तुम्ही काहीतरी *करा!* काहीतरी *कराच!* माझ्या मुलाचं आयुष्य उद्ध्वस्त होईल.'

बेझिल चेस्टरचं आयुष्य उद्ध्वस्त होईल हे सारखं सारखं ऐकूनच आता मिस्टर पार्कर पाइनला कंटाळा आला होता.

'मी काय करू?'

'जा आणि त्या भयंकर सटवीला शोधा. तिला पैसा देऊन कटवा.'

'फार खर्चिक प्रकरण होईल ते.'

'मला त्याची पर्वा नाही.'

'फारच वाईट आहे हे. अजूनही काही मार्ग असू शकतील की,' तो म्हणाला. तिने प्रश्नार्थक नजरेने त्याच्याकडे पाहिलं. त्याने डोकं हलवलं.

'मी काही खात्री देऊ शकणार नाही – पण मला काय करता येईल ते मी पाहतो. मी याआधीही असे प्रकार हाताळले आहेत; पण बेझिलला याबद्दल एका शब्दानेही काही बोलू नका, नाहीतर प्रकरण गंभीर होऊ शकतं.'

'अर्थातच नाही बोलणार काही.'

मिस्टर पार्कर पाइन मारिपोसाहून मध्यरात्री परतला. मिसेस चेस्टर त्याची वाट पाहत थांबली होती.

'झालं का काम?' तिने सुस्कारा टाकत विचारलं. तिचे डोळे चमकले.

'सेनोरिटा डोलोरीस रॅमोना उद्या सकाळी पोलेन्सा सोडेल आणि हे बेट उद्या रात्री.'

'ओह, मिस्टर पार्कर पाइन! तुमचे आभार कसे मानावेत हेच कळत नाही. कसं काय जमवलंत तुम्ही हे?'

'एक दमडीचाही खर्च झाला नाही,' मिस्टर पार्कर पाइन म्हणाला. त्याचे डोळे चमकत होते. 'तिला काहीतरी करून तंबी देऊ शकीन, अशी मी कल्पना केली होती आणि ते बरोबर निघालं.'

'तुम्ही विलक्षणच आहात. नीना वायशर्ली म्हणाली होती ते बरोबरच होतं. मला तुम्ही तुमची फी... सांगा...'

मिस्टर पार्कर पाइनने मॅनिक्यूअर्ड केलेला आपला हात हस्तांदोलनासाठी पुढे धरला. 'एक छदामही नाही. मला तुम्हाला मदत करून आनंदच झालाय. अर्थात जेव्हा ती गायब झाल्याचं तुमच्या मुलाला समजेल, तेव्हा तो जरा उदास, हताश होईल, त्यामुळे एक-दोन आठवडे त्याच्याशी जरा प्रेमाने वागा. सांभाळून घ्या त्याला.'

'बेटीने त्याला माफ केलं तर बरं...'

'ती करेल त्याला माफ. काळजी नका करू. ते चांगलं जोडपं आहे. बरं, मीही उद्या निघेन इथून.'

'ओह, मिस्टर पार्कर पाइन, आम्हाला तुमची खूप आठवण येईल.'

'तुमचा मुलगा आणखी तिसऱ्या मुलीकडे आकर्षित होण्याआधी, मी इथून गेलेलंच बरं बहुधा,' तो म्हणाला.

मिस्टर पार्कर पाइन जहाजाच्या कठड्याला रेलून पाल्माचे दिवे पाहत होता. त्याच्या शेजारी डोलोरीस रॅमोना उभी होती. तो कौतुकाने तिला म्हणाला, 'मॅडलिन, किती छान काम केलंस. मी तुला तार पाठवून बोलावलं याचा मला आनंद होतोय. तू खरंतर घरी राहणं पसंत करणारी, अगदी शांत स्वभावाची मुलगी आहेस हे कोणाला खरं वाटणार नाही!'

मॅडलिन द सारा उर्फ डोलोरीस रॅमोना उर्फ मॅगी सेयर्स तत्काळ म्हणाली, 'तुम्हाला आनंद झाला हे ऐकून बरं वाटलं, मिस्टर पार्कर पाइन. माझ्यासाठीही चांगला बदल झाला. आता मी खाली जाऊन बोट सुरू होण्याआधी झोपलेलं बरं. बोट फार लागते मला.'

काही मिनिटांनी मिस्टर पार्कर पाइनच्या खांद्यावर एक हात पडला. त्याने वळून पाहिलं, तर बेझिल चेस्टर.

'तुम्हाला भेटायला आणि निरोप द्यायला आलो, मिस्टर पार्कर पाइन. बेटीनेही तुमचे आभार मानलेत. मीही आभार मानतो तुमचे. तुमच्या युक्तीने मी थक्क झालोय. बेटी आणि आई आता इतक्या घट्ट मैत्रिणी झाल्या आहेत की विचारूच नका! बिचाऱ्या म्हाताऱ्या आईला फसवल्याचं जरा वाईट वाटलं – पण तिने काही *कमी त्रास* दिला नाही मला. ठीक आहे आता. मीही आणखी दोन–चार दिवस रॅमोना गेल्यामुळे वैताग आल्याचं नाटक वठवतो. मी आणि बेटी, तुमच्या कायम ऋणात राहू!'

'तुमचं सहजीवन सुखा–समाधानाचं जावो, ही सदिच्छा, धन्यवाद,' मिस्टर पार्कर पाइन म्हणाला.

त्यानंतर शांतता पसरली. मग बेझिल खोट्या निष्काळजीपणे म्हणाला, 'मिस – मिस द सारा – दिसत नाहीये कुठे? मला तिचेही आभार मानायचेत.'

मिस्टर पार्कर पाइनने त्याच्याकडे झटकन एक कटाक्ष टाकला. म्हणाला, 'मिस द सारा झोपी गेली असेल आता.'

'अररे! ठीक, मग मी तिला लंडनमध्ये भेटीन पुढेमागे...'

'पण खरंतर आता माझ्या एका व्यावसायिक कामासाठी ती लगेचच अमेरिकेला जाते आहे.'

'ओह!' असं म्हणून बेझिल थबकला, 'ठीक,' मग तो निर्विकारपणे म्हणाला, 'मग मी येतो...'

मिस्टर पार्कर पाइनने स्मित केलं. आपल्या केबिनकडे जाताना, त्याने मॅडलिनच्या दारावर टकटक केली.

'कशी आहेस? ठीक ना? आपला तरुण मित्र भेटायला आला होता. त्याला नेहमीप्रमाणे किंचित झटका आला होता मॅडलिनायटिसचा! पण ठीक आहे, एक–दोन दिवसांत सावरेल तो. खरंच, तू चित्ताकर्षक आहेसच!'

सँक्चुरी

व्हिकार अर्थात चर्चच्या धर्मगुरूची पत्नी व्हिकारनिवासाच्या कोपऱ्यावर आली, तेव्हा तिच्या हातात क्रिसॅन्थेममच्या फुलांचा जुडगा होता. बागेतली भरपूर माती तिच्या चामडी बुटांना चिकटली होती आणि मातीचे काही कण तिच्या नाकालाही लागले होते; पण त्याबद्दल ती अनभिज्ञ होती.

व्हिकारनिवासस्थानाचं फाटक उघडण्यासाठी तिला थोडे कष्ट पडले. कारण, त्याच्या बिजागऱ्या गंजून ते अर्धवट तुटलेल्या अवस्थेत उभं होतं. तिच्या फेल्ट हॅटवर वाऱ्याचा झोत येऊन आदळला, त्यामुळे ती हॅट आणखीनच बेफिकीरपणे तिच्या डोक्यावर घातल्यासारखी दिसू लागली. 'काय त्रासे!' बंच म्हणाली.

तिच्या आशावादी पालकांनी तिचं नाव डायना ठेवलं होतं; पण मिसेस हार्मनला लहान असतानाच 'बंच' असं नाव पडलं. त्याला काही उघड कारणं होती. त्यानंतर ते नाव तिला जे चिकटलं ते चिकटलंच. हातातल्या क्रिसॅन्थेमम्सची फुलं घट्ट धरून, ती फाटकातून चर्चयार्डाकडे गेली आणि पुढे चर्चच्या दाराकडे.

नोव्हेंबर असूनही हवा सौम्य आणि ओलसर होती. आकाशात इकडेतिकडे तुकड्या तुकड्याने ढग लहरत होते. चर्चच्या आत काळोख होता आणि गारवाही होता; प्रार्थनेच्या वेळा वगळता ते उबदार करण्यात आलं नव्हतं.

'अरे देवा!' बंचच्या तोंडून उद्‌गार निघाले, 'पटकन कामं आटोपणं उत्तम. मला या गारव्याने मरायचं नाहीये.'

सरावाने कमावलेल्या चपळाईने तिने आवश्यक ते सगळं साहित्य गोळा केलं : फुलदाण्या, पाणी, फुलांसाठी होल्डर्स. 'आमच्याकडे लिलीची फुलं असती तर,' बंचने मनातल्या मनात विचार केला. 'बारकुड्या, खरखरीत क्रिसॅन्थेमम्सचा कंटाळा आला फार.' तिने होल्डर्समध्ये फुलं खोचून ठेवली.

फुलांच्या आराशीमध्ये खास अशी काही अस्सलता नव्हती किंवा कलात्मकताही नव्हती, स्वतः बंच हार्मनही काही वेगळी किंवा कलात्मक नव्हती; पण ती आरास घरगुती आणि सुखद होती. फुलदाण्या काळजीपूर्वकरीत्या घेऊन बंच आइलमधून वर वेदीकडे गेली. तेवढ्यात आकाशात सूर्य तळपला.

पूर्वेकडच्या मुख्य खिडकीच्या निळ्या-लाल रंगीत काचेतून ऊन आत आलं. ती काच व्हिक्टोरियन चर्चमध्ये येणाऱ्या एका श्रीमंत माणसाने भेट दिलेली होती. त्याचा अचानक झालेला परिणाम चकित करणारा होता. 'रत्नासारखं लखलखतंय,' बंचला वाटलं. पुढे जाताना ती अचानक थांबली. तिच्या पुढ्यातल्या पायऱ्यांवर एक काळ्या आकृतीचं मुटकुळं पडलं होतं.

फुलं नीट ठेवून, बंच तिथे गेली आणि खाली वाकली. एक पुरुष तिथे मुटकुळं करून पडला होता. बंचने खाली बसून त्याला हळूहळू, काळजीपूर्वक उताणं केलं. तिने त्याची नाडी तपासली. ती अगदी क्षीण लागत होती. त्याच्या चेहऱ्यावरचा हिरवट फिकटपणा पाहून तिला समजायचं ते समजलं. निःशंकपणे तो पुरुष मरणाच्या दारात आहे, हे तिच्या लक्षात आलं.

तो पंचेचाळिशीचा होता. त्याने गडद रंगाचा, मळकट, गबाळा सूट घातला होता. तिने नाडी तपासण्यासाठी हाती घेतलेला त्याचा हात खाली ठेवला आणि दुसरा हात पाहिला. छातीपाशी धरलेल्या मुठीसारखा तो आवळलेला होता. जवळून पाहिल्यावर तिला असं दिसलं की, त्याची बोटं कसल्यातरी गठ्ठ्याभोवती किंवा हातरुमालाभोवती घट्ट आवळलेली होती आणि तो हात छातीपाशी होता. त्या मुठीच्या आजूबाजूला सगळीकडे वाळलेल्या विटकरी रंगाचे धब्बे दिसत होते. ते वाळलेलं रक्त असावं, असा अंदाज बंचने केला. तिच्या चेहऱ्यावर आठ्या पडल्या. ती मागे सरकून पाहू लागली.

तोपर्यंत त्या माणसाचे डोळे बंद होतं; पण त्या क्षणी ते अचानक उघडले आणि बंचच्या चेहऱ्याकडे एकटक पाहू लागले. त्यात संदिग्धताही नव्हती किंवा ते डोळे भिरभिरतही नव्हते.

ते पूर्णतः जागृत आणि जिवंत वाटत होते. त्याचे ओठ हलले आणि त्याचे शब्द ऐकण्यासाठी बंच त्याच्याकडे झुकली. तो एक शब्द पुटपुटला,

'सँक्चुरी...'

हा शब्द उच्चारताना त्याच्या चेहऱ्यावर अस्पष्टसं हसू होतं, असं तिला वाटलं. पुन्हा एकदा तो म्हणाला, ' सँक्चुरी...' तोच शब्द. काहीही चूक नव्हती त्यात.

मग एक अस्फुटसा सुस्कारा टाकून त्याने डोळे मिटले. पुन्हा एकदा बंचने त्याची नाडी तपासली. अजूनही ती लागत होती; पण अधिक पुसट आणि थांबून थांबून थडथडत होती. क्षीण होत चालली होती. ती काहीतरी ठरवून उठली.

'हलू नका,' ती म्हणाली, 'मी तुम्हाला मदत करणार आहे. हलण्याचा प्रयत्नही करू नका.'

पुन्हा एकदा त्याने डोळे उघडले; पण आता त्याचं ध्यान पूर्वेकडच्या खिडकीमधून येणाऱ्या त्या रंगीत प्रकाशावर लागलं होतं. तो काहीतरी पुटपुटला; पण बंचला ते नीट ऐकू आलं नाही. कदाचित, ते तिच्या पतीचं नाव असावं, असं वाटून ती चकित होत थबकली.

'ज्यूलियन?' तिने विचारलं. 'तुम्ही इथे ज्यूलियनला शोधत आलात का?' पण काही उत्तर आलं नाही. तो डोळे मिटून पडून राहिला. त्याचा श्वास उथळ, संथ होत चालला होता.

बंच उठली आणि चटकन चर्चच्या बाहेर गेली. तिने आपल्या घड्याळ्याकडे पाहिलं आणि समाधानाने मान हलवली. डॉ. ग्रिफिथ्स अजूनही दवाखान्यात असतील. चर्चपासून चालत दोन मिनिटांच्या अंतरावर ते राहायचे. दारावर टकटक न करता किंवा बेल न वाजवता, ती थेट आत शिरली. प्रतीक्षालयातून डॉक्टरांच्या शस्त्रक्रिया खोलीत गेली.

'तुम्ही तत्काळ माझ्यासोबत चला,' बंच म्हणाली, 'चर्चमध्ये एक माणूस मरायला टेकला आहे.'

काही मिनिटांनंतर, डॉ. ग्रिफिथ्स त्या माणसाला तपासून उठून उभा राहिला.

'आपण याला व्हिकारनिवासस्थानी हलवू शकू का? मी तिथे त्याला जास्त चांगल्या प्रकारे पाहू शकतो - त्याने फार काही फायदा होईल असं नाही, तरी...'

'चालेल, अर्थातच,' बंच म्हणाली, 'मी जाते आणि तयारी करते. मी हार्पर आणि जोन्सला पण आणू का? याला उचलून नेण्यासाठी.'

'चालेल. धन्यवाद. मी निवासस्थानातून फोन करून रुग्णवाहिका बोलावून घेतो; पण ती येईस्तोवर मला वाटतं की...' डॉक्टरांनी आपलं म्हणणं अर्धवट सोडून दिलं.

बंचने विचारलं, 'अंतर्गत रक्तस्राव?'

डॉ. ग्रिफिथ्सने मानेने होकार भरला. त्याने विचारलं, 'तो इथे आला तरी कसा?'

'तो रात्रभर इथेच असावा असं मला वाटतं,' बंच विचार करून म्हणाली, 'कामाला जाताना हार्पर चर्च उघडतो; पण तो बहुतेकदा आत येत नाही.'

साधारणतः पाचेक मिनिटांनी, डॉक्टरांनी टेलिफोन ठेवला आणि खोलीत आले. तिथे जखमी, मरणपंथाला लागलेला तो माणूस सोफ्यावर टाकलेल्या रजयांवर निजला होता. डॉक्टरांची तसापणी झाल्यानंतरची साफसफाई आणि पाण्याचं भांडं उचलून ठेवणं अशी कामं बंच करत होती.

'झालं सगळं,' ग्रिफिथ्स म्हणाला, 'मी रुग्णवाहिका बोलावली आहे आणि पोलिसांनाही कळवलं आहे.' तो उठून उभा राहिला. आठ्या घालत त्याने डोळे मिटून झोपलेल्या रुग्णाकडे पाहिलं. त्याचा डावा हात आखडल्यासारखा, विचित्रच प्रकारे लुळा पडल्यासारखा दिसत होता.

'त्याला गोळी मारलीय. चांगलीच जवळून मारली आहे. त्याने आपला हातरुमाल जखमेभोवती घट्ट गुंडाळला आणि वाहणारं रक्त थांबवण्याचा प्रयत्न केला,' ग्रिफिथ्स म्हणाला.

'गोळी मारल्यानंतर तो बराच काळ तिथे होता का?' बंचने विचारलं.

'हो, असं अगदी शक्य आहे. जीवघेणी इजा झालेला माणूस स्वतःला सावरून काहीच न झाल्यागत रस्त्यावरून फिरतो आणि अचानक पाच-दहा मिनिटांनी तो खाली पडतो, असंही घडू शकतं, त्यामुळे त्याला गोळी चर्चमध्येच लागली असेल, असं काही नाही. अरे, नाही! त्याला कदाचित थोड्या अंतरावरूनही गोळी मारलेली असू शकते. अर्थातच, त्याने स्वतःलाच गोळी मारली असावी आणि रिव्हॉल्वर टाकून कसातरी भटकत चर्चकडे आला असावा. मला समजत नाही की, तो चर्चमध्ये का आला? व्हिकारनिवासस्थानी का नाही आला?'

'मला माहितेय, ते...' बंच म्हणाली. 'तो म्हणाला – सँक्चुरी!'

डॉक्टरने तिच्याकडे पाहिलं. 'सँक्चुरी?'

'ज्यूलियन आला वाटतं,' बाहेरच्या खोलीत तिच्या पतीच्या पावलांची चाहूल लागल्याने, तिकडे मान वळवून बंच म्हणाली, 'ज्यूलियन! इकडे ये.'

रेव्हरंड ज्यूलियन हार्मन खोलीत प्रवेशकर्ता झाला. त्याच्या विद्वत्तापूर्ण, संदिग्ध वागण्याच्या तऱ्हेमुळे तो नेहमी आहे, त्यापेक्षा जास्त वयस्कर वाटायचा. 'बापरे, हे काय!' खोलीतल्या सर्जिकल उपकरणांकडे आणि सोफ्यावरच्या माणसाकडे पाहून तो चकित झाला आणि बुचकळ्यात पडला.

नेहमीप्रमाणे थोडक्या शब्दांत बंचने सगळं काही विशद केलं. 'तो चर्चमध्ये होता, शेवटचे श्वास मोजतोय. त्याला गोळी मारण्यात आलीये. तू त्याला ओळखतोस का, ज्यूलियन? त्याने तुझं नाव घेतलं असं मला वाटलं.'

रेव्हरंड सोफ्याजवळ आला आणि त्याने त्या मरणासन्न माणासाकडे पाहिलं. 'बिचारा,' असं म्हणून त्याने आपलं डोकं नकारार्थी हलवलं. 'नाही, मी याला ओळखत नाही. मी याला कधीही पाहिलेलं नाही, हे अगदी नक्की.'

त्या क्षणी मरायला टेकलेल्या त्या माणसाचे डोळे पुन्हा उघडले. त्याने डॉक्टर, ज्यूलियन हार्मन आणि मग त्याच्या पत्नीकडे पाहिलं. नंतर तो बंचच्या चेहऱ्याकडे एकटक पाहत राहिला. डॉ. ग्रिफिथ्स दोन पावलं पुढे आला.

'हे कोणी केलं तू आम्हाला सांगू शकतोस का?' त्याने लगबगीने विचारले.

पण बंचकडे एकटक पाहत तो माणूस क्षीण आवाजात म्हणाला, '*कृपया... कृपया...*' आणि मग, तो किंचित थरथरला, त्याने आचका दिला आणि मेला...

सार्जंट हेजने पेन्सिलचं टोक चाटलं आणि आपल्या वहीचं पान उलटलं.

'मिसेस हार्मन, तुम्हाला एवढंच माहीत आहे तर?'

'हो, एवढंच,' बंच म्हणाली, 'त्याच्या कोटाच्या खिशातल्या या काही गोष्टी.'

सार्जंटचं कोपर जिथे टेकलं होतं, त्या ठिकाणी, टेबलावर एक वॉलेट होतं. पोचे पडलेलं जुनं घड्याळ होतं. त्यावर डब्ल्यू.एस. अशी अद्याक्षरं कोरलेली होती आणि लंडनचं परतीचं तिकीट. बस्स, एवढंच.

'तो कोण होता हे तुम्हाला शोधता आलं का?' बंचने विचारलं.

'मिस्टर आणि मिसेस इकलिस यांनी पोलीस स्थानकात फोन केला होता. तिचा भाऊ असावा, असं वाटतंय. सँडबोर्न नावाचा. त्याची तब्येत खालावलेली होती आणि मानसिक स्थितीही अधूनमधून फार चांगली नसायची, म्हणे. गेले काही दिवस तो आणखीनच वाईट स्थितीत होता. परवा तो घराबाहेर पडला आणि आलाच नाही. सोबत रिव्हॉल्व्हरही घेतलं होतं त्याने.'

'आणि तो इथे आला आणि त्याने स्वतःला गोळी मारून घेतली? का?' बंचने विचारलं.

'अं, असं पाहा की, तो औदासीन्यग्रस्त...'

बंचने त्याला मध्येच तोडलं. 'मला *तसं* म्हणायचं नव्हतं. मला विचारायचं होतं, इथे का?'

सार्जंट हेजला या प्रश्नाचं उत्तर माहिती नसल्यामुळे, त्याने आडमार्गाने वेगळंच उत्तर दिलं, 'तो इथे पाच-दहाच्या बसने आला आणि गोळी मारून घेतली.'

'हो; *पण का?'* बंचने पुन्हा विचारलं.

'मिसेस हार्मन, मला माहीत नाही,' सार्जंट हेज उत्तरला. 'असं का, याला तसं काही कारण नाहीये. जर मनाचा तोल बिघडलेला असेल...'

पण बंचने त्याला पूर्ण वाक्य बोलू न देता गप्प केलं. 'त्याला ते कुठेही करता येऊ शकलं असतं. देशातल्या एवढ्या लहानशा ठिकाणी बसने येण्याची काय गरज? तो इथे कुणाला ओळखतही नव्हता, होता का?'

'आत्तापर्यंतच्या चौकशीनुसार तरी नाही,' सार्जंट हेज म्हणाला. तो खजील झाल्यागत खाकरला आणि उभा राहून म्हणाला, 'मिस्टर आणि मिसेस इकलिस तुम्हाला भेटायला येणार आहेत, मॅडम – तुमची काही हरकत नाही ना?'

'अर्थात चालेल. माझी काही हरकत नाही,' बंच म्हणाली. 'साहजिक आहे ते. माझ्याकडे त्यांना सांगण्यासारखं काहीतरी असलं असतं तर फार चांगलं झालं असतं.'

'मी येतो, लवकरच काहीतरी हाती लागेल अशी आशा,' सार्जंट हेज म्हणाला.

'हा खून नव्हता, हे एक चांगलं म्हणायचं,' त्याला प्रवेशद्वाराशी सोडायला जाताना बंच म्हणाली.

एक कार व्हिकारनिवासाच्या फाटकापाशी थांबली. तिच्याकडे पाहत, सार्जंट हेज म्हणाला, 'बहुतेक मिस्टर आणि मिसेस इकलिस इथे आले आहेत, असं दिसतंय. तुमच्याशी बोलायला.'

त्या अवघड परिस्थितीला सामोरं जाण्यासाठी बंच सज्ज झाली. तिने विचार केला, 'आपण ज्यूलियनला मदतीसाठी कधीही बोलावू शकतो. मृताच्या नातेवाइकांना भेटताना धर्मगुरूंची मोठी मदत होते.'

मिस्टर आणि मिसेस इकलिस कसे असतील याची काही अपेक्षा तिने मनात केली नव्हती; पण तरीही त्यांचं स्वागत करताना, तिला आश्चर्य वाटलं. मिस्टर इकलिस जाडजूड आणि लाल चेहऱ्याचा होता. त्याचा स्वभाव उत्साही आणि खिल्ली उडवणारा होता. मिसेस इकलिस जरा तोऱ्यात राहणारी वाटत होती. तिचे ओठ घट्ट मुडपलेले होते आणि काहीशी दुष्ट भासणारी जिवणी होती. तिचा आवाज पातळ आणि चिरका होता.

'आमच्यासाठी हा भयंकर धक्का होता, मिसेस हार्मन, तुम्ही कल्पना करू शकता,' ती म्हणाली.

'खरंच, मी समजू शकते,' बंच म्हणाली, 'धक्का असणारच तो. या बसा ना. तुम्ही काय घेणार - चहा? चहासाठी ही वेळ जरा लवकरचीच आहे खरंतर...'

आपला लठ्ठ हात हलवत मिस्टर इकलिस म्हणाला, 'नको, आम्हाला काहीही नको. आभार. तुम्ही फार दयाळू आहात. आम्हाला फक्त हे जाणून घ्यायचं होतं की... आमचा बिचारा विल्यम तुम्हाला काय म्हणाला शेवटी?'

'तो बराच काळ परदेशात होता,' मिसेस इकलिस म्हणाल्या, 'आणि तिथे त्याला फार फार वाईट अनुभव आले असणार हे नक्की. तो परत आल्यापासून खूप शांत आणि उदास होता. तो म्हणायचा, हे जग राहण्यायोग्य नाहीये आणि पुढे काहीही चांगलं घडण्यासारखं राहिलेलं नाहीये. बिचारा बिल, त्याची मनःस्थिती कायम दोलायमान असे.'

बंचने त्या दोघांकडे काही न बोलता, एक-दोन मिनिटं नुसतं पाहिलं.

'माझ्या पतीचं रिव्हॉल्वर चोरलं त्याने, आमच्या नकळत,' मिसेस इकलिस बोलू लागली. 'तो इथे बसने आला असावा बहुधा. त्याला तेच बरं वाटलं, माझ्या मते. आमच्या घरी असं काही करायला त्याला आवडलं नसतं.'

'बिचारा!' मिस्टर इकलिसने निःश्वास सोडत म्हटलं. पुन्हा एकदा थोडंसं थांबून मिस्टर इकलिसने विचारलं, 'त्याने शेवटी काही निरोप दिला का? अखेरचे काही शब्द, असं काही?'

तो त्याच्या डुकरासारख्या चमकत्या डोळ्यांनी बंचकडे निरखून पाहत होता. मिसेस इकलिसही जरा जास्त पुढे झुकल्यासारखी झाली. जणू काही ती आतुरतेने उत्तराची वाट पाहत असावी.

'नाही,' बंच शांतपणे म्हणाली. 'तो मरत असताना, चर्चमध्ये आला, सँक्चुरीमध्ये.'

मिसेस इकलिसने विचारलं. 'सँक्चुरी? मला काही समजलं...'

मिस्टर इकलिस मध्येच म्हणाला. 'पवित्र स्थळ गं...,' तो पटकन म्हणाला. 'रेव्हरंडच्या मिसेस त्याबद्दल बोलत आहेत. आत्महत्या म्हणजे पाप असतं ना. त्याला चूक सुधारायची होती बहुधा...'

'मरण्याआधी त्याने काहीतरी सांगायचा प्रयत्न केला,' बंच म्हणाली. 'कृपया – असं म्हणून त्याने सुरुवात तर केली; पण तेवढंच त्याला सांगता आलं.'

मिसेस इकलिसने डोळ्यांना रुमाल लावला आणि ती मुसमुसू लागली. 'अरे देवा, फार हताश, निराश करणारं घडलं हे, नाही?' ती म्हणाली.

'अगं, अगं पॅम,' तिचा पती म्हणाला, 'एवढं मनाला नको लावून घेऊस. अशा बाबतीत आपण काही करू शकत नाही. बिचारा विली. तो शांत पहुडलाय आता. ठीके, धन्यवाद आपले, मिसेस हार्मन. आम्ही तुम्हाला फार त्रास दिला नसेल अशी आशा. रेव्हरंडच्या पत्नीचा दिवस फार व्यग्र असतो, हे आम्हाला माहीत आहे.'

त्या दोघांनी हात मिळवून निरोप घेतला; पण तेवढ्यात अचानक इकलिस दाम्पत्य वळलं आणि म्हणालं, 'आणि हो, आणखी एक गोष्ट. मला वाटतं, तुम्हाला त्याचा कोट सापडला इथे, हो ना?'

'कोट?' बंचने विचारलं.

मिसेस इकलिस म्हणाली, 'आम्हाला त्याच्या सगळ्या गोष्टी हव्या आहेत. आमच्याकरता भावनिक आहे हे सगळं.'

'त्याच्या खिशात त्याचं घड्याळ, वॉलेट आणि रेल्वेचं एक तिकीट होतं,' बंच म्हणाली. 'मी ते सार्जंट हेज यांच्याकडे सुपूर्त केलं.'

'अच्छा, मग ठीकच आहे,' मिस्टर इकलिस म्हणाला. 'ते आमच्या हवाली करतील, अशी अपेक्षा. त्याची खासगी कागदपत्रं त्याच्या वॉलेटमध्ये असतील.'

'त्याच्या पाकिटात एक पौंडाची नोट होती, बाकी काहीही नव्हतं,' बंच म्हणाली.

'कागदपत्रं? असलं काही नव्हतं?' बंचने नकारार्थी मान हलवली.

'बरं, बरं. ठीक आहे. पुन्हा एकदा धन्यवाद, मिसेस हार्मन. त्याने घातलेला कोट, तोही सार्जंटनीच नेला असेल, बरोबर ना?'

बंचने डोक्याला ताण देऊन आठवलं. तिच्या कपाळाला आठ्या पडल्या.

'नाही बहुधा,' ती म्हणाली. 'मला वाटतं... थांबा, मला जरा पाहू द्या. त्याची जखम पाहण्यासाठी डॉक्टर आणि मी कोट काढला होता.' तिने खोलीत संदिग्धपणे पाहिलं. 'मी टॉवेल्स आणि पाण्याच्या भांड्याबरोबर तो वर नेला असणार.'

'मिसेस हार्मन, तुमची हरकत नसेल तर... आम्हाला त्याचा कोट न्यायचा आहे, तुम्ही समजू शकाल, त्याने घातलेली ही शेवटची गोष्ट. माझ्या पत्नीच्या भावना पाहता...'

'अर्थात, चालेल,' बंच म्हणाली. 'मी तो स्वच्छ धुऊन दिला, तर चालेल ना तुम्हाला? कारण त्याला ना – डाग लागलेला आहे.'

'अहो, नको, नको. काहीच हरकत नाही.'

बंचच्या कपाळावर आठ्या चढल्या. 'मला आता आठवत नाहीये... मी तो कुठे... एक मिनिट हां...' असं म्हणून ती जिन्याने वर गेली आणि काही मिनिटांनी परतली.

'मला क्षमा करा,' तिला धाप लागली होती, 'माझ्या नोकराणीने तो इतर कपड्यांबरोबर ठेवला होता. ते कपडे धोब्याकडे द्यायचे होते, त्यामुळे मला बराच शोधल्यावर सापडला तो. मी तुम्हाला कागदात गुंडाळून देते थांबा.'

त्या दोघांनी नको, नको म्हटलं, तरी तिने तो गुंडाळला; मग पुन्हा एकदा आभार मानून इकलिस पती-पत्नी गेले.

बंच हळूहळू चालत हॉलमधून अभ्यासिकेत गेली. रेव्हरंड ज्यूलियन हार्मनने तिच्याकडे प्रश्नार्थक नजरेने पाहिलं. तो आपल्या प्रवचनाची तयारी करत होता; पण त्याचं लक्ष नीट लागत नव्हतं.

'बोल, काय गं?' त्याने आशेने विचारलं.

'ज्यूलियन,' बंच म्हणाली. '*सँक्चुरी* या शब्दाचा नक्की अर्थ काय?'

ज्यूलियन हार्मनने हातातला प्रवचनाचा कागद बाजूला ठेवला. तो म्हणाला, 'रोमन आणि ग्रीक मंदिरांमध्ये सँक्चुरी म्हणजे जिथे देवाची मूर्ती असायची तो *गाभारा*. वेदी अर्थात अल्टरसाठी लॅटिन शब्द आहे *'ॲरा'*. याचा एक अर्थ संरक्षण असाही आहे.' तो पुढे सांगू लागला, '३९९मध्ये शेवटी एकदाचा ख्रिश्चन चर्चेसमध्ये सँक्चुरीचा म्हणजे अभयदानाचा हक्क मान्य करण्यात आला. इंग्लंडमध्ये सँक्चुरी हक्काचा पहिला उल्लेख आढळतो तो ६००मध्ये एथेलबर्टने जारी केलेल्या कोड ऑफ लॉजमध्ये...'

थोडा वेळ तो आणखी सविस्तर बोलला; पण नेहमीप्रमाणे त्याच्या पांडित्यामुळे गोंधळून गेलेल्या त्याच्या पत्नीचे भाव पाहून तो थांबला.

'डार्लिंग,' ती म्हणाली., 'तू *खरंच* गोड आहेस.'

तिने त्याच्या नाकाच्या शेंड्याची पापी घेतली. चांगली हुशारी दाखवणाऱ्या कुत्र्याचं जसं कौतुक केलं जातं, तसं आपलं केलं गेलंय असं ज्यूलियनला वाटलं.

'इकलिस दाम्पत्य येऊन गेलं,' बंच म्हणाली.

व्हिकारचा चेहरा प्रश्नार्थक झाला. 'कोण इकलिस? मला आठवत नाहीये...'

'तू ओळखत नाहीस त्यांना. इकलिस दाम्पत्य म्हणजे चर्चमधल्या त्या माणसाची बहीण आणि तिचा नवरा.'

'अगं, मग तू मला बोलवायला पाहिजे होतंस.'

'तशी काही गरज नव्हती,' बंच म्हणाली, 'त्यांना सांत्वनाची काही आवश्यकता नव्हती असं वाटत होतं. मला प्रश्न पडतोय आता की...' तिच्या भुवया उंचावल्या. 'मी उद्या जेवण तयार करून ओव्हनमध्ये कॅसरोल ठेवला तर तुला चालेल का, ज्यूलियन? मी सेलसाठी लंडनला जावं म्हणतेय.'

'सेल?' तिच्या नवऱ्याने कोऱ्या चेहऱ्याने तिच्याकडे पाहिलं, 'म्हणजे यॉट किंवा बोटीने सेलिंग असं काहीतरी?'

बंच हसली. 'नाही रे. बरोज आणि पोर्टमन्स दुकानात खास सेल लागला आहे. पांढऱ्या कापडांचा म्हणजे चादरी, टेबल क्लॉथ्स, टॉवेल्स आणि नॅपकिन वगैरे. आपल्याकडे नॅपकिन तर इतके भराभर खराब होतात ना...' मग थोडं थांबून विचार करत ती म्हणाली, 'आणि मला वाटतं, मी जेन मावशीलाही भेटून येईनच.'

ती गोड म्हातारी, मिस जेन मार्पल, एका पंधरवड्यासाठी तिच्या भाचाच्या स्टुडिओ फ्लॅटमध्ये आरामात राहून महानगराचा आनंद घेत होती.

'रेमंड किती चांगलाय गं,' तिने सांगितलं. 'तो आणि जोआन पंधरा दिवसांसाठी अमेरिकेला जाणार आहेत आणि त्याने तू इथे ये आणि मजेत राहा, अशी मला गळच घातली. बरं, आता बंच मला सांग, तुला कशाची चिंता वाटतेय?'

बंच मिस मार्पलची आवडती 'मानसकन्या' होती. म्हातारीने खूप प्रेमाने बंचकडे पाहिलं. आपली आवडती फेल्टची हॅट बाजूला ठेवून तिने सांगायला सुरुवात केली.

बंचचं बोलणं नेमकं आणि स्पष्ट होतं. बंचचं सांगून झाल्यावर मिस मार्पलने आपली मान होकारार्थी हलवली. 'असं आहे तर,' ती म्हणाली.

'त्यामुळे मला तुला भेटावंसं वाटलं,' बंच म्हणाली, 'मी काही तितकी हुशार नाही...'

'अगं मुली, तू हुशार आहेस.'

'नाहीये मी. ज्यूलियनसारखी हुशार नाहीये.'

'अर्थातच, ज्यूलियनची बुद्धिमत्ता उत्तुंग आहे,' मिस मार्पल म्हणाली.

'तेच तर,' बंच म्हणाली, 'ज्यूलियन बुद्धिमान आहे; पण मला *काहीतरी वेगळं* असलं की लगेच जाणवतं. नेहमीच.'

'बंच, तुझ्याकडे शहाणपण पुष्कळ आहे आणि तूही खूप हुशार आहेस.'

'असं बघ, मला समजत नाहीये मी काय करायला हवं ते. मी ज्यूलियनला काही सांगू शकत नाही, कारण तुला माहितीच आहे ना, ज्यूलियन किती नैतिक, प्रामाणिक...'

तिला काय म्हणायचंय, ते मिस मार्पलला अगदी नीट समजलं. ती म्हणाली, 'मला समजलं, गं. आपण बायका – आपलं वेगळं असतं.' ती पुढे म्हणाली, 'काय घडलं ते तू मला सांगितलंस, बंच; पण तुला काय वाटतं, तुझा विचार काय आहे हे मला जाणून घ्यायचंय.'

'सगळं चुकीचं वाटतंय,' बंच म्हणाली, 'मरायला टेकलेल्या, चर्चमधल्या त्या माणसाला सँक्चुरीबद्दल सगळं काही माहीत होतं. ज्यूलियन ज्या पद्धतीने बोलतो ना, त्याच पद्धतीने तोही सँक्चुरी हा शब्द म्हणाला म्हणजे मला म्हणायचंय, तो व्यासंगी, सुशिक्षित होता आणि जर त्याने स्वतःला गोळी मारली असेल, तर त्यानंतर अभयदान किंवा सँक्चुरी एवढंच म्हणण्यासाठी त्याने स्वतःला चर्चमध्ये ओढत आणलं नसणार. अभयदान मागताना तुमचा कोणीतरी पाठलाग करत असतं आणि जेव्हा तुम्ही चर्चमध्ये पोहोचता, तेव्हा सुरक्षित होता. तुमचा माग काढणारा तुम्हाला स्पर्श करू शकत नाही. एकेकाळी तर कायद्याचे हातदेखील तुम्हाला सँक्चुरीमध्ये काही करू शकायचे नाहीत.'

तिने मिस मार्पलकडे प्रश्नार्थक नजरेने पाहिलं. मिस मार्पलने मान डोलावली. बंच पुढे बोलू लागली, 'ते इकलिस जरा वेगळेच लोक वाटले. अज्ञानी आणि रांगडे आणि आणखी एक गोष्ट. ते घड्याळ. मृत माणसाचं घड्याळ. त्यावर डब्ल्यू.एस. अशी अक्षरं होती; पण आत – मी ते उघडल्यावर अगदी छोट्या अक्षरांत लिहिलं होतं, 'वॉल्टरला त्याच्या वडलांकडून' आणि तारीख होती. *वॉल्टर;* पण इकलिस तर सारखं सारखं त्याचं नाव विल्यम किंवा बिल असं घेत होते.'

मिस मार्पलला काहीतरी बोलायचं होतं; पण बंच भराभरा बोलत राहिली, 'म्हणजे, मला माहितेय की, नेहमी पाळण्यातल्या नावाने तुम्हाला संबोधित केलं जातंच असं काही नाही म्हणजे तुमचं नाव विल्यम ठेवलेलं असू शकतं; पण तुम्हाला पॉर्गी किंवा कॅरट्स असं काहीही टोपणनाव असू शकतं; पण तुमची बहीण तुम्हाला विल्यम किंवा बिल नाही ना म्हणणार, जर तुमचं नाव वॉल्टर ठेवलं असेल तर.'

'म्हणजे तुला असं म्हणायचंय की, ती त्याची बहीण नव्हती?'

'ती त्याची बहीण नव्हती, याबद्दल मला खात्री आहे. ते भयंकर होते – दोघंही. त्याच्या मागे राहिलेल्या वस्तू घ्यायला आणि मरण्याआधी तो काय म्हणाला, हे शोधायला ते आमच्या निवासस्थानी आले होते. जेव्हा मी म्हणाले की, तो काही बोलला नाही, तेव्हा त्यांच्या चेहऱ्यावर सुटकेची भावना नक्की दिसली मला! मला असं वाटतं,' बंचने आपल्या बोलण्याचा शेवट केला, 'इकलिसनीच त्याला गोळी मारली.'

'म्हणजे खून?' मिस मार्पल म्हणाली.

'हो,' बंच म्हणाली, 'खून. म्हणून तर मी तुझ्याकडे आले गं.'

बंचची ही टिप्पणी अनोळखी लोकांना कदाचित असंगत वाटेलही; पण खुनाचे मामले हाताळण्याच्या बाबतीत मिस मार्पलची ख्याती निदान काही वर्तुळांत तरी पसरली होती.

'मरण्याआधी तो मला 'कृपया–' असं म्हणाला,' बंचने सांगितलं, 'मी त्याच्यासाठी काहीतरी करावं असं त्याला वाटत होतं; पण ते काय याची काहीच कल्पना मला येत नाहीये, किती वाईट!'

काही क्षण मिस मार्पलने थोडा विचार केला आणि बंचला पडलेल्या प्रश्नाचा तिने पुनरुच्चार केला. 'पण तो तिथे का आला होता?' तिने विचारलं.

बंच म्हणाली, 'म्हणजे जर तुम्हाला अभयदान हवं असेल तर तुम्ही कोणत्याही चर्चमध्ये जाऊ शकता ना. दिवसातून चारदाच बस येणाऱ्या अशा ठिकाणी यायची काहीच आवश्यकता नाही. तेही अशा एकाकी, दूरच्या ठिकाणी.'

'तिथे येण्यामागे त्याचा निश्चित काहीतरी हेतू असणार,' मिस मार्पलला वाटलं. 'कोणालातरी भेटायला तो आला असला पाहिजे. चिपिंग क्लेगहॉर्न हे काही फार मोठं गाव नाही, बंच. तो कुणाला भेटायला आला असेल, याची काहीएक कल्पना तुला नक्कीच असेल?'

बंचने तिच्या गावातल्या रहिवाश्यांचा विचार केला. मग साशंकतेने डोकं हलवलं. ती म्हणाली, 'कुणीही असू शकतं.'

'त्याने कुणाचं नाव घेतलं का?'

'तो ज्यूलियन म्हणाला किंवा मला तरी तसं वाटलं; पण ते ज्यूलियाही असू शकतं. मला माहीत आहे त्याप्रमाणे चिपिंग क्लेगहॉर्न गावात कोणीही ज्यूलिया राहत नाही.'

डोळे किलकिले करून ती घडलेला प्रसंग पुन्हा आठवू लागली. तिथे तो माणूस वेदीजवळच्या पायऱ्यांवर झोपलाय, निळ्या-लाल रंगाच्या रत्नांसारखा सूर्यप्रकाश खिडकीमधून आत येतोय...

'रत्नं,' मिस मार्पल विचार करून म्हणाली.

'मी आता सगळ्यात महत्त्वाची गोष्ट सांगते,' बंच म्हणाली, 'मी इथे आज का आलेय, त्यामागचं कारण. इकलिसना काहीही करून तो कोट हवाच होता आणि त्यांनी तो घेतलाच. डॉक्टर तपासत असताना आम्ही तो काढून ठेवला होता. तो मळकट, जुना कोट होता – तो त्यांना हवा असण्यामागे काही विशेष कारण नव्हतं. त्याला जोडलेल्या भावना वगैरे त्यांनी खोटंच सांगितलं, खरंतर काही अर्थ नव्हता त्यात.

'मी तो कोट शोधायला जेव्हा जिन्यावरून वर जात होते, तेव्हा मला आठवलं की, त्याने मरण्यापूर्वी कोटातून काहीतरी घेण्याचा प्रयत्न केल्यागत हालचाली केल्या होत्या, जणू काही कोट चाचपडल्यागत, त्यामुळे मी तो कोट नीट तपासला आणि मला अस्तरामध्ये वेगळ्या रंगाच्या दोऱ्याने एके ठिकाणी शिवण मारलेली दिसली. मी ती उसवली आणि त्यामध्ये एक कागद मला सापडला. मी तो काढला आणि पुन्हा मिळताजुळता दोरा शोधून ती खाच शिवून टाकली. मी पुरेपूर काळजी घेतली आणि मला *वाटत* नाही की, इकलिसना मी काय केलं हे समजलं असावं; पण मी खात्रीने सांगू शकत नाही. मग मी तो कोट खाली नेऊन त्यांना दिला आणि उशीर लागल्याबद्दल काहीतरी कारण सांगितलं.'

'तो कागद?' मिस मार्पलने विचारलं.

बंचने आपली हँडबॅग उघडली. 'मी ज्यूलियनला दाखवला नाही,' ती म्हणाली, 'कारण तो म्हणाला असता की, मी हा कागद इकलिसला द्यायला हवा; पण मला तो तुझ्याकडे घेऊन यावा असं वाटलं.'

'क्लोकरूमचं तिकीट,' मिस मार्पल त्याकडे पाहत म्हणाली, 'पॅडिंग्टन स्टेशन.'

'त्याच्या खिशात पॅडिंग्टनचं परतीचं तिकीटही सापडलं,' बंच म्हणाली.

दोघा बायकांची नजरानजर झाली.

'याचा अर्थ आता आपण कृती करायची वेळ आली आहे,' मिस मार्पल लगेच म्हणाली. 'पण माझ्या मते, काळजीही घेतली पाहिजे. आज तू लंडनला आलीस, तेव्हा तुझा कोणी पाठलाग वगैरे केला होता का? असं काही तू पाहिलंस का बंच?'

'पाठलाग!' बंच उद्गारली 'म्हणजे तुला काय म्हणायचं...'

'*शक्यता* आहे तशी,' मिस मार्पल म्हणाली, 'त्यामुळे जेव्हा कोणतीही शक्यता असू शकते, तेव्हा आपण सावध राहिलेलं चांगलं,' असं म्हणून ती पटकन उठली. 'तू इथे सेलसाठी येते असं सांगून आली आहेस, म्हटलं! त्यामुळे खरोखरच सेलला जाणं चांगलं; पण आपण तिथे जाण्याआधी, आपल्याला एक-दोन गोष्टी करायला हव्यात,' असं म्हणून मिस मार्पल पुढे गूढपणे म्हणाली, 'मला नाही वाटत

की, माझा जुना ठिपक्याठिपक्यांचा, बीव्हरची कॉलर असलेला ट्विड कोट आत्ता सोबत घ्यावा.'

दीड तासानंतर घरातले मळके आणि जुने कपडे परिधान केलेल्या दोन बायका हातात लिननच्या थप्प्या कशातरी पकडत छोट्याशा ॲपल बो नावाच्या विश्रांतीगृहात बसल्या होत्या. भूक लागल्यामुळे त्यांनी स्टेक आणि किडनी पुडिंग खाल्लं. त्यानंतर ॲपल टार्ट आणि कस्टर्डदेखील. 'युद्धापूर्वीच्या काळात मिळायचे तसे उत्तम नॅपकिन आहेत हे खरंच,' मिस मार्पल म्हणाल्या. त्यांना थोडी धाप लागली होती. 'त्यावर जे अक्षरही आहे. नशिबाने रेमंडच्या बायकोचं नाव जोआन आहे. खरंच आवश्यकता असेल, तेव्हाच मी वापरायला काढीन हे आणि माझ्या अपेक्षेपेक्षा मी आधीच गेले, तर ते तिलाच मिळतील.'

'मला या ग्लास पुसायच्या नॅपकिन्सची नितांत आवश्यकता होती,' बंच म्हणाली. 'आणि फार स्वस्तही आहेत; पण त्या फिकट तपकिरी केस असलेल्या बाईने माझ्याकडून हिसकावून घेतले ते नॅपकिन आणखी स्वस्त होते.'

त्याक्षणी, एक तरुण स्त्री ॲपल बोमध्ये शिरली. तिने भरपूर रूज आणि लिपस्टिक लावली होती. एक-दोन क्षण तिने इकडेतिकडे पाहिलं आणि मग ती त्यांच्या टेबलापाशी घाईने आली. तिने मिस मार्पलच्या कोपरापाशी एक लिफाफा ठेवला.

'हे घ्या मिस,' ती चटकन म्हणाली.

'ओह! धन्यवाद, ग्लॅडीस,' मिस मार्पल म्हणाली, 'खूप खूप आभार. माझं मोठं काम केलंस.'

'तुमच्यासाठी काहीही, मिस,' ग्लॅडीस म्हणाली, 'अर्नी मला नेहमी म्हणतो की, तू जे जे काही चांगलं करतेस ना, ते सगळं तू मिस मार्पलकडून शिकली आहेस, त्यामुळे तुमच्यासाठी मी काहीही करायला बांधील आहे, मिस.'

'किती छान आहे ही मुलगी,' ग्लॅडीस गेल्यावर मिस मार्पल म्हणाली, 'नेहमी मदतीला उत्सुक असते आणि प्रेमळ आहे.'

तिने लिफाफा उघडून आत पाहिलं आणि मग तो बंचकडे दिला. 'आता काळजी घ्यायला हवी, बरं,' ती म्हणाली, 'बरं ते जाऊ दे, माझ्या लक्षात असलेला तो छानसा तरुण इन्स्पेक्टर मेल्चेस्टरमध्ये अजूनही आहे का?'

'कल्पना नाही,' बंच म्हणाली; 'पण असेलही.'

'बरं, तो नसेल तर,' मिस मार्पल विचार करून म्हणाली, 'मी प्रमुख कॉन्स्टेबलला फोन करू शकते. त्याच्या मी लक्षात असेन, बहुधा.'

'अर्थातच, त्याला तू लक्षात असशीलच,' बंच म्हणाली, 'प्रत्येकाला तू लक्षात राहतेस. कारण, तू एकमेवाद्वितीय आहेस,' असं म्हणून ती उठली.

पॅडिंग्टन स्टेशनवर पोहोचल्यावर, बंच लगेज ऑफिसमध्ये गेली आणि तिने क्लोकरूमचं तिकीट दाखवलं. एक-दोन क्षणानंतर एक जुनीपानी, गचाळ सूटकेस तिला देण्यात आली आणि ती घेऊन बंच फलाटावरून चालू लागली.

प्रवासात फार काही घडलं नाही. चिपिंग क्लेगहॉर्नला ट्रेन पोहोचल्यावर बंच उठली. तिने जुनी सूटकेस उचलली. तिच्या डब्यातून ती बाहेर पडल्या पडल्या, एक पुरुष फलाटावरून जोरात पळत आला आणि झटक्यात तिच्या हातातली सूटकेस घेऊन वेगाने पळाला.

'थांब!' बंच ओरडली, 'थांबवा त्याला, थांबवा. माझी सूटकेस चोरली त्याने.'

त्या गावच्या फलाटावरचा तिकीट कलेक्टर जरा संथच होता. तो, 'नाही, अरे, तू असं नाही करू शकत...' असं काहीतरी म्हणू लागला. तोच त्याला छातीवर जोराचा ठोसा बसल्याने कलेक्टर बाजूला पडला आणि तो सूटकेस चोरणारा माणूस पळत स्टेशनबाहेर पळून गेला. बाहेर थांबलेल्या गाडीपाशी तो गेला. त्याने सूटकेस आत फेकली, त्यानंतर तो आत शिरणार, तेवढ्यात त्याच्या खांद्यावर पोलीस कॉन्स्टेबल ॲबेलचा जोरदार हात पडला. तो म्हणाला, 'हे काय चाललंय तुझं?'

स्टेशनवरून धावत, धापा टाकत बंच तिथे आली. 'ह्याने माझी सूटकेस चोरली. मी ट्रेनमधून बाहेर पडतच होते.'

'काही पण,' तो माणूस म्हणाला, 'या बाई काय बोलताहेत मला माहीत नाही. माझी सूटकेस आहे ही. मी ट्रेनमधून घेऊन आलोय.'

ॲबेलने बंचकडे तटस्थ नजरेने पाहिलं. कुणालाही हे कळलं नसतं की, पोलीस कॉन्स्टेबल ॲबेल आणि मिसेस हार्मन हे ॲबेल ड्यूटीवर नसताना चांगले अर्धा अर्धा तास गप्पा मारायचे. त्यांचा गप्पांचा विषय असायचा शेणखत आणि बोनमीलचे गुलाबाच्या झाडांना होणारे फायदे.

'मॅडम, तुम्ही म्हणताय ही तुमची सूटकेस आहे?' पोलीस कॉन्स्टेबल ॲबेल म्हणाला.

'हो,' बंच म्हणाला, 'खात्रीने.'

'आणि तुमचं म्हणणं काय सर?'

'माझी आहे ही सूटकेस,' तो माणूस उंच, गडद वर्णाचा आणि उत्तम पोशाख केलेला होता. त्याचा आवाज हेल काढून बोलल्यासारखा होता. त्यात आपण उच्च असल्याचा आविर्भाव होता. तेवढ्यात कारमधून एका बाईचा आवाज आला, 'एडविन, अर्थातच तुझी आहे ही सूटकेस. या बाई काय बोलताहेत, कुणास ठाऊक.'

'आपल्याला हे स्पष्ट करायला लागेल,' पोलीस कॉन्स्टेबल ॲबेल म्हणाला, 'जर ही सूटकेस तुमची आहे, मॅडम, तर मला सांगा आत काय आहे?'

'कपडे,' बंच म्हणाली, 'ठिपक्याठिपक्यांचा लांब कोट, बीव्हरची कॉलर असलेला. दोन लोकरी जंपर्स आणि बुटांचा एक जोड.'

'ठीकेय, आहे हे पुरेसं स्पष्ट आहे,' पोलीस कॉन्स्टेबल ॲबेल म्हणाला आणि त्या माणसाकडे वळला.

'मी नाटकाच्या वेशभूषा करतो,' तो गडद वर्णाचा माणूस ठासून म्हणाला, 'या सूटकेसमध्ये नाटकाचे पोशाख आहेत, जे मी इथे एका हौशी प्रयोगासाठी आणलेत.'

'बरोबर, सर,' पोलीस कॉन्स्टेबल ॲबेल म्हणाला. 'आता आपण आत काय ते पाहू, चालेल ना? आपण त्यासाठी पोलीस स्थानकात जाऊ शकतो किंवा तुम्हाला खूप घाई असेल, तर ही सूटकेस रेल्वे स्थानकामध्ये नेऊन उघडू शकतो.'

'मला चालेल तसं,' तो माणूस म्हणाला, 'माझं नाव मॉस, एडविन मॉस.'

सूटकेस हातात घेऊन पोलीस कॉन्स्टेबल पुन्हा स्थानकात शिरला. 'जॉर्ज, मी ही सूटकेस जरा पार्सल कार्यालयात नेतोय,' तो तिकीट कलेक्टरला म्हणाला.

कॉन्स्टेबल ॲबेलने पार्सल कार्यालयातल्या टेबलावर सूटकेस ठेवली आणि तिचा चाप दाबला. ती कुलूपबंद नव्हती. त्याच्या एकेका बाजूला बंच आणि मिस्टर एडविन मॉस उभे होते. एकमेकांकडे ते रोखून पाहत होते.

झाकण उघडल्यावर कॉन्स्टेबल उद्गारला, 'आहा!'

आत नीट घडी केलेला लांब जुना, बीव्हरच्या फरची कॉलर असलेला ट्विड कोट होता, तसंच दोन लोकरीचे जंपर्स आणि बुटांचा जोडही होता.

'तुम्ही म्हणालात तसंच अगदी, मॅडम,' बंचकडे पाहत कॉन्स्टेबल म्हणाला.

मिस्टर एडविन मॉसने पुरेसं नाटक केलं नाही असं कोणीही म्हणू शकलं नसतं. कारण, त्याने आश्चर्य वाटल्याचं आणि अपराधी वाटल्याचं पुरेपूर नाटक वठवलं.

'मला माफ करा,' तो म्हणाला. 'खरंच मी *क्षमा* मागतो. माझ्यावर विश्वास ठेवा, मॅडम, मला *माफ* करा, *क्षमा* करा मला. मी केलेलं कृत्य... माझं कृत्य क्षमा करण्यासारखं नाही, मला माहितेय.' मग त्याने त्याच्या घडाळ्यात पाहिलं. 'मला निघालं पाहिजे. बहुधा, माझी सूटकेस ट्रेनमध्येच राहिलेली दिसते.' आपली हॅट उंचावून, तो बंचला म्हणाला, 'मला *क्षमा* करा, *माफ* करा,' आणि मग तो पार्सल कार्यालयातून घाईने बाहेर पडला.

'तुम्ही त्याला असं सोडून देणार का?' बंचने पोलीस कॉन्स्टेबल ॲबेलकडे पाहत म्हटलं.

कॉन्स्टेबलने डोळे मिचकावून प्रतिसाद दिला. 'मॅडम, तो फार दूर जाणार नाही. म्हणजे तो आमच्या नकळत कुठेही जाणार नाही असं म्हणायचंय मला.'

'अच्छा, मग ठीके,' बंचने हायसं वाटून सुस्कारा टाकला.

'त्या वृद्ध लेडी फोनवर होत्या,' पोलीस कॉन्स्टेबल ॲबेल म्हणाला, 'त्याच काही वर्षांपूर्वी इथे आल्या होत्या ना. फार हुशार आहेत त्या, नाही? पण आज भरपूर काय काय घडलंय. उद्या सकाळी इन्स्पेक्टर किंवा सार्जंट तुम्हाला भेटायला आले, तर आश्चर्य नाही.'

क्रॅडॉक नावाचा इन्स्पेक्टर आला, हाच इन्स्पेक्टर मिस मार्पलला आठवत होता. जुन्या मित्राप्रमाणे हसून त्याने बंचचं स्वागत केलं.

'चिपिंग क्लेगहॉर्नमध्ये पुन्हा गुन्हा,' तो उत्साहात म्हणाला, 'तुमच्या इथे खळबळजनक घटनांची कमतरता नसते असं दिसतंय, हो ना मिसेस हार्मन?'

'असे प्रकार कमी घडले, तर मला बरंच वाटेल,' बंच म्हणाली, 'तुम्ही मला प्रश्न विचारायला आला आहात की मला काय घडलं हे सांगणार आहात?'

'मी पहिल्यांदा काही गोष्टी सांगतो,' इन्स्पेक्टर म्हणाला, 'सुरुवातीला, मिस्टर आणि मिसेस इकलिस यांच्यावर आम्ही काही काळ लक्ष ठेवून होतो. कारण, या भागामध्ये झालेल्या अनेक चोऱ्या-दरोड्यांशी त्यांचा संबंध आहे असं आम्हाला वाटलं. आणखी एक म्हणजे मिसेस इकलिसला *खरंच* सँडबोर्न नावाचा भाऊ असला आणि तो नुकताच परदेशातून परतला असला, तरी काल चर्चमध्ये मरणासन्न अवस्थेत सापडलेला माणूस नक्कीच सँडबोर्न नव्हता.'

'वाटलंच मला,' बंच म्हणाली, 'त्याचं नाव वॉल्टर होतं, विल्यम नव्हे.'

इन्स्पेक्टरने होकारार्थी मान हलवली, 'त्याचं नाव वॉल्टर सेंट जॉन आणि तो चॅरिंग्टनच्या तुरुंगातून अठ्ठेचाळीस तासांपूर्वी पळाला होता.'

बंच स्वतःशीच मृदू आवाजात म्हणाली, 'अर्थात, पोलीस म्हणजे कायदा त्याच्या मागे होता म्हणूनच त्याने चर्चमध्ये सँक्चुरी घेतली,' तिने विचारलं, 'त्याने काय केलं होतं?'

'मला खूप मोठी गोष्ट सांगत बसावी लागेल. गुंतागुंतीची गोष्ट आहे ही. अनेक वर्षांपूर्वी एक नृत्यांगना संगीत सभागृहांमध्ये नृत्याचे कार्यक्रम करायची. तुम्ही याबद्दल काही ऐकलं असण्याची अपेक्षा नाही; पण तिची खासियत होती अरेबियन नाइट्स. 'रत्नांच्या गुहेत अलादिन' असं त्या कार्यक्रमाचं नाव होतं. ती फक्त काही रत्नं वगैरे अंगावर घालायची, बाकी काहीच घालायची नाही.

'ती नृत्यांगना म्हणून ठीक होती, माझ्या मते; पण ती खूपच आकर्षक होती. आशियातल्या एका राजघराण्यातला एक जण तिच्या प्रेमात पडला. त्याने तिला अनेक भेटवस्तू दिल्या, ज्यात एक अप्रतिम असा पाचूचा हारही होता.'

'राजाकडची ऐतिहासिक रत्नं?' बंच उत्साहात म्हणाली.

इन्स्पेक्टर क्रॅडॉक खोकला. 'मिसेस हार्मन, हा हार अधिक आधुनिक प्रकारातला होता. दोघांचं ते प्रकरण काही फार काळ चाललं नाही, कारण आपल्या राजाचं लक्ष आणखी कुण्या चित्रपट तारकेने वेधून घेतलं. तिच्या मागण्या साध्यासुध्या नव्हत्या.

'झुबेदा या त्या नृत्यांगनेने, तो हार स्वतःजवळ ठेवला आणि मधल्या काळात तो चोरीला गेला. सभागृहामधल्या कपडे बदलायच्या खोलीतून तो गायब झाला आणि तपास करणाऱ्या अधिकाऱ्यांच्या मनात असा संशय घोळत होता की, तिनेच मुद्दाम तो चोरला गेल्याचं कुंभांड रचलं असावं. असल्या गोष्टी पब्लिसिटी स्टंट्स म्हणून केल्या जातात किंवा काही वेळा त्यामागे काळंबेरं असं कारण असतं.

'तो हार कधीही सापडला नाही; पण या सगळ्या तपासामध्ये पोलिसांचं लक्ष या माणसाकडे, वॉल्टर सेंट जॉनकडे वेधलं गेलं. तो चांगला शिकलेला आणि चांगल्या घरातला होता. त्याला एका संशयास्पद फर्मने ज्वेलर म्हणून कामाला ठेवलं होतं. ही फर्म चोरलेल्या रत्नांच्या-दागिन्यांच्या सौद्याची कामं करायची, असा आम्हाला संशय होता.

'त्याच्या हातून तो हार पुढे कोणाकडे तरी गेला असा पुरावा होता. खरंतर, एका वेगळ्या दागिन्यांच्या चोरीच्या संबंधात तो पकडला गेला. अखेरीस त्याच्यावर खटला चालवला गेला आणि त्याला तुरुंगात धाडण्यात आलं. त्याच्या शिक्षेचा कालावधी संपतच आला होता, त्यामुळे तो आधीच का पळाला याचं आम्हाला आश्चर्यच वाटलं.'

'पण तो इथे का आला?' बंचने विचारलं.

'आपल्याला ते जाणून घ्यायला आवडेलच, मिसेस हार्मन. त्याचा माग काढल्यावर, असं दिसतं की, तो पहिल्यांदा लंडनला गेला. तिथे तो काही त्याच्या जुन्या सहकाऱ्यांना भेटला नाही; पण तो मिसेस जेकब्ज नावाच्या वयस्कर बाईला भेटला. ती पूर्वी नाटकांसाठी वेशभूषाकार म्हणून काम करायची. तो तिथे का आला होता, याबद्दल तिने काहीच सांगितलं नाही; पण त्या इमारतीत राहणाऱ्या इतर काही लोकांच्या मते तो तिथून एक सूटकेस घेऊन निघाला.'

'अच्छा, पॅडिंग्टन स्थानकात क्लोकरूमध्ये त्याने ती ठेवली आणि मग तो इथे आला,' बंच म्हणाली.

'दरम्यानच्या काळात,' इन्स्पेक्टर क्रॅडॉकने सांगितलं, 'इकलिस आणि एडविन मॉस हे त्याच्या मागावर होते. त्यांना ती सूटकेस हवी होती. त्यांनी त्याला बसमध्ये चढताना पाहिलं. ते गाडीने त्याच्या आधी पोहोचले असावेत आणि त्याने बस सोडल्यानंतर त्याची वाट पाहत असले पाहिजेत.'

'आणि मग त्यांनी त्याचा खून केला का?' बंचने विचारलं.

'हो,' क्रॅडॉक म्हणाला, 'त्याला गोळी मारण्यात आली. इकलिसची रिव्हॉल्वर होती ती; पण माझी अशी कल्पना आहे की, मॉसने गोळी झाडली असावी. आता, मिसेस हार्मन, आम्हाला हे जाणून घ्यायचं आहे की, वॉल्टर सेंट जॉनने पॅडिंग्टन स्थानकात ठेवलेली ती सूटकेस नक्की आहे कुठे?'

बंचने स्मित केलं. 'जेन मावशी ती घेऊन येईलच एवढ्यात,' ती म्हणाली, 'म्हणजे मिस मार्पल. तिची योजना होती ती. तिने तिच्या आधीच्या नोकराणीला तिच्या काही वस्तू भरलेली एक सूटकेस घेऊन पॅडिंग्टन स्थानकाच्या क्लोकरूममध्ये पाठवलं आणि आम्ही तिकिटांची अदलाबदल केली. मी तिची सूटकेस घेऊन ट्रेनमध्ये चढले. माझ्याकडून ती सूटकेस घेण्याचा प्रयत्न होणार, असं तिला वाटतच होतं.'

आता इन्स्पेक्टर क्रॅडॉकची स्मित करण्याची पाळी होती. 'हो, त्यांनी फोनवर हे सांगितलं मला. आता मी त्यांना भेटायला लंडनला जातेय. मिसेस हार्मन, तुम्हालाही यायचंय का?'

'अं,' बंच म्हणाली, 'खरं सांगायचं, तर तुमच्या सोबत येता येईल हे नशीबच म्हणायचं. कारण, काल रात्रीपासून माझा दात खूप दुखू लागलाय, त्यामुळे मला लंडनला दंतवैद्याकडे जाणं भागच आहे. नाही का?'

'अगदी नक्कीच,' इन्स्पेक्टर क्रॅडॉक म्हणाला.

मिस मार्पलने इन्स्पेक्टर क्रॅडॉकच्या चेहऱ्याकडे आणि मग बंचच्या चेहऱ्याकडे उत्सुकतेने पाहिलं. सूटकेस टेबलावर ठेवलेली होती. 'अर्थातच, मी काही ही उघडलेली नाहीये,' ती वृद्ध स्त्री म्हणाली. 'कुणी अधिकारी आल्याशिवाय मी असं काही करण्याचा स्वप्नातही विचार करू शकत नाही. त्यात...' मिश्कील, खट्याळ हसत ती पुढे म्हणाली, 'ती कुलूपबंदही आहे.'

'मिस मार्पल, आत काय असेल हे ओळखायला आवडेल का?' इन्स्पेक्टरने विचारलं.

'मी विचार केला आहेच,' मिस मार्पल म्हणाली, 'यात झुबेदाच्या कार्यक्रमाची वेशभूषा असणार. तुम्हाला छिन्नी लागेल वाटतं, इन्स्पेक्टर?'

छिन्नीने काम झालं. झाकण उघडल्या उघडल्या दोन्ही बायकांनी श्वास रोखून घेतला. खिडकीमधून येणाऱ्या उन्हाने आतला खजिना लखलखला. लाल, निळे, हिरवे, नारिंगी... अनेक रंगी खडे त्यात होते.

'अल्लादिनची गुहा,' मिस मार्पल म्हणाली, 'ती मुलगी नाचताना याच झळाळत्या खड्यांचा पोशाख अंगावर घालायची.'

'आहा!' इन्स्पेक्ट क्रॅडॉक म्हणाला, 'पण यात काय एवढं मौल्यवान? तुम्हाला काय वाटतं त्याचा खून हे मिळवण्यासाठी केला असेल?'

'ती मुलगी चांगली चलाख होती, माझ्या मते,' मिस मार्पल विचारपूर्वक म्हणाली. 'ती मेली ना, इन्स्पेक्टर?'

'हो, तीन वर्षांपूर्वी ती मेली.'

'तिच्याकडे तो मौल्यवान हार होता,' मिस मार्पल म्हणाली, 'तिने हारातले मौल्यवान खडे त्यांच्या जागेवरून काढून तिच्या नाटकाच्या पोशाखावर इथे-तिथे लावले. सगळ्यांना वाटलं असणार ते साधे खडे आहेत. मग तिने खऱ्या हाराची एक नक्कल करून घेतली आणि अर्थातच, चोरीला गेली ती नक्कल होती म्हणूनच बाजारात तो खरा हार कधी आलाच नाही, यात आश्चर्य वाटण्याजोगं काही नाही. कारण, चोराला लवकरच कळलं की, ते खडे खोटे होते.'

'इथे एक लिफाफा आहे पाहा,' काही खडे बाजूला सारत बंच म्हणाली.

इन्स्पेक्टर क्रॅडॉकने तो तिच्याकडून घेतला आणि त्यामधून अधिकृत वाटावी, अशी कागदपत्रं काढली. त्याने मोठ्याने वाचलं, 'वॉल्टर एडमंड सेंट जॉन आणि मेरी मॉस यांच्यातील लग्नाचं प्रमाणापत्र,' हे झुबेदाचं खरं नाव होतं.'

'अच्छा म्हणजे त्यांचं लग्न झालं होतं,' मिस मार्पल म्हणाली.

'दुसरं काय आहे हे?' बंचने विचारलं.

'एका मुलीच्या जन्माचं प्रमाणपत्र, ज्वेल नावाची मुलगी.'

'ज्वेल?' बंच ओरडली, 'अर्थात. ज्वेल! *जिल!* अच्छा, मला आता समजलं की, तो चिपिंग क्लेगहॉर्नला का आला ते. तो मला *तेच* सांगायचा प्रयत्न करत होता. ज्वेल. मंडी दाम्पत्य मला माहितेय. लॅबरनम कॉटेजमध्ये राहतात. ते कोणाच्या तरी दुसऱ्याच्या लहान मुलीचा सांभाळ करतात. त्यांची स्वतःची नात असावी, इतकं प्रेमाने वाढवतायत ते तिला. आता मला आठवलं की, तिचं नाव ज्वेलच *आहे*. अर्थात, ते तिला जिल म्हणतात.'

'मिसेस मंडींना गेल्या आठवड्यात पक्षाघाताचा झटका आला आणि म्हातारबुवा न्यूमोनियाने खूप आजारी होते. ते दोघंही इस्पितळात राहणार होते, त्यामुळे मी जिलसाठी चांगलं घर शोधत होते. संस्थेने तिला ताब्यात घेऊ नये, अशी माझी इच्छा होती.

'मला असं वाटतं की, तिच्या वडलांनी तुरुंगात ही बातमी ऐकली असेल आणि त्यामुळे तो तिथून निसटला. म्हाताऱ्या वेशभूषाकाराकडे त्याने किंवा त्याच्या

पत्नीने दिलेली ही सूटकेस त्याने ताब्यात घेतली. ही रत्नं ज्वेलच्या आईची होती, त्यामुळे ती आता तिच्या मुलीसाठी वापरता येतील, असं मला वाटतं.'

'मलाही असंच वाटतं, मिसेस हार्मन; पण ती यात असतील *तर*.'

'ओह, यात असतीलच ती,' उत्साहात मिस मार्पल म्हणाली.

* * *

'तू परतलीस, किती छान वाटलं मला,' रेव्हरंड ज्यूलियन हार्मन आपल्या पत्नीचं प्रेमाने स्वागत करत म्हणाला. त्याने समाधानाचा सुस्काराही टाकला. 'मिसेस बर्ट तू बाहेरगावी असताना तिच्या परीने सगळं नीट करायचा प्रयत्न करते; पण तिने मला दुपारच्या जेवणात काहीतरी विचित्रच फिशकेक्स दिले. मला तिच्या भावना दुखवायच्या नव्हत्या, त्यामुळे मी टिगलॅथ पिलेसरला देऊन टाकले ते केक्स; पण *त्यानेही* खाल्ले नाहीत म्हणून तर मला ते खिडकीबाहेर फेकून द्यावे लागले.'

पायाशी प्रेमाने घुटमळणाऱ्या बोक्याला कुरवाळत बंच म्हणाली, 'टिगलॅथ पिलेसरच्या अगदी *विशिष्ट* प्रकारचेच मासे आवडतात.'

'अगं, तुझा दात कसा आहे आता? तू तो दाखवलास का?'

'हो,' बंच म्हणाली, 'फार दुखलं नाही आणि मी जेन मावशीकडेही गेले होते पुन्हा...'

'बिचाऱ्या वृद्ध लेडी,' ज्यूलियन म्हणाला, 'बऱ्या आहेत ना त्या?'

'अगदी ठणठणीत,' बंच स्मित करत म्हणाली.

दुसऱ्या दिवशी सकाळी बंच क्रिसॅन्थेममच्या फुलांचा ताजा जुडगा घेऊन चर्चमध्ये गेली. पूर्वेकडच्या खिडकीतून ऊन आत येत होतं आणि बंच त्या रत्नांसारख्या झळाळत्या प्रकाशात वेदीजवळच्या पायऱ्यांपाशी उभी राहिली. ती मृदू आवाजात म्हणाली, 'तुझी मुलगी नीट राहील. *मी स्वतः* काळजी घेईन. वचन देते.'

मग तिने चर्च नीटनेटकं केलं. दोन दिवसांपासून घराकडे दुर्लक्ष केल्याने, अनेक कामं खोळंबली होती. त्यांकडे लक्ष देण्याआधी, तिने चर्चमधल्या लाकडी बाकावर काही मिनिटं प्रार्थना केली.

हंटर्स लॉजचं रहस्य

प्वारो पुटपुटला, 'या वेळी मी मरणार नाही, अशी शक्यता आहे.'

इन्फ्लूएन्झाच्या आजारातून उठत असणारा रुग्ण या नात्याने त्याचं हे बोलणं बरंच आशादायी होतं, असं मला वाटलं. प्रथम मी स्वतः या आजाराने ग्रस्त झालो. त्यानंतर प्वारोची आजारी पडण्याची पाळी आली. आता तो उश्यांच्या गराड्यात पलंगावर बसला होता. त्याचं डोकं लोकरीच्या शालीने गुंडाळलं होतं आणि त्याने दिलेल्या सूचनांनुसार मी केलेल्या *औषधी चहाचे* घुटके तो घेत होता. फळीवर व्यवस्थित ठेवलेल्या औषधांच्या बाटल्या पाहून त्याचे डोळे आनंदाने लकाकले.

'हो रे हो,' माझा लहानखुरा मित्र पुढे बोलू लागला, 'पुन्हा एकदा मी ग्रेट एर्क्युल प्वारो होईन, दुष्कर्म करणाऱ्यांचा कर्दनकाळ! *माझ्या मित्रा,* असा विचार कर की, सोसायटी गॉसिप मासिकात माझ्याबद्दल एक छोटा परिच्छेद आला आहे – हो, खरंच! तो असा : 'चला, आता कळलं – सगळे गुन्हेगार बाहेर का पडलेत! एर्क्युल प्वारो – माझ्यावर विश्वास ठेवा, त्याच्यात खरंच हर्क्युलससारखी शक्ती आहे! पण आपला हा डिटेक्टिव्ह तुम्हाला पकडू शकत नाही. का माहितेय? कारण, त्याला स्वतःला इन्फ्लूएन्झाने *पकडलं* आहे!''

मी हसलो.

'चांगलं आहे की हे प्वारो. तू प्रसिद्ध व्यक्ती झाला आहेस आणि या काळात तुला रस असेल, असं काहीही घडून गेलं नाहीये हे सुदैवच म्हणायचं.'

'खरंय ते. काही केसेस मला नाकाराव्या लागल्या, त्याबद्दल मला अजिबात पश्चात्ताप वाटत नाही.'

आमच्या घरमालकीणबाई दरवाजातून आत डोकावल्या.

'खाली एक गृहस्थ आले आहेत. ते म्हणाताहेत की, त्यांना मिस्टर प्वारो किंवा कॅप्टन, कुणालातरी भेटणं निकडीचं आहे. त्यांना बरीच गरज आहे असं वाटल्याने आणि प्रथमदर्शनी तरी ते सद्गृहस्थ वाटल्याने, मी त्यांचं कार्ड घेऊन आले.'

त्यांनी मला पुठ्ठ्याचं एक कार्ड दिलं. 'मिस्टर रॉजर हॅवरिंग,' मी वाचलं.

त्याने पुस्तकांच्या कपाटाकडे मानेने निर्देश केला आणि मी आज्ञाधारकपणे हूज हू मार्गदर्शिका ओढून काढली. माझ्या हातून ती घेत प्वारो भराभर पानं उलटू लागला.

'पाचवे बॅरन विंडसर यांचे दुसरे पुत्र. विल्यम क्रॅब यांची चौथी कन्या झोई यांच्याशी १९१३ साली विवाहबद्ध.'

'हं,' मी म्हणालो, 'मला असं वाटतंय की, फ्रिव्होलिटी इथे अभिनय करणारी ती मुलगी असावी ही. ती फक्त झोई कॅरिसब्रुक असं नाव लावायची. मला आठवलं, तिचं युद्धाआधी शहरातल्या कुण्या तरुणाशी लग्न झालं होतं.'

'हेस्टिंग्ज, खाली जाऊन आपल्या पाहुण्यांची भेट घे. त्यांचं म्हणणं ऐकून घे. चालेल ना? माझ्या वतीने काहीतरी नकाराचं कारण सांगून त्यांची क्षमा माग.'

रॉजर हॅवरिंग चाळिशीचा माणूस होता, नीटनेटका आणि दिसायला छान; पण त्याचा चेहरा मात्र काळजीने ओढलेला आणि त्रस्त दिसत होता.

'कॅप्टन हेस्टिंग्ज ना? तुम्ही मिस्टर प्वारोचे साथीदार आहात, मला माहीत आहे. काही झालं तरी आज त्यांनी डर्बिशायरला माझ्यासोबत आलंच पाहिजे. महत्त्वाचं आहे फार.'

'पण ते अशक्य आहे. प्वारो आजारी आहेत. इन्फ्लूएन्झा,' मी सांगितलं.

त्याचा चेहरा पडला.

'अरे देवा, मोठाच धक्का आहे हा.'

'ज्या संदर्भात तुम्हाला त्याचा सल्ला हवाय, ते प्रकरण खूप गंभीर आहे का?'

'हो, खूप गंभीर! माझा सगळ्यात चांगला मित्र असलेल्या माझ्या मामाचा काल रात्री खून झालाय.'

'इथे लंडनमध्ये का?'

'नाही, डर्बिशायरमध्ये. मी इथे शहरात होतो आणि आज सकाळी मला माझ्या पत्नीची तार मिळाली. ती मिळताक्षणी मी निश्चय केला इथे येण्याचा आणि मिस्टर प्वारोने ही केस घ्यावी, यासाठी त्यांना हात जोडून विनंती करण्याचा.'

'जरा एक मिनिट थांबा हं,' मी म्हटलं. माझ्या डोक्यात एक कल्पना आली होती.

मी धावत वर गेलो आणि प्वारोला अगदी थोडक्यात सगळी परिस्थिती विशद केली. माझ्या तोंडचे आणखी काही शब्द न ऐकता, तो म्हणाला, 'ठीक आहे.

ठीक आहे. तुला जायचंय का? जा, हरकत नाही. तुला आता माझ्या पद्धती माहीत असायला हव्यात. मी फक्त एवढंच सांगीन की, जे जे घडेल, ते ते सगळं तू मला रोज सांगत जा आणि मी जर तार करून काही सूचना पाठवल्या, तर त्या तंतोतंत पाळ.'

अर्थातच, मी हसत हसत तयार झालो.

तासाभरातच लंडनपासून वेगाने दूर दूर जाणाऱ्या मिडलँड रेल्वेच्या प्रथम दर्जाच्या डब्यात मी मिस्टर हॅवरिंगसमोर बसलो होतो.

'कॅप्टन हेस्टिंग्ज, प्रथम तुम्हाला हंटर्स लॉज म्हणजे काय हे समजून घेतलं पाहिजे, तिथेच आत्ता आपण जात आहोत. तिथेच ही दुःखद घटना घडली आहे. डर्बिशायरच्या माळरानाच्या मध्ये हे लॉज आहे. या छोट्या घरात शिकार करण्यासाठी बसता येतं. तिथून गोळी झाडता येते. आमचं मुख्य घर आहे ते न्यू मार्केटच्या जवळ आणि आम्ही शहरात एखादा फ्लॅट भाड्याने घेऊन काही महिने राहतो. हंटर्स लॉजच्या देखभालीची जबाबदारी एका हाउसकीपरवर सोपवली आहे. आम्ही कधीतरी सुट्टीच्या दिवशी तिथे जातो, तेव्हा सगळं काही ती हाउसकीपर करते. अर्थात, शिकारीच्या मोसमात, न्यू मार्केटमधून आम्ही आमचे आणखीही काही नोकर तिथे घेऊन जातो. माझा मामा, मिस्टर हॅरिंग्टन पेस (तुम्हाला कदाचित ठाऊक असेल की, माझी आई - मिस पेस न्यू यॉर्कची होती) गेल्या तीन वर्षांपासून आमच्यासोबत, आमच्या घरी राहत होता. माझ्या वडलांशी किंवा माझ्या मोठ्या भावाची त्याचं कधी फारसं जमलं नाही आणि त्यामुळेच की काय माझ्यासारख्या उधळ्या मुलाप्रति त्याचं प्रेम कमी होण्याऐवजी, वाढतच गेलं असावं असं मला वाटतं. अर्थातच, मी गरीब आहे आणि माझा मामा श्रीमंत होता - दुसऱ्या शब्दांत सगळा खर्च तोच करायचा! तो तसा कडक स्वभावाचा होता; पण त्याच्यासोबत जुळणं अवघड नव्हतं आणि त्यामुळे आम्ही तिघंही छानपणे एकमेकांसोबत राहायचो. दोन दिवसांपूर्वी, माझा मामा शहरातल्या मौजमजेला कंटाळला म्हणून आपण डर्बिशायरला दोनेक दिवसांसाठी जाऊ या, असं त्याने सुचवलं. माझ्या पत्नीने मिसेस मिडलटन या आमच्या हाउसकीपरला तार केली आणि आम्ही त्याच दिवशी दुपारी निघालो. काल संध्याकाळी मला शहरात येणं आवश्यक होतं; पण माझी पत्नी आणि मामा तिथेच थांबले. आज सगळी मला ही तार मिळाली.' त्याने माझ्याकडे कागद दिला :

> तत्काळ ये काल रात्री हॅरिंग्टन मामाचा खून झाला. जमलं तर चांगल्या गुप्तहेराला सोबत आण; पण तू लवकर ये. - झोई

'त्यानंतर काही तपशील कळले का?'

'नाही, संध्याकाळच्या वृत्तपत्रांत येईल बहुतेक. पोलिसांनी सगळं हाती घेतलं असेल, हे नक्की.'

एल्मर्स डेल या लहानशा रेल्वेस्थानकावर आम्ही पोहोचलो, तेव्हा तीन वाजले होते. तिथून आम्ही पाच मैल गाडीने गेल्यावर ओसाड माळरानाच्या मध्यभागी उभी असलेली करड्या रंगाची एक इमारत दिसली.

'एकाकी जागा आहे,' मी म्हणालो. हॅवरिंगने मान हलवली.

'मी ही जागा विकून टाकीन. मी इथे पुन्हा राहू शकत नाही.'

आम्ही फाटक उघडून आत गेलो आणि एका अरुंद पायवाटेवरून ओकच्या दरवाजाकडे चालत गेलो. तेवढ्यात एक ओळखीची आकृती आम्हाला भेटायला आली.

'जॅप!' मी उद्‌गारलो.

स्कॉटलंड यार्डचा इन्स्पेक्टर माझ्याकडे पाहून ओळखीचं हसला. मग त्याने माझ्यासोबतच्या साथीदाराकडे लक्ष वळवलं.

'मिस्टर हॅवरिंग, बरोबर? ही केस पाहण्यासाठी मला लंडनहून पाठवण्यात आलं आहे. मला तुमच्याशी बोलायचंय, तुम्हाला चालणार असेल तर, सर.'

'माझी पत्नी -'

'मी त्यांना भेटलो सर आणि हाउसकीपरलाही. मी तुमचा फार वेळ घेणार नाही. मी गावात जायला जास्त उत्सुक आहे. जे काही पाहायचं ते झालंय पाहून.'

'मला अजून तरी यातलं काही माहीत नाही -'

'अगदी बरोब्बर,' जॅप त्याला शांत करत म्हणाला, 'पण मला एक-दोन मुद्द्यांबाबत तुमचं मत जाणून घ्यायचं आहे. कॅप्टन हेस्टिंग्ज इथे आहे. तो मला ओळखतो. तो वर जाऊन तुम्ही आल्याचं कळवेल. ते असो; पण कॅप्टन हेस्टिंग्ज, आपला तो लहानखुरा मित्र गेला कुठे?'

'आजारी आहे इन्फ्लूएन्झाने.'

'अरेरे! ऐकून खेद वाटला. घोड्याशिवाय गाडी यावी तसा तू त्याच्याशिवाय भासतोयस!'

अयोग्य वेळी केलेल्या त्याच्या थट्टेकडे दुर्लक्ष करून मी घरात गेलो. जॅपने माझ्या पाठीवर दार बंद केलं, मी बेल वाजवली. काही क्षणात काळ्या कपड्यातील एका मध्यमवयीन महिलेने दार उघडलं.

'मिस्टर हॅवरिंग काही मिनिटांत येतीलच इथे,' मी सांगितलं, 'त्यांच्याशी इन्स्पेक्टर बोलतायत. या केससाठी मी त्यांच्याबरोबर लंडनहून आलो आहे. काल रात्री जे घडलं, ते तुम्ही मला थोडक्यात सांगू शकाल?'

'आत या सर,' असं म्हणून तिने दार लावून घेतलं. आम्ही मंद उजेड असलेल्या हॉलमध्ये होतो. 'काल रात्री आमचं जेवण झाल्यावर, सर, तो माणूस आला. मिस्टर पेस यांना भेटायचं आहे, असं त्याने सांगितलं आणि मला वाटलं की, मिस्टर पेस यांचा कोणी अमेरिकन मित्र वगैरे असावा. कारण, त्यांच्या बोलण्याची पद्धत त्यांच्यासारखीच होती. मी त्यांना गन-रूममध्ये घेऊन गेले. मग त्यानंतर मिस्टर पेस यांना सांगायला गेले. त्यांनी मला त्यांचं नाव सांगितलं नव्हतं. मला आत्ता विचार करताना वाटतंय की, नाव न सांगणं विचित्रच होतं ना! मी मिस्टर पेसना सांगितलं, तेव्हा ते जरा गोंधळात पडल्यासारखे वाटले; पण ते झोई मॅडमना म्हणाले, 'जरा थांब हां, मी कोण आलंय भेटायला ते पाहून येतो.' ते गन-रूममध्ये गेले आणि मग मी स्वयंपाकरात आले; पण त्यानंतर मला जोरजोरात बोलण्याचे आवाज ऐकू आले, जणू काही ते भांडत असावेत आणि मग मी हॉलमध्ये आले. त्याच वेळी मालकीणबाईदेखील आल्या आणि तेव्हाच बंदुकीतून गोळी झाडल्याचा आवाज झाला आणि भयंकर शांतता पसरली. आम्ही दोघी जणी गन-रूमकडे धावलो; पण खोलीचं दार आतून बंद होतं, त्यामुळे आम्हाला वळसा घालून खिडकीतून जावं लावलं. ती उघडी होती. आत पाहतो, तर मिस्टर पेस रक्ताच्या थारोळ्यात पडले होते.'

'त्या माणसाचं काय?'

'तो आम्ही आत जाण्याआधीच खिडकीतून सटकला असला पाहिजे, सर.'

'आणि मग?'

'मिसेस हॅवरिंग यांनी मला पोलिसांना बोलवण्यासाठी पाठवलं. पाच मैल चालावं लागलं. ते माझ्याबरोबर आले आणि कॉन्स्टेबल इथे रात्रभर राहिला आणि लंडनहून सकाळी पोलीस आले.'

'मिस्टर पेस यांना भेटायला आलेला तो माणूस कसा होता?'

मदतनीस म्हणाली, 'सर, काळी दाढी होती त्याला, मध्यमवयीन होता आणि फिकट रंगाचा ओव्हरकोट घातला होता. तो अमेरिकन शैलीत बोलत होता, याशिवाय आणखी काही मला तरी लक्षात राहिलं नाही.'

'ठीक आहे. मला मिसेस हॅवरिंगना भेटता येईल का?'

'त्या वरती आहेत, सर. मी त्यांना सांगू का?'

'हो, कृपया सांगा. त्यांना निरोप द्या की, मिस्टर हॅवरिंग इन्स्पेक्टर जॅप यांच्याबरोबर बाहेर आहेत आणि मिस्टर हॅवरिंग यांनी लंडनहून सोबत आणलेल्या गृहस्थाला तुमच्याशी लवकरात लवकर बोलायचं आहे.'

'ठीक आहे, सर.'

सगळे तपशील लवकरात लवकर मला मिळावेत, यासाठी मी अधीर झालो. जॅपने दोन किंवा तीन तास माझ्याआधी सुरुवात केली होती आणि त्याला तिथून निघण्याची घाई दिसत होती, त्यामुळे मलाही लवकर हात-पाय हलवणं भाग होतं.

मिसेस हॅवरिंगनी मला फार काळ थांबवलं नाही. काही मिनिटांत, मला हलक्या पावलांची चाहूल जिन्यावर लागली आणि मी वर पाहिलं. एक देखणी बाई माझ्या दिशेने येत होती. तिने लालबुंद असा जंपर घातला होता, ज्यामुळे तिच्या बारीक, मुलासारख्या अंगकाठीला उठाव मिळत होता. तिच्या डोक्यावर तशाच रंगाची चामड्याची छोटी हॅट होती. घडलेल्या त्या शोकान्त घटनेमुळे तिच्या व्यक्तिमत्त्वाचं तेज जराही कमी झालं नव्हतं.

मी स्वतःची ओळख करून दिली आणि तिने चटकन होकारार्थी मान हलवली.

'अर्थातच, मी तुम्हाला ओळखते. मी तुमच्याबद्दल आणि तुमच्या सहकाऱ्याबद्दल, मिस्टर प्वारोबद्दल बरंच ऐकून आहे. तुम्ही दोघांनी मिळून काही आश्चर्यकारक चांगल्या गोष्टी केल्या आहेत, हो ना? माझे पती तुमच्याकडे तत्काळ आले, ही त्यांची हुशारी. तुम्ही मला प्रश्न विचाराल का? या भयंकर प्रकरणाबद्दल तुम्हाला आणखी काही जाणून घेण्याचा हा सगळ्यात सोपा मार्ग असेल, नाही का?'

'धन्यवाद, मिसेस हॅवरिंग. तो माणूस किती वाजता आला सांगाल का?'

'नऊ वाजायच्या थोडं आधी. आम्ही जेवण संपवलं होतं आणि आम्ही कॉफी, सिगारेट पीत बसलो होतो.'

'तुमचे पती लंडनला गेले होते?'

'हो, ते ६.१५लाच निघाले.'

'ते स्थानकापर्यंत कारने गेले की चालत?'

'आमची कार इथे नाहीये. एल्मर डेलमधल्या एका गॅरेजमधून त्यांना स्टेशनवर सोडायला एक गाडी आली होती.'

'मिस्टर पेस नेहमीसारखे होते का?'

'हो, अगदी नॉर्मल. नेहमीसारखे.'

'आता तुम्ही त्या आगंतुकाचं साद्यंत वर्णन करू शकाल का?'

'नाही मला करता येणार. मी त्याला पाहिलं नव्हतं. मिसेस मिडलटनने त्याला थेट गन-रूममध्ये नेलं आणि मग मामांना सांगायला ती आली.'

'तुमचे मामा काय म्हणाले?'

'ते जरा चिडल्यासारखे वाटले; पण लगेच भेटायला गेले. साधारणतः पाच मिनिटांनंतर, मला चढे आवाज ऐकू आले. मी धावत धावत हॉलकडे गेले आणि मिसेस मिडलटनला आदळणारच होते, तेव्हाच आम्हाला गोळी मारल्याचा आवाज

आला. गन-रूम आतून बंद केली होती, त्यामुळे आम्हाला खिडकीमधून आत जावं लागलं. अर्थात, त्यासाठी काही एक वेळ लागला आणि तेवढ्या वेळात खुनी पळून गेला. बिचारे मामा -' तिचा आवाज कापरा झाला, 'त्यांच्या डोक्यातून गोळी आरपार गेली होती. तिथल्या तिथे मला समजलं की, ते मेले आहेत. मी मिसेस मिडलटनला तत्काळ पोलिसांकडे पाठवलं, खोलीतल्या कोणत्याही वस्तूला हात न लागण्याची मी काळजी घेतली. सगळं जसं होतं तसं ठेवलं.'

मी होकारार्थी मान डोलावली. 'आता, खून झाला त्या हत्याराबद्दल?'

'असं पाहा, कॅप्टन हेस्टिंग्ज, मी अंदाज लावू शकते. माझ्या पतीच्या दोन रिव्हॉल्वर्स भिंतीवर लावल्या होत्या. त्यातली एक गायब आहे. मी हे पोलिसांनाही सांगितलं आणि त्यांनी दुसरी त्यांच्यासोबत नेली आहे. गोळी काढल्यावर, मला वाटतं, त्यांना नक्की काय ते समजेल.'

'मी गन-रूममध्ये जाऊ शकतो का?'

'अर्थात, पोलिसांचं तिथलं काम झालं आहे; पण मृतदेह तिथून उचलण्यात आला आहे.'

खून घडल्याच्या ठिकाणी ती मला घेऊन जाऊ लागली. त्याक्षणी हॅवरिंग हॉलमध्ये शिरला आणि माफी मागत, चटकन त्याची पत्नी त्याच्याकडे धावली. मी माझा तपासासाठी एकटाच राहिलो.

खरं सांगायचं, तर निराशाजनकच होता माझा तपास. गुप्तहेरांच्या कादंबऱ्यांमध्ये भरपूर सुगावे मिळतात; पण मला तिथे फार काही वेगळं सापडलं नाही. दिसला तो गालिचावर पडलेला रक्ताचा मोठ्ठा डाग. त्यावरून मृत माणूस तिथे पडला असावा, हे मी ताडलं. मी काळजीपूर्वक सगळं काही तपासलं आणि माझ्यासोबत आणलेल्या एका छोट्या कॅमेऱ्याने खोलीची दोनेक छायाचित्रंही काढली. मी खिडकीबाहेर जाऊन तिथली मातीही पाहिली; पण तिथे इतक्या लोकांच्या पायांचे ठसे होते की, तिथे अधिक वेळ दवडणं व्यर्थ होतं. आता मी त्या हंटर्स लॉजमध्ये जे काही पाहण्यासारखं होतं, ते सगळं पाहिलं होतं. मी एल्मर्स डेलला जायला पाहिजे होतं आणि जॅपशी संपर्क साधायला पाहिजे होता. त्यानुसार मी हॅवरिंग दाम्पत्याचा निरोप घेतला आणि स्थानकावरून तिथपर्यंत आम्ही ज्या गाडीमधून आलो, त्या गाडीने परतलो. मला मॅटलॉक आर्म्स इथे जॅप भेटला आणि त्याने मला मृतदेह दाखवण्यासाठी सोबत नेलं. हॅरिंग्टन पेस लहानसे, गुळगुळीत दाढी केलेले, काटक गृहस्थ होते. अमेरिकी लोकांसारखे. त्यांच्या डोक्याच्या मागच्या भागाला गोळी मारण्यात आली होती आणि ती जवळूनच मारली होती.

जॅपने टिपण्णी केली, 'पेस क्षणभरासाठी मागे वळला असणार आणि त्या दुसऱ्या माणसाने भिंतीवरचं एक रिव्हॉल्वर ओढून गोळी झाडली. मिसेस हॅवरिंगने

आम्हाला दिलेल्या दुसऱ्या रिव्हॉल्वरमध्ये गोळ्या होत्या. यातदेखील असणार अशी अपेक्षा. लोक काय मूर्खासारखं वागतात नाही! पूर्ण भरलेल्या दोन बंदुका भिंतीवर छानपैकी टांगल्या होत्या.'

'या केसबद्दल तुला काय वाटतं?' त्या भीषण जागेमधून बाहेर येत मी त्याला विचारलं.

'असं बघ, प्रथम तर माझं लक्ष आहे ते हॅवरिंगवर. हो, खरंच!' त्याला माझ्या चेहऱ्यावरचं आश्चर्य दिसल्यावर तो म्हणाला, 'हॅवरिंगने भूतकाळात एक-दोन भानगडी केल्या आहेत. ऑक्सफर्डमध्ये असताना, जेव्हा तो तरुण मुलगा होता, तेव्हा त्याने आपल्या वडलांच्या धनादेशांवर खोट्या सह्या केल्या होत्या. गमतीत केलं होतं ते. अर्थात सगळं काही बाहेर आलं. तो आत्ता प्रचंड कर्जामध्ये बुडलेला आहे आणि ही कर्जं अशा प्रकारची आहेत, ज्यासाठी त्याला त्याच्या मामाकडे जायला आवडलं नसतं. आता दुसरीकडे तुला हे माहीत असेलच की, त्याच्या मामाचं इच्छापत्र त्याच्या बाजूने जाणारं आहे. हो, माझं त्याच्याकडे लक्ष आहे आणि म्हणूनच तो त्याच्या पत्नीला भेटायच्या आधी मला त्याच्याशी बोलायचं होतं; पण त्या दोघांचं बोलणं एकमेकांशी जुळतं आणि मी स्थानकातही चौकशी केली. तो ६.१५च्या ट्रेनने गेला हे नक्की. लंडनला तो १०.३०ला पोहोचला असणार. त्याने सांगितलं की, तो थेट क्लबमध्ये गेला आणि ते बरोबर असेल, तर तो इथे काळी दाढी लावून आपल्या मामाला गोळी झाडायला परत येणं अशक्य आहे!'

'अं, हो. तुला दाढीबद्दल काय वाटतं, हे मी विचारणारच होतो.'

जॅपने डोळे मिचकावले. 'माझ्या मते ती अत्यंत जलद गतीने वाढली – ती एल्मर्स डेल ते हंटर्ज लॉज या पाच मैलांच्या अंतरात अचानकच उगवली. अमेरिकी लोक बऱ्याचदा गुळगुळीत दाढी केलेले असतात. हो, त्यामुळे मिस्टर पेस यांच्या अमेरिकी सहकाऱ्यांमध्येही आपण खुन्याचा शोध घेतला पाहिजे. मी पहिल्यांदा हाउसकीपरकडे चौकशी केली. तिची आणि तिच्या मालकिणीची कथा मिळतीजुळती होती; पण मिसेस हॅवरिंगने काही त्या माणसाला पाहिलेलं नाही, त्याबद्दल वाईट वाटतं. ती चाणाक्ष बाई आहे, त्यामुळे तिच्या काहीतरी लक्षात आलं असतं, तर आपल्या चौकशीला गती मिळाली असती.'

मी बसून प्वारोसाठी सगळा वृत्तान्त तपशीलवार लिहून काढला. पत्र पाठवण्याआधी, मी माहितीचे आणखीही काही तुकडे लिहू शकलो.

गोळी काढण्यात आली होती आणि पोलिसांकडे असलेल्या दुसऱ्या रिव्हॉल्वरसारख्याच दिसणाऱ्या रिव्हॉल्वरमधून झाडली होती, हे सिद्ध झालं. त्याबरोबरच, मिस्टर हॅवरिंगच्या त्या रात्रीच्या ज्या हालचाली प्रश्नांकित होत्या, त्याही

तपासण्यात आल्या. त्यानुसार तो खरोखरीच लंडनला ट्रेनने आला होता, यात कोणतीही शंका नव्हती. तिसरी गोष्ट म्हणजे एक खळबळजनक घटना घडली होती. त्या दिवशी सकाळी, ईलिंग शहरातल्या एका गृहस्थाला हॅवन ग्रीनहून डिस्ट्रिक्ट रेल्वे स्टेशनला जात असताना, कठड्यांमध्ये अडकवलेलं एक तपकिरी रंगाचं पार्सल दिसलं. ते त्याने उघडल्यावर, त्याला त्यात रिव्हॉल्वर सापडलं. त्याने ते पार्सल जवळच्या स्थानिक पोलीस स्थानकात जमा केलं आणि रात्रीआधीच, आम्ही शोधत असलेलं ते रिव्हॉल्वर तेच होतं हे सिद्ध झालं. त्यातून एक गोळी झाडण्यात आली होती.

मी माझ्या वृत्तान्तात हे सगळं लिहिलं. दुसऱ्या दिवशी सकाळी न्याहारी करत असताना प्वारोकडून तार आली :

'हॅवरिंग अर्थातच काळ्या दाढीचा माणूस नाही. ही कल्पना तुझी किंवा जॅपचीच असेल. मला हाउसकीपरचं वर्णन पाठव आणि तिने काय कपडे घातले होते तेही. मिसेस हॅवरिंगनेही काय कपडे घातले होते तेही पाठव. घराच्या आतल्या भागाची छायाचित्रं काढण्यात वेळ दवडू नकोस. ती काळोखी आहेत आणि त्यात काही कलात्मकता नाही.'

प्वारोची ही शैली मला उगाचच थट्टेखोर वाटली. ही केस हाताळताना मी प्रत्यक्ष ठिकाणी सर्व सोयीसुविधांचा वापर करतो आहे, हे पाहून प्वारोला किंचित मत्सरही वाटला असेल, असं मला वाटलं. दोन बायकांनी घातलेल्या कपड्यांचे तपशील सांग, ही त्याची मागणी तर अगदीच पोरकट होती; पण मी सभ्य माणूस असल्याने ती पूर्ण केली.

अकरा वाजता प्वारोकडून तार आली :

'फार उशीर होण्याआधी जॅपला हाउसकीपरला अटक करायचा सल्ला.'

मी चकित होत, ती तार जॅपला दाखवली.

तो हळू आवाजात म्हणाला, 'मिस्टर प्वारो बुद्धिमान आहे, यात शंका नाही. तो जर म्हणत असेल, तर नक्कीच काहीतरी असणार आणि मी त्या बाईकडे नीट लक्षही दिलं नाही. तिला अशी लगेच अटक करता येईल का ते मला माहीत नाही; पण मी तिच्यावर लक्ष ठेवीन. आपण त्वरित तिथे जाऊ या आणि तिची पुन्हा एकदा चौकशी करू या.'

पण आम्ही जाईस्तोवर उशीर झाला होता. बऱ्यापैकी बयस्कर असलेली मिसेस मिडलटन, जिची वागणूक चांगली आणि नेहमीसारखी वाटली होती, ती गायब झाली होती. तिने केवळ तिच्या सामानाचा एक खोका मागे ठेवला होता.

त्यामध्ये घालायचे साधेसे कपडे होते बस एवढंच. तिच्या ओळखीबद्दल किंवा ती कुठे गेली, कुठे राहते, याबद्दल बाकी काहीही सुगावा लागला नाही.

मिसेस हॅवरिंगकडून आम्ही काही तथ्यं मिळवू शकलो ती अशी, 'दुसरी घरकाम मदतनीस मिसेस एमरी जेव्हा नोकरी सोडून गेली, तेव्हा मी मिडलटनला कामावर ठेवलं, तीन आठवड्यांपूर्वी. ती माउंट स्ट्रीट या ठिकाणच्या मिसेस सेलबोर्नच्या प्रसिद्ध एजन्सीकडून आली. माझे सगळे नोकर तिथूनच आलेत. त्यांनी मला अनेक बायका भेटायला पाठवल्या, त्यांपैकी मिसेस मिडलटन मला छान वाटली आणि तिच्या शिफारसीही चांगल्या होत्या. मी तिथल्या तिथे तिला कामावर ठेवलं आणि एजन्सीला तसं कळवलं. तिच्या बाबतीत असलं काही आहे, यावर माझा विश्वास बसू शकत नाही. ती फार चांगली, छान, सुस्वभावी होती.'

खरोखरीच हे एक गूढच होतं. त्या बाईने स्वतः खून केला नव्हता हे स्पष्ट होतं. कारण, ज्या वेळी गोळी झाडण्यात आली, त्या वेळी ती मिसेस हॅवरिंगसोबत हॉलमध्ये होती; पण तरीही तिचा खुनाशी काहीतरी संबंध असला पाहिजे, नाहीतर ती अशी अचानक कुठे आणि का गेली असावी?

नुकतीच झालेली घडामोड मी प्वारोला तार करून सांगितली आणि लंडनला परतून सेलबोर्न एजन्सीमध्ये चौकशी करतो, असं सूचित केलं.

प्वारोचं तत्काळ उत्तर आलं :

> 'एजन्सीमध्ये चौकशी करणं उपयोगाचं नाही. त्यांना तिच्याबद्दल काहीही माहीत असणार नाही. ती जेव्हा पहिल्यांदा हंटर्स लॉजला आली, तेव्हा कोणत्या वाहनानं आली याचा शोध घे.'

मी जरी गोंधळलो होतो, तरी मी आज्ञाधारकपणे त्याने सांगितलेलं केलं. एल्मर्स डेलमधली वाहतुकीची साधनं फार मर्यादित होती. स्थानिक गॅरेजमध्ये दोन मोडकळीस आलेल्या फोर्डच्या गाड्या होत्या आणि स्थानकापासून जा-ये करायला दोन गाड्या. त्या दिवशी यांपैकी कशाचाही वापर केल्याचं आढळलं नाही. मिसेस हॅवरिंगला विचारल्यावर तिने सांगितलं की, हाउसकीपरसाठी डर्बिशायरहून येण्यासाठी लागणारं गाडीभाडं तिने दिलं होतं आणि ते कार किंवा गाडीने हंटर्स लॉजपर्यंत येण्याकरता पुरेसं होतं. बऱ्याचदा स्थानकामध्ये एखादी तरी फोर्डची गाडी असायची. याचा विचार करता, पुढचं तथ्य म्हणजे त्या भयंकर संध्याकाळी कुणालाही स्थानकावर काळी दाढी असलेला अनोळखी माणूस किंवा तसं काही दिसलं नव्हतं. या सगळ्यानुसार एकाच गोष्टीकडे निर्देश केला जात होता की, खुनी कार घेऊन आला होता. खून झाल्यावर पळून जाता यावं, यासाठी ती कार जवळच

उभी होती आणि त्याच कारने रहस्यमयी हाउसकिपरही तिच्या नव्या कामाच्या ठिकाणी आली होती. मी लंडनमधल्या एजन्सीमध्ये केलेल्या चौकश्यांचाही उल्लेख मला केला पाहिजे. प्वारोचं भाकीत याबाबत खरं ठरलं. 'मिसेस मिडलटन' नावाच्या कोणत्याही बाईच्या नोंदी त्यांच्याकडे नव्हत्या. त्यांना मिसेस हॅवरिंगचा हाउसकीपरसाठीचा अर्ज मिळाला होता आणि त्यांनी अनेकांना त्यासाठी हॅवरिंगकडे पाठवलंही होतं. जेव्हा तिने एजन्सीला त्यांच्या कामाबद्दलचं शुल्क पाठवलं, तेव्हा तिने कोणत्या बाईला निवडलं हे सांगितलं नव्हतं.

निराश आणि हताश होऊन मी लंडनला परतलो. रेशमी ड्रेसिंग गाउनमध्ये, शेकोटीशेजारी प्वारो बसला होता. त्याने माझं प्रेमाने स्वागत केलं. '*मित्रा* हेस्टिंग्ज! तुला पाहून किती आनंद झाला म्हणून सांगू. तुझ्याबद्दल मला प्रेम वाटतं, यात शंका नाही! आणि तुला मजा आली का? तू जॅपबरोबर चांगलीच इकडेतिकडे पळापळी केलीस? तू तुला आवडते तशी मनासारखी चौकशी आणि तपास केलास का?'

'प्वारो!' मी मोठ्याने म्हणालो, 'हे एक गडद रहस्यच आहे! मी ते कधी सोडवू शकणार नाही.'

'आपल्याला काही नेहमीच यशप्राप्ती होतेच असं नाही, हे सत्य.'

'नाही, तसं नाही; पण हे कठीण कवचाचं फळ जरा जास्तच कडक दिसतंय.'

'अच्छा; पण मी मात्र अशी फळं फोडण्यात पारंगत आहे! मी कुशल खार आहे! यात मला काही लाज वाटत नाही. मिस्टर हॅरिंग्टन पेसला कुणी मारलं हे मला चांगलंच ठाऊक आहे.'

'तुला माहितेय? कसं काय?'

'माझ्या तारांना दिलेल्या तुझ्या उत्तरांमधून मला सत्य सापडलं. असं पाहा, हेस्टिंग्ज, आपण पद्धतशीररीत्या आणि नीट सगळ्या तथ्यांचा अभ्यास करू. मिस्टर हॅरिंग्टन पेस हा भरपूर संपत्ती असलेला माणूस होता, ज्याच्या मृत्यूनंतर त्याच्या भाच्याकडे सगळी संपत्ती जाणार होती – मुद्दा क्रमांक १. त्याचा भाचा कर्जात बुडालेला होता, हे सर्वश्रुत आहे – मुद्दा क्रमांक २. त्याचा भाचा हा – नैतिकतेची चाड नसलेला होता... असं आपण म्हणू शकतो – मुद्दा क्रमांक ३.'

'पण रॉजर हॅवरिंग तर लंडनला आल्याचं सिद्ध झालं आहे.'

'*अगदी बरोब्बर* – मिस्टर हॅवरिंग ६.१५ला एल्मर्स डेलहून निघाला आणि तो गेल्यानंतर मिस्टर पेस मारला गेला. डॉक्टरने उशिरा प्रेत तपासल्यामुळे गुन्हा घडल्याची वेळ चुकीची सांगितली असू शकते; पण तसं काही घडलं नाहीये म्हणून आपण असा निष्कर्ष काढला की, हॅवरिंगने आपल्या मामाला गोळी मारली *नाही* हे नक्की; पण मिसेस हॅवरिंग तिथेच होती, हेस्टिंग्ज.'

'अशक्य! गोळी मारण्यात आली, तेव्हा हाउसकीपर तिच्यासोबत होती.'

'अच्छा, हो, हाउसकीपर; पण ती तर गायब झालीय.'

'सापडेल ती,' मी म्हणालो.

'मला वाटत नाही ती सापडेल. या बाईमध्ये काहीतरी गूढ आहे हेस्टिंग्ज, तुला नाही असं वाटत? मला लगेचच समजलं होतं ते.'

'मला वाटतं, तिने आपलं काम केलं आणि मग ती योग्य वेळी निघून गेली,' मी म्हणालो.

'आणि तिचं काम काय होतं?'

'आपल्या साथीदाराला, त्या काळ्या दाढीवाल्या पुरुषाला आत प्रवेश देण्याचं.'

'ओ, नाही. तिचं काम ते नव्हतं! तिचं काम तू आत्ता उल्लेख केलास ते होतं, गोळी झाडण्यात आली, तेव्हा मिसेस हॅवरिंगसोबत राहून तिला ॲलिबी पुरवायचं! आणि ती नंतर कुणालाही सापडणार नाही. *मित्रा,* कारण ती अस्तित्वातच नाहीये! अशी कोणी व्यक्ती नाही, तुमचा महान शेक्सपिअर म्हणतो त्याप्रमाणे.'

'डिकन्सचं वाक्य आहे हे,' मी माझं हसू न दाबता म्हणालो, 'पण तुला काय म्हणायचंय, प्वारो?'

'मला असं म्हणायचंय की, झोई हॅवरिंग लग्नाआधी अभिनेत्री होती. अंधाऱ्या हॉलमध्ये तू आणि जॅपने जिला हाउसकीपर म्हणून पाहिलं – मध्यमवयीन, काळ्या कपड्यातली, मंद दबक्या स्वराची नोकराणी आणि अखेरीस, तू किंवा जॅप किंवा तिथे पोहोचलेल्या स्थानिक पोलिसांपैकी कुणीही, कधीही मिसेस मिडलटन आणि तिच्या मालकीणबाईला एकाच वेळी, एकत्र पाहिलेलं नाही. त्या हुशार आणि धाडसी बाईचा हा डाव्या हातचा मळ होता. आपल्या मालकीणबाईला बोलावण्यासाठी गेल्यावर, ती वर धावत गेली, तिने भडक रंगाचा जंपर चढवला, काळ्या बटा चिकटवलेली लाल हॅट घातली आणि तिने आपले पांढुरके रंगवलेले केस झाकून टाकले. भराभर काही बदल करून, मेकअप करून, गाल लालसर करून सुंदर, देखणी झोई हॅवरिंग खाली आली, तिच्या किणकिणणाऱ्या स्वरात बोलू लागली. कुणीही विशेष लक्ष हाउसकीपरकडे दिलं नाही. का द्यावं त्यांनी? तिचा त्या गुन्ह्याची संबंध लावण्यासारखं काही नव्हतंच. त्यातच तिलाही ॲलिबी होतीच.'

'पण रिव्हॉल्वर ईलिंगला मिळालं, त्याचं काय? मिसेस हॅवरिंग तिथे ठेवू शकत नाही ना?'

'नाही, ते काम रॉजर हॅवरिंगचं होतं – पण ती त्यांची चूक ठरली, त्यामुळेच माझ्या शोधाला योग्य दिशा गवसली. जो माणूस ऐनवेळी सापडलेल्या रिव्हॉल्वरने एकाचा खून करेल, तो ते रिव्हॉल्वर त्याचं काम झाल्या झाल्या तिथेच टाकून देईल.

तो काही ते लंडनपर्यंत सोबत नेणार नाही, तर हेतू स्पष्ट होता. गुन्हेगारांना पोलिसांचं लक्ष डर्बिशायरपासून दूर कुठेतरी हलवायचं होतं, हंटर्स लॉजच्या आसपासच्या भागापासून पोलीस मंडळी शक्य तितक्या जितकी लांब जातील तितकं चांगलं, या उद्देशाने केलेली ही धडपड होती. मिस्टर पेसवर ज्या रिव्हॉल्वरमधून गोळी झाडली, ते ईलिंगला मिळालेलं रिव्हॉल्वर नाही हे नक्की. रॉजर हॅवरिंगने एक गोळी झाडली, ते रिव्हॉल्व्हर लंडनला आणलं, ॲलिबी स्थापित करण्यासाठी तो थेट क्लबला गेला. मग पटकन तो ईलिंगला निघाला, वीस मिनिटांचंच तर अंतर होतं ते. तिथे त्याने पार्सल ठेवलं. पुन्हा शहरात आला. त्या सुंदरीने, त्याच्या पत्नीने शांतपणे मिस्टर पेसना जेवण झाल्यानंतर गोळी मारली – तुला आठवतंय का, त्याला मागून गोळी मारली होती ते? तो आणखी एक महत्त्वाचा मुद्दा! तिने रिव्हॉल्वर पुन्हा भरलं आणि जागच्या जागी ठेवलं. मग तिने आपलं नाटक सुरू केलं.'

'चमत्कारिक,' मी चकित होत म्हणालो, 'आणि तरी –'

'आणि तरी... *मित्रा,* सत्य आहे हे; पण या जोडीला कायद्याच्या कचाट्यात पकडणं, हे एक वेगळंच प्रकरण आहे. ठीकच. जॅपने त्याला जमेल ते सगळं केलं पाहिजे. मी त्याला सगळं काही लिहून पाठवलं आहे; पण हेस्टिंग्ज, *माझ्या मित्रा,* एकतर आपल्याला त्यांना त्यांच्या नशिबावर सोडून द्यावं लागेल किंवा परमेश्वरावर.'

'एखाद्या झाडासारखं दुष्टत्व बहरत राहतं,' मी त्याला आठवण करून दिली.

'पण किंमत मोजावीच लागते, हेस्टिंग्ज *मित्रा,* त्यासाठी त्याला नेहमी एक किंमत मोजावी लागते! विश्वास ठेव माझ्यावर!'

प्वारोचा अंदाज बरोबर होता, हे सिद्ध झालं. जॅपला मात्र गुन्हेगारांना शिक्षा मिळण्यासाठी आवश्यक ते पुरावे गोळा करता आले नाहीत. मिस्टर पेसची प्रचंड संपत्ती खुन्यांच्या हाती पडली, तरीही काव्यगत न्यायाने त्यांच्यावर मात केलीच – वृत्तपत्रात मी बातमी वाचली की, पॅरिसला एअर मेलने जात असताना झालेल्या अपघातात रॉजर आणि मिसेस हॅवरिंग यांचा मृत्यू झाला होता. अखेरीस न्याय झाला होता!

जगाचा अंत

डचेसमुळे मिस्टर सॅटर्थवाइट कॉर्सिकाला आला होता. त्याच्याकरता नेहमीपेक्षा वेगळं होतं ते. रिव्हिएरामध्ये आरामदायी राहण्याची सगळी व्यवस्था करण्यात आली होती आणि मिस्टर सॅटर्थवाइटकरता आरामदायी राहणं अगदी महत्त्वाचं होतं; पण त्याला जसं आरामदायी जगायला आवडायचं, तसं डचेसदेखील आवडायची. निरुपद्रवी, सौम्य, जुन्या पद्धतीचा मिस्टर सॅटर्थवाइट हा तसा अहंमन्य माणूस होता. उच्चवर्गीयांची स्तुती करणारा. त्याला सर्वोत्तम माणसं आवडायची आणि लीथची डचेस ही अस्सल सरदारीण होती. तिच्या वंशावळीत कुठेही शिकागोमधले पोर्क खाटीक वगैरे पूर्वज नव्हते. ती एका डचची मुलगी आणि एका डचची पत्नीदेखील होती.

असं असलं, तरी बाकी ती एक गबाळी दिसणारी वृद्ध बाई होती. तिच्या कपड्यांवर काळ्या मण्यांचं इतकं नक्षीकाम असायचं की, त्यामुळेच ते गबाळे दिसायचे. जुन्या पद्धतीने मढवलेले बरेच हिरे तिच्याकडे होते आणि तिच्या आधी तिची आई ते जशी घालायची, तशीच नंतर ती घालू लागली. कपड्यांवर कुठेही पिनांनी ते लावलेले असायचे. कुणीतरी एकदा असं म्हटलं होतं की, डचेस खोलीच्या मध्यभागी उभी राहते आणि तिची नोकराणी तिच्यावर ब्रूचेच असेच फेकते. मग ते कपड्यांवर सर्वत्र लागतात. ती उदारहस्ते दानधर्म करायची आणि तिच्यावर अवलंबून असलेल्यांची नीट काळजीही घ्यायची; पण तिला लहान लहान खर्च करायला आवडायचं नाही. तिच्या मित्रमैत्रिणींना ती कारची लिफ्ट मागायची आणि तळघरातल्या फालतू दुकानांमधून घासाघीस करून खरेदी करायची.

डचेस अशीच अचानक इच्छा होऊन कोर्सिकात राहायला आली होती. कान्स तिला कंटाळवाणं वाटलं आणि तिथे तिच्या खोलीच्या दरावरून तिचं हॉटेल मालकाशी जोरदार भांडण झालं होतं.

'आणि मिस्टर सॅटर्थवाइट तूपण माझ्यासोबत येणार आहेस,' तिने ठामपणे सांगितलं. 'आयुष्याच्या अशा टप्प्यावर आपण आहोत की, लोक आपलं काही प्रकरण वगैरे आहे असा विचार करतील म्हणून भ्यायची काही आवश्यकता नाही.'

मिस्टर सॅथर्टवाइट मनातून खूश झाला. कोणत्याच सनसनाटी प्रकरणात त्याचं नाव कधी गुंतलं नव्हतं. कारण, तो फारच क्षुल्लक होता. प्रकरण – आणि तेही डचेचशी – छानच!

'ते ठिकाण प्रेक्षणीय आहे, माहितेय तुला,' डचेच म्हणाली, 'वाटमारे वगैरे असतात म्हणे तिथे आणि अत्यंत स्वस्त आहे, असं मी ऐकलं आहे. मॅन्यूएलने आज सकाळी फारच मग्रुरी केली. या हॉटेल मालकांना त्यांची जागा दाखवून दिली पाहिजे. ते असे वागले तर श्रीमंत माणसं त्यांच्याकडे येणार नाहीत. मी त्याला हे स्पष्टच सांगितलं.'

'मला असं वाटतं,' मिस्टर सॅटर्थवाइट म्हणाला, 'की आपण आरामात विमानाने जाऊ शकतो. अँटिबीज इथून.'

'पण त्यासाठी बरेच पैसे लागतील,' डचेस चटकन म्हणाली, 'माहिती काढतोस का?'

'अर्थातच, डचेस.'

मिस्टर सॅटर्थवाइट अजूनही आपल्याच आनंदात मग्न होता; पण खरंतर त्याची भूमिका निरोप्यापेक्षा फार काही नव्हती हे स्पष्ट होतं.

एव्हियन विमानसेवेचे दर जेव्हा तिला समजले, तेव्हा तिने तिथल्या तिथे नकार दिला.

'त्यांच्या त्या भयंकर धोकादायक विमानामधून दुसरीकडे जाण्यासाठी मी त्यांना वाट्टेल ती रक्कम देईन, असा विचार तरी कसा केला त्यांनी' ती म्हणाली.

त्यामुळे ते बोटीने गेले आणि मिस्टर सॅटर्थवाइटला दहा तास तरी बोटीचा तो अस्वस्थ करणारा प्रवास सहन करण्यावाचून गत्यंतर नव्हतं. बोटीचा प्रवास सात वाजता सुरू झाला. त्याने असं गृहीत धरलं की, तिथे रात्रीचं जेवण देण्यात येईल; पण तसं काही नव्हतं. बोट अगदी लहानशी होती आणि समुद्र खवळलेला होता. सॅटर्थवाइट अॅजाकिओला जेव्हा उतरला तेव्हा जणू अर्धमेलाच झाला होता.

याउलट, डचेच मात्र अगदी ताजीतवानी दिसत होती. आपले पैसे वाचणार आहेत, अशी खात्री असेल, तर तिला कधीही त्रासाबद्दल काही वाईट वाटत नसे. पामच्या झाडांमधून होणारा सूर्योदय पाहून तिला उत्साहाचं भरतं आलं. सगळी जनता तिथे बोटीचं आगमन पाहण्यासाठी जमली होती आणि बोटीतून उतरण्यासाठी जिने टाकल्यावर उत्साहित होऊन आरोळ्या फोडण्यात आल्या.

एक माणूस त्यांच्या बाजूला उभा राहून फ्रेंचमध्ये म्हणाला, *'यापूर्वी असं कधी घडलं नव्हतं इथे!'*

'माझी नोकराणी रात्रभर बोट लागल्यामुळे आजारी होती,' डचेच म्हणाली. 'मूर्ख मुलगी अगदी.'

मिस्टर सॅटर्थवाइटने निस्तेज मंदस्मित केलं.

'चांगल्या अन्नाची नासाडी, मी म्हणेन,' डचेस सांगू लागली.

'तिला खायला काही मिळालं वाटतं?' मत्सराने मिस्टर सॅटर्थवाइटने विचारलं.

'बोटीवर चढताना मी थोडीफार बिस्किटं आणि चॉकलेट घेतलं होतं,' डचेच म्हणाली, 'रात्रीचं जेवण वगैरे काही मिळणार नाही असं समजल्यावर, मी तिला ते सगळं खाणं दिलं. ही खालच्या वर्गातली माणसं ना, जेवण मिळालं नाही, तर फारच कुरकुर करतात बुवा.'

विजयी आरोळ्यांच्या गदारोळात, बोटीचा जिना टाकण्यात आला. स्थानिक माणसांनी ओरडत, गाणी म्हणत प्रवाशांच्या हातांमधलं सामानसुमान ओढून खाली घेतलं.

'चला लवकर, सॅटर्थवाइट,' डचेस म्हणाली, 'मला गरम पाण्याने अंघोळ करायचीय आणि कॉफी हवीय.'

मिस्टर सॅटर्थवाइटलाही तेच तर हवं होतं; पण नंतरही त्याचा त्रास कमी झाला नाही. हॉटेलमध्ये व्यवस्थापकाने खाली झुकून त्यांचं आगतस्वागत केलं आणि त्यांना त्यांच्या खोल्या दाखवण्यात आल्या. डचेसच्या खोलीतच बाथरूम होती, तर मिस्टर सॅटर्थवाइटला अंघोळीसाठी ज्या बाथरूममध्ये जावं लागलं, ती दुसऱ्याच कुणाच्या तरी बेडरूममध्ये होती. इतक्या सकाळी लवकर गरम पाण्याची अपेक्षा करणंच बहुधा चुकीचं होतं. त्यानंतर तो कडक काळी कॉफी प्यायला. त्या कॉफीच्या भांड्याचं झाकण उघडंच होतं. त्याच्या खोलीच्या खिडक्या आणि पडदे उघडलेले होते आणि त्यातून सकाळची ताजी सुगंधी हवा आत आली. निळा, हिरवा झळाळता दिवस सुरू झाला होता.

वेटरने खुणेनेच बंदराकडे त्यांचं लक्ष वेधून घेतलं.

'अॅजाकिओ... जगातलं सर्वांत सुंदर बंदर!' आणि असं म्हणून तो निघून गेला.

दूरदूरवर पसरलेला निळाशार समुद्र, त्याच्या मागे दिसणाऱ्या बर्फाच्छादित शिखरांच्या पर्वतरांगा पाहून मिस्टर सॅटर्थवाइटला तो जे म्हणाला, ते पूर्णतः पटलं. त्याने कॉफी संपवली आणि पलंगावर आडवं पडून झोपी गेला.

दुपारच्या जेवणाच्या वेळेस डचेस उत्साहात होती.

'सॅटर्थवाइट, तुझ्यासाठी चांगलं आहे हे,' ती म्हणाली. 'तुझ्या त्या जुनाट जीवनपद्धतींमधून तुला बाहेर काढायला चांगलं आहे हे,' तिने *ग्लास* हातात घेतला, 'ती बसलीये ना ती, नओमी कार्लटन स्मिथ आहे.'

खिडकीपासच्या टेबलापाशी बसलेल्या एका मुलीकडे तिने खूण केली. ती मुलगी खांदे पाडून, आळसावल्यागत बसली होती. तिने घातलेला पोशाख तपकिरी रंगाच्या पोत्यापासून केल्यासारखा वाटला. तिचे केस काळे होते, कसेतरी अस्ताव्यस्त बॉबकटमध्ये कापलेले होते.

'कलाकार?' मिस्टर सॅटर्थवाइटने विचारलं.

लोकांना ओळखण्यात तो फार चांगला होता.

'अगदी बरोबर,' डचेस म्हणाली. 'ती स्वतःला कलाकार म्हणवून तरी घेते. मला माहीत होतं की, जगातल्या कोणत्यातरी वेगळ्याच ठिकाणी ती भटकत असेल. अगदी गरीब आहे; पण खूप स्वाभिमानी. सगळे कार्लटन स्थिम असतात तशीच आहे अगदी. तिची आई माझी दूरची बहीण.'

'मग ती नोल्टन कुटुंबीयांपैकी आहे असं म्हणायला हवं?' सॅटर्थवाइट म्हणाला.

डचेसने मानेने होकार दिला.

'स्वतःच स्वतःची शत्रू,' ती म्हणाली, 'पण हुशार मुलगी. एका फालतू तरुणासोबत प्रेमप्रकरण झालं तिचं. चेल्सीमधल्या एकासोबत. तो कविता किंवा नाटकं असलं काहीतरी लिहायचा. अर्थातच, कोणीच त्यांना स्वीकारलं नाही. मग त्याने जडजवाहिर चोरले कोणाचे तरी आणि पकडला गेला. त्याला काय शिक्षा झाली मला माहीत नाही. बहुधा पाच वर्षांची. तुम्हाला आठवत असेल, हो ना? गेल्या हिवाळ्यातली गोष्ट आहे ही.'

'गेल्या हिवाळ्यात मी इजिप्तला होतो,' मिस्टर सॅटर्थवाइटने सांगितलं. 'जानेवारीच्या शेवटाला मला फ्लू झाला. मी फारच आजारी पडलो. डॉक्टरांनी इजिप्तला जायला सांगितलं होतं, त्यामुळे त्या काळातलं बरंचसं मला माहीत नाही. वाईट वाटतं त्याचं,' त्याच्या आवाजात खरंच खेद दिसत होता.

'दुःखी होऊन बसलेली वाटतेय मला,' डचेस म्हणाली. तिने पुन्हा एकदा तिचा *ग्लास* उंचावला, 'मी ते चालवून घेणार नाही.'

बाहेर पडताना, ती मिस कार्लटन स्मिथच्या टेबलापाशी थांबली आणि तिच्या खांद्यावर तिने थाप मारली.

'नओमी, तुला मी आठवत नाहीये असं दिसतंय?' नओमी बळंच उभी राहिली.

'नाही डचेस, ओळखलं ना. आत येतानाच मी ओळखलं तुम्हाला; पण तुम्ही मला ओळखणार नाही, असं मला वाटलं.'

आळसाने, संथपणे ती बोलली. तिच्या बोलण्यात पूर्णतः अलिप्तपणा होता.

'तुझं जेवण झालं की ये. आपण गच्चीवर बोलू या,' डचेसने आज्ञा सोडली.

'चालेल,' नओमीने जांभई दिली.

'काय धक्कादायक वर्तणूक,' डचेस मिस्टर सॅटर्थवाइटला म्हणाली. ती पुन्हा टेबलापाशी आली होती, 'सगळ्या कार्लटन स्मिथ लोकांचं असंच.'

ते बाहेरच्या उन्हात बसून कॉफीपान करत होते. तिथे ते सहाएक मिनिटं होते, तेवढ्यात नओमी कार्लटन स्मिथ हॉटेलमधून आली आणि त्यांच्याजवळ बसली. तिने स्वतःला खुर्चीत झोकून दिलं आणि डचेससमोर आपले पाय बेफिकीरीने ताणून बसली.

तिचा चेहरा वेगळाच होता. पुढे आलेली हनुवटी आणि खोल खोबणीतले करडे डोळे. हुशार; पण नाखूश चेहरा – असा चेहरा जो सुंदर होऊ शकला असता; पण नव्हता.

'नओमी,' डचेस म्हणाली, 'तू काय करतेस हल्ली?'

'ओह, मला माहीत नाही. वेळ घालवतेय.'

'चित्र काढतेस का?'

'थोडी... कधीतरी.'

'मला दाखव ना.'

नओमी हसली. सरंजामी बोलण्याला ती घाबरायची नाही. उलट तिला गंमत वाटली. ती हॉटेलमध्ये गेली आणि तिचा पोर्टफोलिओ घेऊन आली.

'डचेस, तुम्हाला आवडणार नाहीत हं,' तिने आधीच सावध केलं, 'तुम्हाला काय वाटतं ते सरळ सांगा. माझ्या भावना दुखावणार नाहीत.'

मिस्टर सॅटर्थवाइटने त्याची खुर्ची जरा जवळ नेली. त्याला त्या चित्रांत रस वाटला. मिनिटभराने त्यांचा रस आणखी वाढला. डचेसने मात्र जराही सहानुभूती दर्शवली नाही.

'मला तर या चित्रातलं उलटसुलटही कळत नाहीये!' तिने तक्रार केली, 'मुली, अशा रंगाचं आकाश किंवा समुद्र तरी कधी कुठे असतो का?'

'मला ते असेच दिसतात,' नओमी शांतपणे म्हणाली.

'ई!' उमरावबाई दुसऱ्या चित्राकडे पाहून म्हणाली, 'याच्याकडे बघून तर भीतीच वाटतेय!'

'तेच अपेक्षित आहे,' नओमी म्हणाली. 'तुम्ही नकळत या चित्राची स्तुती करताय.'

काटेरी पेअरचं क्यूबिझमच्या दृष्टीने केलेलं ते एक अभ्यासचित्र होतं – ते पेअर आहे हे जेमतेमच समजत होतं. करड्या–हिरव्या रंगाचं, त्यावर हिंसक, भडक रंगाचे फटकारे, त्यामुळे ते फळ काही ठिकाणी रत्नासारखं चकाकत होतं. ते पेअर म्हणजे सडत चाललेला, गोलाकार, घट्ट मांसल आकार होता. त्यात काहीतरी दुष्टपणा भासत होता. मिस्टर सॅटर्थवाइट शहारला आणि त्याने मान बाजूला वळवली.

नओमीने त्याच्याकडे पाहून समजल्यागत मान डोलावली.

'मला माहितेय. हे खरंच फार भयंकर, राक्षसी आहे; पण ते *तसंच* काढायचं होतं.' नओमी म्हणाली.

डचेसने घसा खाकरला.

'आताच्या काळातल्या कलाकारांना फारच सोपं झालेलं दिसतंय चित्रकारी करणं,' तिने आपलं निरीक्षण मांडलं. 'जसंच्या तसं काढण्याचा कोणाचाही प्रयत्न नसतो. कोणता तरी रंग घ्यायचा – मला कशाने घेतात माहीत नाही; पण ब्रश नसतो. मला खात्री आहे –'

'पॅलेट नाइफ,' नओमीने हसत हसत सांगितलं.

डचेस पुढे बोलू लागली. 'नशीब तो रंग तरी वापरता! जाड जाड थर द्यायचे आणि मग तयार होतं हे! मग सगळे म्हणतात, काय भारी, किती अप्रतिम! ठीकच; पण माझ्याकडे असल्या गोष्टींसाठी वेळ नाहीये. मला –'

'मला एखाद्या कुत्र्याचं किंवा घोड्याचं छानसं चित्र दे, बरोबर ना, एडविन लँडसिअरचं वगैरे?'

'का नाही?' डचेसने विचारलं, 'लँडसिअर काय वाईटे?'

'काही नाही,' नओमी म्हणाली, 'तो ठीक आहे आणि तुम्हीही. गोष्टी वरून पाहिल्या की चांगल्या, गुळगुळीत आणि चकाकणाऱ्या दिसतात. डचेस, मला तुमच्याविषयी आदर वाटतो. तुमच्यामध्ये एक ऊर्जा आहे. तुम्ही आयुष्याला भिडलाय, भोगलंय आणि त्यातून वर आला आहात; पण जे लोक खाली असतात ना, त्यांना वस्तूंची खालची, वेगळी बाजूही दिसते आणि ती पाहण्याची पद्धत इंटरेस्टिंग असते.'

डचेसने तिच्याकडे एकटक पाहिलं.

'तू काय बोलते आहेस, यातलं मला जराही समजलेलं नाहीये,' तिने सांगितलं.

मिस्टर सॅटर्थवाइट अजूनही चित्रांकनं पाहत होता. डचेसला कळू शकलं नव्हतं, तरी त्याला रेखाचित्रांमधलं तंत्र परिपूर्ण असल्याचं समजलं. ते पाहून तो चकित झाला आणि आनंदितही. त्याने त्या मुलीकडे पाहिलं.

'मिस कार्लटन स्मिथ, यांपैकी काय विक्रीला आहे?' त्याने विचारलं.

'कोणतंही घेऊ शकता - पाच गिनीजला एक,' अलिप्तपणे ती मुलगी म्हणाली.

मिस्टर सॅटर्थवाइटने एक-दोन मिनिटं विचार केला आणि मग पेअर आणि कोरफड यांचं एक चित्र निवडलं. त्यात पुढे बाभळीच्या पिवळ्या फुलांचा गुच्छ होता, कोरफडीचं लाल फूल अर्धवट चित्रातून आतबाहेर डोकावत होतं आणि मागे काटेरी पेअर व कोरफडीच्या पानाचा तलवारीसारखा आकार यांची नक्षी होती.

त्याने त्या मुलीला कुर्निसात केला.

'मला हे घ्यायला फार आवडेल आणि माझ्या मते मला ते फार कमी किमतीत मिळतं आहे. मिस कार्लटन स्मिथ, एक दिवस मला हवं तर, मी हे चित्र चांगल्या किमतीला विकू शकीन!'

त्याने कोणतं चित्र घेतलं आहे हे पाहण्यासाठी ती मुलगी पुढे झाली. ते चित्र पाहून तिच्या डोळ्यांत एक नवाच भाव त्याला दिसला. त्याच्या अस्तित्वाकडे तिने पहिल्यांदाच नीट लक्ष दिलं आणि तिच्या डोळ्यांत त्याच्याविषयी आदर दिसू लागला.

'तुम्ही सर्वोत्तम चित्र निवडलंत,' ती म्हणाली, 'मला... मला आनंद झाला.'

'तू काय करतोय ते तुला कळतंय ना,' डचेस म्हणाली, 'कदाचित, योग्यही असेल तुझं. तू कलेचा जाणकार आहेस असं मी ऐकून आहे; पण हे जे काही आहे ती कला आहे, असं मला सांगू नकोस. कारण, ती कला नाहीये. तरीही, आपण त्यात पडायची आवश्यकता नाही. मी इथे फक्त काही दिवस असणार आहे आणि मला या बेटावरचं सगळं पाहायचं आहे. तुझ्याकडे कार असेल ना, नओमी?'

मुलीने होकारार्थी मान हलवली.

'उत्तम,' डचेस म्हणाली, 'आपण उद्या कुठेतरी फिरायला जाऊ उद्या.'

'दोन सीटरच आहे पण ती.'

'काहीही! पण तिला डिकी असेलच ना. मिस्टर सॅटर्थवाइटना तिथे बसायला चालेल माझ्या मते?'

मिस्टर सॅटर्थवाइटने एक कापरा निःश्वास टाकला. त्याने त्या दिवशी सकाळीच कोर्सिकातले रस्ते पाहिले होते. त्याच्याकडे पाहत, विचार करत नओमी म्हणाली, 'माझी कार तुमच्यासाठी काही योग्य नाही. मोडकळीस आलेली, जुनाट आहे ती. अगदी स्वस्तात मी ती सेकंडहँड घेतलीय. ती कशीबशी, रडतखडत मला टेकड्यांवरून घेऊन जाते बास; पण मी प्रवाशांना नेऊ शकत नाही. इथे शहरात चांगली गॅरेजेस आहेत. तुम्ही तिथून कार भाड्याने घेऊ शकता.'

'कार भाड्याने घ्यायची?' डचेस फूत्कारली, 'भयंकर कल्पना! मगाशी चार सीटर कार चालवत आलेला तो चांगला दिसणारा, पिवळट त्वचेचा माणूस कोण होता?'

'तुम्ही मिस्टर टॉमलीन्सनबद्दल बोलताहात बहुधा. ते निवृत्त इंडियन न्यायाधीश आहेत.'

'हं म्हणूनच अशी पिवळट त्वचा असणार त्याची,' डचेस म्हणाली, 'ती कावीळ नाही ना अशी मला भीती वाटत होती. तो मला सभ्य माणूस वाटला. मी त्याच्याशी बोलीन.'

त्या दिवशी संध्याकाळी जेवायला खाली आल्यावर, मिस्टर सॅटर्थवाइटला काळ्या वेल्वेटचा पोशाख घातलेली आणि हिऱ्यांनी मढलेली डचेस दिसली. ती प्रभावी वाटत होती. चारचाकी कारच्या मालकाशी ती अदबीने बोलत होती. अधिकारवाणीने खूण करून तिने सॅटर्थवाइटला जवळ बोलावलं.

'मिस्टर सॅटर्थवाइट इकडे ये, मिस्टर टॉमलीन्सन मला छान काहीतरी सांगताहेत आणि तुला माहितेय? ते आपल्याला उद्या एका मोहिमेवर नेणार आहेत. त्यांच्या कारमधून.'

मिस्टर सॅटर्थवाइटने कौतुकाने तिच्याकडे पाहिलं.

'आपण जेवायला गेलं पाहिजे,' डचेस म्हणाली, 'मिस्टर टॉमलीन्सन, या आमच्या टेबलावर म्हणजे तुम्ही आत्ता जे सांगत होता, ते सांगता येईल.'

'चांगला सभ्य माणूस वाटला मला,' डचेस नंतर म्हणाली.

'आणि त्याच्याकडे चांगली कारही आहे,' मिस्टर सॅटर्थवाइटने प्रतिसाद दिला.

'लबाड,' डचेस म्हणाली आणि तिने छोट्या हातपंख्याने त्याला चापटी मारली. मिस्टर सॅटर्थवाइट कळवळला.

'नओमीही येणार आहे,' डचेस म्हणाली, 'तिच्या कारने. त्या मुलीने स्वतः बाहेर पडलं पाहिजे जरा. ती फार स्वार्थी आहे. स्वकेंद्रित नाही अगदी; पण सगळ्यांपासून पूर्णतः अलिप्त. तुम्हाला असं नाही वाटत?'

'तसं शक्य नाही,' मिस्टर सॅटर्थवाइट हळूच म्हणाला, 'म्हणजे प्रत्येकाला कशात ना कशात रस असतोच. अर्थातच, स्वकेंद्रित माणसंही असतातच; पण मला तुमचं म्हणणं पटतं की, ती त्यांपैकी नाही. तिला स्वतःमध्ये अजिबात रस नाही आणि तरीही तिचं व्यक्तिमत्त्व प्रभावी आहे. *काहीतरी* असलं पाहिजे... मला पहिल्यांदा वाटलं तिची कला; पण तसं नाही. जीवनापासून एवढं अलिप्त असलेल्या कुणालाही मी आजवर भेटलो नव्हतो. धोकादायक आहे हे.'

'धोकादायक? म्हणजे काय म्हणायचंय तुम्हाला?'

'म्हणजे असं पाहा – कशाने तरी ती पछाडलेली असणार असं म्हणतोय मी आणि पछाडलेपण नेहमीच धोकादायक असतं.'

'सॅटर्थवाइट,' डचेस म्हणाली, 'मूर्खपणा नको करूस आणि माझं ऐक. उद्या – '

मिस्टर सॅटर्थवाइटने ऐकून घेतलं. तो नेहमीच ऐकून घ्यायचा.

आपापलं दुपारचं जेवण घेऊन ते सकाळी लवकर निघाले. त्या बेटावर सहा महिन्यांपासून असलेली नओमी पुढे जाणार होती. ती कारमध्ये वाट बघत बसली होती, तेव्हा मिस्टर सॅटर्थवाइट तिच्याकडे गेला.

'मी तुझ्याबरोबर येऊ शकत नाही – नक्की का?' तो खेदाने म्हणाला.

तिने मान हलवली.

'तुम्ही दुसऱ्या कारमध्ये जास्त आरामात बसाल. त्याच्या सीट्स चांगल्या गुबगुबीत आहेत आणि छानही. हा जुनाट झालेला खटारा आहे. खड्ड्यांमधून जाताना थडाथडा हवेत उडायला होतं यात.'

'आणि मग, अर्थातच टेकड्यांचं तर विचारायलाच नको!'

नओमी हसली, 'नाही नाही, ते तुम्हाला माझ्या डिकीत बसावं लागू नये म्हणून मी कारण पुढे केलं होतं. डचेसला कार भाड्याने घेणं सहज परवडू शकतं. ती इंग्लंडमधली सर्वांत कंजूष बाई आहे; पण ती म्हातारी खिलाडू वृत्तीची आहे आणि मला ती खरंतर आवडते.'

'मग मी तुझ्याबरोबर येऊ शकतो ना?' मिस्टर सॅटर्थवाइटने उत्सुकतेने विचारलं.

तिने त्याच्याकडे कुतूहलाने पाहिलं.

'तुम्ही माझ्याबरोबर यायला एवढे अधीर का आहात?'

'विचारशील तू मला?' मिस्टर सॅटर्थवाइटने जुन्या पद्धतीने खाली झुकून विचारलं.

तिने स्मित करून नकारार्थी मान हलवली.

'ते कारण नाही,' ती विचारपूर्वक म्हणाली, 'विचित्र आहे..; पण तुम्ही माझ्याबरोबर येऊ शकत नाही – आज तरी.'

'ठीक, पुन्हा कधी तरी.' मिस्टर सॅटर्थवाइट नम्रपणे म्हणाला.

'पुन्हा कधी तरी!' असं म्हणून ती अचानक हसू लागली. विचित्र हसू आहे हे, मिस्टर सॅटर्थवाइटला वाटलं, 'पुन्हा कधी तरी! पाहू या.'

त्यांनी प्रवासाला सुरुवात केली. ते गावातून फिरले आणि त्यानंतर समुद्राला मोठा वळसा घातला, नदी पार केली आणि पुन्हा किनाऱ्यावर आले. तिथे वाळूच्या छोट्या छोट्या शेकडो वाकणी होत्या आणि मग त्यांनी चढायला सुरुवात केली. थरकाप उडवणारी वळणं होती, वर खूप वर जाणारा, त्रासदायक वळणांचा रस्ता. त्यांना खाली निळाशार समुद्र दिसला आणि दुसऱ्या बाजूला समुद्रापलीकडे अॅजाकिओ बंदर उन्हात झळाळून गेलेलं, एखाद्या परीकथेतील शहरासारखं.

आतलं वळण, बाहेरचं वळण, पुन्हा आत आणि मग बाहेर, उंच कड्याची बाजू एकदा डावीकडे येत होती, एकदा उजवीकडे. मिस्टर सॅटर्थवाइटला चक्कर आल्यागत झालं. त्याला थोडं बरं वाटेनासं झालं. रस्ता फार काही रुंद नव्हता आणि तरी ते चढले.

आता थंडी वाजू लागली. बर्फाच्छादित शिखरांवरून थेट वारा येत होता. मिस्टर सॅटर्थवाइटने आपल्या कोटाची कॉलर वर केली आणि हनुवटीखालचं बटण घट्ट लावून घेतलं.

हवा खूपच गार झाली. समुद्रकिनाऱ्याशी पलीकडे असलेलं ॲजाकिओ शहर सूर्यप्रकाशात न्हाऊन जात होतं; पण इथे वर मात्र दाट करडे ढग सूर्यासमोर आले. मिस्टर सॅटर्थवाइटने शेवटी ते सुंदर दृश्य पाहणं बंद केलं. त्याला हीटर असलेलं हॉटेल आणि आरामदायी खुर्ची हवी होती.

त्यांच्या पुढे नओमीची दोन सीटर गाडी जात होती. आणखी, आणखी वर. आता ते अगदी वरच्या टोकाला आले. त्यांच्या एका बाजूला कमी उंचीच्या टेकड्या होत्या, त्यांचे उतार दऱ्यांमध्ये जाऊन मिसळत होते. त्यांनी थेट समोरच्या बर्फाच्छादित शिखरांकडे पाहिलं आणि बोचरा वारा त्यांच्या अंगावर आला, तीक्ष्ण चाकूसारखा. अचानक नओमीची कार थांबली आणि तिने मागे वळून पाहिलं.

'आपण पोहोचलो आहोत,' ती म्हणाली, 'जगाच्या अंतापाशी आणि आजचा दिवस या ठिकाणी येण्यासाठी फार चांगला आहे, असं मला वाटत नाही.'

सगळे जण बाहेर पडले. ते एका छोट्या गावापाशी पोहोचले होते. तिथे पाच-सहा लहान दगडी घरं होती. डोळ्यांत भरेल असं नाव दगडावर लिहिलेलं होतं.

'कॉटी शिआवीरी.'

नओमीने खांदे उडवले.

'खरं नाव हे आहे; पण मला तरी याला जगाचा अंत असं म्हणायला आवडतं.'

ती काही पावलं चालली आणि मिस्टर सॅटर्थवाइटही तिच्यासोबत गेला. आता ते घरांना ओलांडून गेले. तिथे रस्ता संपला. नओमीने सांगितल्याप्रमाणे तो अंत असल्याने, त्याच्या पुढे काहीही नव्हतं, काहीही नसण्याची सुरुवात. त्यांच्यामागे रस्त्याची पांढरी पट्टी होती, समोर – काहीही नव्हतं. फक्त दूर, दूर दिसणारा समुद्र...

मिस्टर सॅटर्थवाइटने खोलवर श्वास घेतला.

'विलक्षण सुंदर जागा आहे ही. इथे काहीही घडू शकतं असं वाटतं म्हणजे असं की, कुणाला कुणीही भेटेल –'

तो थांबला, कारण त्याच्यासमोर एका खडकावर एक पुरुष बसला होता. त्याचा चेहरा समुद्राच्या दिशेने होता. तोपर्यंत त्यांनी त्याला पाहिलं नव्हतं. असं वाटलं की, जणू तो अचानकच जादूने तिथे प्रकटला असावा.

'मला वाटतं –' मिस्टर सॅटर्थवाइटने बोलायला सुरुवात केली; पण तेवढ्यात तो अनोळखी माणूस वळला आणि मिस्टर सॅटर्थवाइटला त्याचा चेहरा दिसला.

'अरे, मिस्टर क्विन! विलक्षण! मिस कार्लटन स्मिथ, ओळख करून देतो, हा माझा मित्र मिस्टर क्विन. वेगळाच आहे तो. खरंच तू वेगळा आहेस रे. अगदी बरोब्बर वेळेला हजर होतोस –'

तो एकदम थांबला, त्याला वाटलं आपण अवघडलेलं पण फार महत्त्वाचं काही बोललो आहोत; पण ते काय हे त्याला कळत नव्हतं.

नओमीने तिच्या नेहमीच्या पद्धतीने हात मिळवत क्विनशी ओळख करून घेतली.

'आम्ही सहलीवर आलो आहोत आणि आम्ही चांगलेच गारठून गेलो आहोत,' ती म्हणाली.

मिस्टर सॅटर्थवाइट काकडू लागला.

तो म्हणाला, 'आपल्याला कुठेतरी आसरा मिळेल कदाचित?'

'हो, ही तशी जागा नाहीये हे मान्य,' नाओमी म्हणाली, 'पण तरीही, पाहण्यासारखं दृश्य आहे, नाही का?'

'हो, अगदी,' मिस्टर सॅटर्थवाइट मिस्टर क्विनकडे पाहून म्हणाला, 'मिस कार्लटन या ठिकाणाला जगाचा अंत असं म्हणते. चांगलं नाव आहे ना?'

मिस्टर क्विनने त्याची मान बरेचदा हलवली, 'हो, चांगलं सूचक नाव. आयुष्यात एकदाच आपण अशा ठिकाणी येतो माझ्या मते. असं ठिकाण, जिथून आपल्याला पुढे कुठेच जायला काही नसतं...'

'म्हणजे काय म्हणायचंय तुम्हाला?' नओमीने तीक्ष्णपणे विचारलं.

तो तिच्याकडे वळला. 'असं पाहा, बऱ्याचदा आपल्यासमोर पर्याय असतात ना? उजवीकडे किंवा डावीकडे. पुढे किंवा मागे. इथे – आपल्या मागे आहे रस्ता आणि समोर काहीच नाहीये.'

नओमीने त्याच्याकडे एकटक पाहिलं. अचानक ती शहारली आणि मागे वळून जाऊ लागली. ते दोन्ही पुरुष तिच्या शेजारून चालू लागले. मिस्टर क्विन बोलत राहिला; पण त्याचा आवाज आता सहज संवाद साधल्यासारखा झाला होता.

'मिस कार्लटन स्मिथ, ही छोटी कार तुझी आहे का?'

'हो.'

'तू स्वतः चालवतेस? इथे ती कार चालवण्यासाठी चांगलंच जिगर पाहिजे. वळणं अंगावर येणारी आहेत. एक क्षण जरी लक्ष विचलित झालं, ब्रेकवरचं नियंत्रण सुटलं, तर खोल... खोल... थेट दरीत... सहज घडू शकतं.'

तेवढ्यात ते इतरांजवळ पोहोचले. मिस्टर सॅटर्थवाइटने आपल्या मित्रांशी क्विनची ओळख करून दिली. तेवढ्यात त्याच्या हाताला किंचित ओढ जाणवली. नओमी होती ती. तिने त्याला इतरांपासून दूर नेलं.

'ते कोण आहेत?' तिने त्वेषाने विचारलं.

मिस्टर सॅटर्थवाइटने तिच्याकडे चकित होऊन पाहिलं.

'मी त्याला फार कमी ओळखतो म्हणजे मी त्याला बऱ्याच वर्षांपासून ओळखतो तसा... आम्ही वेळोवेळी अनेकदा एकमेकांना भेटलो आहोत; पण खरी ओळख जशी म्हणतात तसा काही मी त्याला...'

तो थांबला. तो जे बोलत होता, ते निरर्थक होतं आणि त्याच्या शेजारी असलेली मुलगी ते ऐकतच नव्हती. ती मान खाली घालून उभी होती, तिने मुठी घट्ट आवळून घेतल्या होत्या.

'त्याला माहिती आहे,' ती म्हणाली. 'त्याला सगळं समजतं... कसं काय?'

मिस्टर सॅटर्थवाइटकडे काही उत्तर नव्हतं. तो केवळ तिच्याकडे बधिरपणे पाहत राहिला. ज्या वादळाने तिला हादरवलं होतं, ते त्याला समजू शकत नव्हतं.

'मला भीती वाटतेय,' ती पुटपुटली.

'मिस्टर क्विनची?'

'त्याच्या डोळ्यांची भीती वाटते. त्याला दिसतं...'

तेवढ्यात सॅटर्थवाइटच्या गालावर थंडगार आणि ओलं काहीतरी पडलं. त्याने वर पाहिलं.

'बर्फ पडतोय,' तो आश्चर्यचकित होत आनंदून उद्गारला.

'सहलीसाठी किती चांगला दिवस निवडलाय आपण,' नओमी उपहासाने म्हणाली. तिने प्रयत्नपूर्वक स्वतःला सावरलं.

आता काय करायचं? अनेक सूचना करण्यात आल्या. हिमवर्षाव वाढला, अधिक वेगाने होऊ लागला. मिस्टर क्विनने जे सुचवलं, त्याचं सगळ्यांनीच स्वागत केलं. घरांच्या ओळीच्या शेवटी एक छोटं दगडी हॉटेलवजा खोपटं होतं.

'तुम्ही जेवण तर आणलंच आहे ना. मग तिथे आपली सोय होईल,' मिस्टर क्विन म्हणाला, 'आणि ते आपल्याला कॉफीही देतील बहुधा.'

जागा छोटी, अंधारी होती. छोट्याशा खिडकीतून थोडाच प्रकाश आत येत होता; पण दुसऱ्या बाजूने येणारा उबदार प्रकाश सुखद वाटत होता. वृद्ध कोर्सिकन

बाई शेकोटीमध्ये फांद्या घालत होती. शेकोटीने चांगला पेट घेतला आणि त्यांना त्या प्रकाशात दिसलं की, त्यांच्याआधी तिथे आणखीही काही लोक बसलेले होते.

तीन जण एका लाकडी टेबलाशी बसले होते. मिस्टर सॅटर्थवाइटच्या नजरेला त्या दृश्यामध्ये काहीतरी विचित्र, काल्पनिक असल्यागत वाटलं. त्या लोकांकडे पाहिल्यावर ते त्याला खोटेच असावेत असं वाटलं.

टेबलाच्या टोकाला बसलेली बाई एखाद्या डचेससारखी दिसत होती म्हणजे ती डचेसच्या *लोकप्रिय संकल्पनेसारखी* जास्त दिसत होती. तिचं सरंजामी डोकं ताठ होतं, तिचे केस पांढरेशुभ्र होते. तिने करड्या रंगाचा मऊ कापडाचा पोशाख घातला होता. एका निमुळत्या पांढऱ्या हातावर तिची हनुवटी टेकलेली होती आणि दुसऱ्या हातात खायला रोल धरला होता. तिच्या उजवीकडे पांढरट चेहऱ्याचा पुरुष होता, त्याचे केस काळेभोर होते आणि त्याने चश्मा घातला होता. त्यानेही अत्यंत सुंदर पोशाख केला होता. त्या क्षणी त्याची मान मागे होती आणि त्याने डावा हात असा पुढे केलेला होता जणू काही तो कशाला तरी नाकारत असावा.

डावीकडे पांढऱ्या केसांच्या स्त्रीसोबत एक हसरा, टक्कल पडलेला बुटका पुरुष होता. पहिल्यांदा कटाक्ष टाकल्यानंतर, त्याच्याकडे कुणीही पाहिलं नव्हतं.

काही क्षण अनिश्चितता होती आणि मग डचेसने (खऱ्याखुऱ्या डचेसने) परिस्थिती नियंत्रणात घेतली.

'हे वादळ भयंकर आहे ना?' तिने पुढे येत मुद्दाम हसून विचारलं. कल्याणकारी आणि इतर समित्यांशी बोलताना फायद्याचं ठरेल असं ते कमावलेलं हसू होतं. 'आमच्याप्रमाणे तुम्हीही यात अडकला आहात, असं दिसतंय? पण कोर्सिका अप्रतिम जागा आहे. मी आज सकाळीच इथे आले.'

काळ्या केसांचा माणूस उभा राहिला आणि डचेस त्याच्या जागी अलगद बसली.

पांढऱ्या केसांची बाई बोलू लागली, 'एक आठवडा झाला आम्ही इथे आहोत.'

मिस्टर सॅटर्थवाइट दचकला. एकदा ज्याने हा आवाज ऐकला असेल, तो कधी विसरू शकेल का? तो आवाज त्या गोलाकृती दगडी खोलीत घुमला, तो भावनांनी भारलेला होता – त्यात अप्रतिम उदासवाणा सूर होता. तिने काहीतरी विलक्षण, अविस्मरणीय आणि अर्थाने संपृक्त असं सांगितलं असावं, असा त्याला भास झाला. ती तिच्या अंतःकरणातून बोलत असावी जणू.

मिस्टर सॅटर्थवाइट पटकन मिस्टर टॉमलीन्सनला म्हणाला, 'चश्म्यातले आहेत मिस्टर व्हाइस – ते निर्माते आहेत, माहितेय.'

नापसंतीदर्शक नजरेने त्या निवृत्त न्यायाधीशाने मिस्टर व्हाइसकडे पाहिलं.

'काय निर्माण करतात ते?' त्याने उपहासाने विचारलं, 'मुलं?'

'ओह, नाही हो नाही,' मिस्टर व्हाइसचा असा मुलांशी संबंध लावल्यामुळे मिस्टर सॅटर्थवाइटला धक्का बसला. तो म्हणाला, 'नाटकांचे निर्माते आहेत ते.'

नओमी म्हणाली, 'मी बाहेर जाते. इथे खूप गरम होतंय मला.'

तिचा आवाज एवढा कठोर होता की, त्यामुळे मिस्टर सॅटर्थवाइट उडाला. ती मिस्टर टॉमलीन्सनला बाजूला करून दाराच्या दिशेने निघाली; पण दारामध्ये तिची मिस्टर क्विनशी समोरासमोर भेट झाली आणि त्याने तिला अडवलंच.

'आत जाऊन बस,' तो अधिकारवाणीने म्हणाला.

त्याच्या आवाजात जरब होती. ती मुलगी क्षणभर गोंधळली, थांबली आणि मग तिने ती आज्ञा मान्य केली. ते पाहून मिस्टर सॅटर्थवाइटला आश्चर्य वाटलं. ती इतरांपेक्षा शक्य तितकी लांब जाऊन बसली.

मिस्टर सॅटर्थवाइट घाईने पुढे गेला आणि त्याने त्या निर्मात्याचं लक्ष वेधून घेतलं.

'तुम्हाला कदाचित मी आठवणार नाही,' त्याने सुरुवात केली, 'माझं नाव सॅटर्थवाइट.'

'अर्थातच माहीत आहे!' असं म्हणून तो बारकुडा माणूस उठला आणि त्याने जोरात हात दाबून हस्तांदोलन केलं. 'तुम्हाला भेटून आनंद वाटला. तुम्हाला मिस नन माहीत असतीलच ना?'

मिस्टर सॅटर्थवाइट चकित झाला. तो आवाज ओळखीचा वाटला, यात आश्चर्य ते काय! सगळ्या इंग्लंडमध्ये हजारो लोक या भावनिक आवाजाने थरारून गेले होते. रोझिना नन! इंग्लंडमधली सर्वांत भावनिक अभिनेत्री. मिस्टर सॅटर्थवाइटवरही तिने जादू केली होती. तिच्यासारखं शब्दांचं अर्थांतरण कुणालाही जमायचं नाही – अर्थाच्या बारीकसारीक छटा बाहेर काढणं. त्याला ती बुद्धिमान अभिनेत्री वाटायची, जी आपल्या भूमिकेच्या आत्म्यात प्रवेश करायची.

तिला ओळखलं नाही यात त्याची काही चूक नव्हती. रोझिना नन तिच्या दिसण्याबाबत चंचल होती. तिच्या आयुष्याची पंचवीस वर्षं तिचे केस सोनेरी होते. मग युनायटेड स्टेट्सचा दौरा करून आली तीच मुळी काळेभोर केस करून आणि त्यानंतर हे असे फ्रेंच पद्धतीचे केस ही तिची नवी हुक्की दिसत होती.

'ओह आणि हे मिस्टर जड – मिस ननचे पती,' टक्कल असलेल्या माणसाची व्हाइसने अशीच बेफिकिरीने ओळख करून दिली.

रोझिना ननचे अनेक पती झाले होते, हे मिस्टर सॅटर्थवाइटला माहीत होतं. मिस्टर जड हा अगदी अलीकडचा दिसत होता. मिस्टर जड त्यांच्याकडच्या बॅगेतून

काहीतरी काढण्यात मग्न होता. तो आपल्या पत्नीला उद्देशून म्हणाला, ‘तुला आणखी *रोल* हवाय का प्रिये? आधी दिलेला रोल तुला आवडतो, तितका जाड नव्हता.’

रोझिना ननने आपला रोल त्याला परत केला आणि पुटपुटली, ‘हेन्रीला चांगल्या खाण्यातलं सगळं काही कळतं, त्यामुळे ते सगळं मी त्याच्यावर सोडते.’

‘पशूला खायला घातलं पाहिजे चांगलंचुंगलं,’ मिस्टर जड हसत म्हणाला. त्याने आपल्या पत्नीच्या खांद्यावर थोपटलं.

‘तो तिला एखादा कुत्र्यासारखा वागवतो,’ मिस्टर व्हाइस खेदाने मिस्टर सॅटर्थवाइटच्या कानात पुटपुटला. ‘तिच्यासाठी पदार्थाचे तुकडे वगैरे करून देतो. बायका म्हणजे विचित्रच असतात खरंच!’

मिस्टर सॅटर्थवाइट आणि मिस्टर क्विन यांनी जेवण बाहेर काढलं. उकडलेली अंडी, गार हॅम आणि चीज असं सगळं गोल टेबलावर मांडण्यात आलं. डचेस आणि मिस नन एकमेकींशी कुजबुजत खासगीत काहीतरी बोलत असाव्यात, असं वाटलं. त्या अभिनेत्रीच्या खोल खर्ज्यातल्या आवाजातले काही तुकडे ऐकू आले.

‘ब्रेड जरासाच भाजलेला असायला हवा, समजलं? मग त्यावर अगदी *पातळसा* मार्मलेडचा थर. ते गुंडाळून एक मिनिटभरासाठी ओव्हनमध्ये ठेवायचे – त्यापेक्षा जास्त नाही. अत्यंत चविष्ट लागतात.’

‘ही बाई जगते ती खाण्यासाठी,’ मिस्टर व्हाइस पुटपुटला, ‘केवळ खाण्यासाठी. ती बाकी कशाचा विचारही करू शकत नाही. मला आठवतं *रायडर्स टू द सी*मध्ये वाक्य आहे, ‘मी माझा वेळ शांतपणे व्यतीत करेन…’ मला हवा तसा परिणाम मिळत नव्हता. शेवटी मी तिला सांगितलं पेपरमिंट क्रीमचा विचार कर – तिला पेपरमिंट क्रीम खूप आवडतं. मग एकदाचा तो परिणाम मिळाला मला – तुमच्या हृदयाला भिडणारे तिच्या चेहऱ्यावरचे भाव…’

मिस्टर सॅटर्थवाइट गप्प झाला. तो आठवत होता.

त्या संभाषणात भाग घेण्याची तयारी करण्यासाठी समोर असलेल्या मिस्टर टॉमलीन्सनने घसा खाकरला.

‘तुम्ही नाटकाची निर्मिती करता, असं मी ऐकलं. हो ना? मलाही नाटकं फार आवडतात. *जिन द पेनमॅन,* ते चांगलं नाटक होतं.’

‘अरे देवा,’ मिस्टर व्हाइस म्हणाला आणि थरकापला.

‘लसणाची छोटी पाकळी वापर,’ मिस नन डचेसला म्हणाली. ‘तुमच्या स्वयंपाक्याला सांगा. अप्रतिम चव येईल.’

तिने आनंदाने सुस्कारा टाकला आणि आपल्या पतीकडे वळून खेदाने म्हणाली, ‘हेन्री, काव्हिएर कुठेय? मी पाहिलंही नाहीये.’

'तू त्याच्या एवढी जवळ आहेस की बसशीलच आता त्यावर,' मिस्टर जड हसत हसत उत्तरला, 'तू तुझ्या मागच्या खुर्चीवर ठेवलं आहेस.'

रोझिना ननने ते घाईने घेतलं आणि सगळ्यांकडे पाहून हसली.

'हेन्री याबाबतीत विलक्षणच आहे. मीच गोंधळलेली असते भयंकर. कुठे काय ठेवलेलं असतं हे मी बऱ्याचदा विसरतेच.'

'जसं की, तू त्या दिवशी तुझे मोत्याचे दागिने स्पंजच्या पिशवीत ठेवलेस,' हेन्री म्हणाला, 'आणि मग ते हॉटेलातच विसरलीस. मी त्या दिवशी ते शोधताना इतक्या तारा आणि फोनाफोनी केली!'

'विमा काढला होता,' मिस नन स्वप्नीलपणे म्हणाली, 'माझ्या ओपलसारखं नव्हते ते.'

तिच्या चेहऱ्यावर बेहद्द दुःख झाल्याची भावना उमटली.

अनेकदा मिस्टर क्विनसोबत असताना, मिस्टर सॅटर्थवाइटला वाटायचं की, आपल्या आजूबाजूला एक नाटक घडतं आहे. तसाच भ्रम आत्ताही त्याला होत होता. ते जणू स्वप्न होतं. प्रत्येकाची त्यात एक भूमिका होती. 'माझा ओपल' हे शब्द त्याच्या भूमिकेला दिलेला क्ल्यू होता जणू. तो पुढे झुकला.

'तुमचा ओपल, मिस नन? म्हणजे?'

'बटर आहे का, हेन्री? धन्यवाद. हो माझा ओपल. तो चोरीला गेला, माहितेय. परत कधीच मिळाला नाही.'

'आम्हाला सांगा त्याबद्दल,' मिस्टर सॅटर्थवाइट म्हणाला.

'असं बघा, माझा जन्म ऑक्टोबरमधला, त्यामुळे ओपल माझ्यासाठी चांगला होता. त्यामुळे मला खरोखरचा सुंदर ओपल हवा होता. मी खूप थांबले त्यासाठी. त्यांनी सांगितलं की, तो सर्वांत चांगला ओपल आहे. खूप मोठा नव्हता तो – दोन शिलिंगच्या आकाराचा; पण काय त्याचा रंग, काय तेज!'

तिने सुस्कारा टाकला. मिस्टर सॅटर्थवाइटने पाहिलं की, डचेस जरा अस्वस्थ झाली आणि चुळबुळ करू लागली; पण आता मिस ननना थांबवणं अशक्य होतं. ती बोलू लागली. तिच्या आवाजातील चढ-उतारांमध्ये, सांगण्याच्या पद्धतीमुळे ती कथा आणखीच दुःखद गाथा झाली.

'ॲलेक गेरार्ड नावाच्या एका तरुणाने तो चोरला. तो नाटकं लिहायचा.'

'चांगली नाटकं लिहायचा तो,' व्यावसायिक पद्धतीने व्हाइसने स्तुती केली, 'का माहितेय, कारण मी त्याचं एक नाटक सहा महिने चालू ठेवलं होतं.'

'तुम्ही निर्माता होतात का त्याचे?' मिस्टर टॉमलीन्सनने विचारलं.

'*नाही,* अहो,' मिस्टर व्हाइस म्हणाला. त्या विचारानेही तो चकित झाला होता, 'पण तुम्हाला सांगू, खरंतर एकदा मी तसा विचार केला होता!'

'त्यात माझी भूमिका अत्यंत सुंदर होती,' मिस नन म्हणाली, '*रेचल्स चिल्ड्रन*, त्या नाटकाचं नाव. त्या नाटकात रेचल असं कुणी नव्हतं बरं. तो माझ्याशी त्या नाटकाबाबत बोलायला आला. थिएटरमध्ये. मला तो आवडला. चांगला दिसायचा तो, लाजाळू, गरीब असा मुलगा. मला आठवतं,' तिच्या चेहऱ्यावर भूतकाळात हरवल्याचा भाव पसरला. 'त्याने माझ्यासाठी पेपरमिंट क्रीम्स आणले होते. ओपल तिथल्या टेबलावर होता. तो ऑस्ट्रेलियाला होता काही काळ आणि त्याला ओपलबाबत बरीच माहिती होती. ओपल नीट प्रकाशात पाहण्यासाठी तो खिडकीपाशी गेला. माझ्या मते, त्याने तो तेव्हाच आपल्या खिशात शिताफीने घातला असावा. तो गेल्या गेल्या ओपल चोरीला गेल्याचं उघड झालं. पुढे *तपासही* झाला. आठवतंय ना तुला?'

तिने मिस्टर व्हाइसकडे पाहिलं.

'आठवतं ना,' मिस्टर व्हाइस म्हणाला.

'त्यांना त्याच्या खोल्यांमध्ये रिकामी पेटी सापडली,' ती अभिनेत्री सांगू लागली. 'तो कर्जबाजारी झाला होता; पण दुसऱ्याच दिवशी म्हणे त्याने बँकेला मोठी रक्कम परत केली. त्याने सांगितलं की, त्याच्या मित्राने त्याच्या नावे रेसमधल्या घोड्यावर पैसे लावले होते आणि तिथे तो मोठी रक्कम जिंकला; पण त्याला काही तो मित्र समोर आणता आला नाही. त्याने सांगितलं की, त्याने चुकून ती पेटी आपल्या खिशात ठेवली. माझ्या मते, त्याचं हे बोलणं फारच कमकुवत होतं, नाही का? त्याने आणखी चांगल्या कारणाचा विचार तरी करायला हवा होता... मला साक्ष द्यायला जावं लागलं. माझी सगळ्या वर्तमानपत्रांत छायाचित्रं आली. माझा जनसंपर्क प्रतिनिधी म्हणाला की, अशी प्रसिद्धी चांगलीय – पण त्याहीपेक्षा मला माझा ओपल परत मिळायला हवा होता.'

तिने खेदाने मान हलवली.

'साखरेतला अननस घेतेस का थोडा?' मिस्टर जड म्हणाला. ते ऐकताच मिस ननचा चेहरा उजळला.

'कुठे आहे?'

'आत्ताच तुला दिला मी.'

मिस ननने एकदा मागे पुढे पाहिलं, शोधलं. मग तिचं लक्ष तिच्या जांभळ्या थैलीकडे गेलं. ती जमिनीवरच पडली होती. तिने ती घेऊन हळूहळू एकेक करत टेबलावर त्यातल्या गोष्टी बाहेर काढायला सुरुवात केली. मिस्टर सॅटर्थवाइटला त्यात खूप रस निर्माण झाला.

पावडर पफ, लिपस्टिक, छोटी रत्नं ठेवायची पेटी, लोकरीचा गुंडा, आणखी एक पावडर पफ, दोन हातरूमाल, चॉकलेट क्रीम्सचा एक खोका, एनॅमल्ड कागदी

सुरी, आरसा, छोटी गडद तपकिरी रंगाची लाकडी पेटी, पाच पत्रं, अक्रोड, गुलाबी रंगाचा मऊ कापडाचा तुकडा, रिबिनी आणि *क्रॉसाँचा* एक तुकडा. सगळ्यात शेवटी बाहेर आले ते साखरेत घोळवलेले अननसाचे तुकडे.

'युरेका!' सॅटर्थवाइट हलकेच म्हणाला.

'काय?'

'काही नाही,' असं म्हणून मिस्टरसॅटर्थवाइटने विचारलं, 'किती छान आहे ही कागदी सुरी.'

'हो, आहेच ती. कुणीतरी मला दिलीय. आठवत नाही आता.'

'ती भारतीय बनावटीची पेटी,' मिस्टर टॉमलीन्सनने टिप्पणी केली. 'फार हुशारीने बनवलेल्या पेट्या असतात या. हो ना?'

'हीदेखील मला दिली कुणीतरी,' मिस नन म्हणाली. 'माझ्याकडे खूप दिवसांपासून आहे ही. थिएटरमध्ये ड्रेसिंग टेबलावर नेहमी पडलेली असायची ही. मला ती काही सुंदर वाटत नाही, तुम्हाला वाटतेय?'

ती पेटी गडद तपकिरी रंगाची, साधीशी होती. एका बाजूने उघडणारी. वर दोन साधी लाकडी झाकणं होती. ती गोल-गोल फिरवता यायची.

'बहुधा तितकी काही सुंदर नाहीये,' मिस्टर टॉमलीन्सन चक् असा आवाज करून म्हणाला, 'पण तुम्ही अशी कधी पाहिली नसेल, असं मी पैजेवर सांगीन.'

मिस्टर सॅटर्थवाइट पुढे झुकला. तो उत्साहित झाला होता.

'हुशारीने बनवलेली, असं तुम्ही का म्हणालात?' त्याने विचारलं, 'खरंच आहे तसं?'

न्यायाधीशाने मिस ननला आवाहन केलं. तिने त्याच्याकडे अलिप्तपणे पाहिलं.

'मी सगळ्यांना यातली क्लृप्ती दाखवू?' मिस नन अजूनही तशीच पाहत होती.

'कोणती क्लृप्ती?' मिस्टर जडने विचारलं.

'काय सांगतोस! तुला माहीत नाही का?'

तो चौकस आणि प्रश्नांकित चेहऱ्यांकडे पाहत म्हणाला. 'ठीक आहे. मला एक मिनिट ती पेटी देतेस का? धन्यवाद.'

त्याने ती दाबून उघडली.

'आता, मी तुम्हाला त्यात काहीतरी ठेवायला देतो. फार मोठं नाही. चीजचा छोटासा तुकडा घ्या. राहील तो. मी तो आत ठेवला, पेटी बंद केली.'

एक-दोन मिनिटं त्याने हाताने झाकणांशी काहीतरी खटपट केली. 'आता पाहा -'

त्याने ती पेटी उघडली. ती रिकामी होती.

'अरे, मी तर कधी हे पाहिलं नाही,' मिस्टर जड म्हणाला, 'तुम्ही कसं केलं हे?'

'सोपं आहे अगदी. पेटी उलटी करायची आणि डाव्या हाताची झडप अर्धी वळवायची, मग उजव्या हाताची झडप बंद करायची. आता आपलं चीज पुन्हा आणण्यासाठी आपण ते उलट करायला पाहिजे. उजव्या हाताची झडप अर्धी आणि डावी बंद. पेटी उलटी. आता पाहा – झालं!'

पेटीचं झाकण उघडताच, सगळ्यांनी चकितोद्गार काढले. तिथे चीज तर होतं; पण आणखीही काहीतरी होतं. एक गोलाकार वस्तू होती, जी चमकत होती, इंद्रधनुष्याचे रंग फाकले होते.

'माझा *ओपल!*'

ते आनंदसंगीत होतं. रोझिना ननने उभं राहून तो ओपल हातात घेऊन छातीशी कवटाळला.

'माझा ओपल! तिथे गेला तरी कसा?'

हेन्री जड घसा खाकरत म्हणाला, 'मला... मला वाटतंय की, रोझी तूच तो ठेवला असशील तिथे.'

तितक्यात कुणीतरी उठलं आणि बाहेर गेलं. ती नओमी कार्लटन स्मिथ होती. मिस्टर क्विन तिच्या मागोमाग गेला.

'पण केव्हा? तुला म्हणायचंय की...?'

तिला सत्याचा साक्षात्कार झाल्याचं मिस्टर सॅटर्थवाइटने पाहिलं. ते समजायला तिला दोन मिनिटं लागली.

'म्हणजे गेल्या वर्षी – थिएटरमध्ये!'

हेन्री खजील होत म्हणाला, 'तुला माहितीच आहे ना, रोझी. तू *नेहमीच* गोंधळलेली असतेस. आजही तू काव्हिएरचं काय केलंस बघ.'

मिस नन खेदाने तिच्या या मानसिक सवयीचा विचार करू लागली.

'मी फारसा विचार न करता तो आत ठेवला असेल आणि ती पेटी फिरवली असावी आणि नकळतपणेच ते सगळं केलं; पण मग...' शेवटी तिला समजलं, 'पण मग... म्हणजे ॲलेक गेरार्डने चोरी केली नव्हती तर! ओह!' ती किंचाळली. चिरका आवाज होता तो. आतून हललेला, 'किती भयंकर!'

'ठीक आहे, ती चूक सुधारता येईल.'

'हो; पण तो वर्षभरापासून तुरुंगात आहे,' आणि मग तिने त्यांना चकित केलं. ती डचेसकडे वळली, 'ती मुलगी कोण होती – जी आत्ता बाहेर गेली ती?'

'मिस कार्लटन स्मिथ,' डचेस म्हणाली, 'ती मिस्टर गेरार्डशी विवाहबद्ध झाली होती. तिने फार मनावर घेतलं हे सगळं.'

मिस्टर सॅटर्थवाइट तिथून हळूच बाहेर पडला. हिम पडायचं थांबलं होतं, नओमी दगडी भिंतीवर बसली होती. तिच्या हातामध्ये रेखाचित्राची वही होती. काही रंगीत खडू इथे-तिथे विखुरलेले होते. मिस्टर क्विन तिच्या शेजारी उभा होता.

तिने आपली वही मिस्टर सॅटर्थवाइटच्या समोर धरली. रफ चित्र काढलं होतं तिथे; पण ते फार अप्रतिम होतं. हिमकणांचं कॅलिडोस्कोपसारखं दृश्य, ज्याच्या मध्यभागी एक आकृती दिसत होती.

'फारच छान,' मिस्टर सॅटर्थवाइट म्हणाला. मिस्टर क्विनने आकाशाकडे पाहिलं.

'वादळ शमलंय,' तो म्हणाला, 'रस्ते निसरडे असतील; पण आता अपघात होणार नाही.'

'नाही घडणार अपघात,' नओमी म्हणाली. तिचा आवाज वेगळ्या अर्थाने भारलेला होता. तो मिस्टर सॅटर्थवाइटला पटकन समजला नाही. त्याच्याकडे वळून तिने स्मित केलं – झळाळतं स्मित. 'मिस्टर सॅटर्थवाइट जाताना माझ्यासोबत येऊ शकतात, त्यांना आवडणार असेल तर.'

तेव्हा कुठे त्याला समजलं की, ती किती टोकाची निराश झाली असेल आणि काय करायला निघाली होती.

'ठीक,' मिस्टर क्विन म्हणाला, 'मी आता निरोप घेतो,' असं म्हणून तो निघाला.

'हा कुठे चालला आहे?' मिस्टर सॅटर्थवाइट त्याच्याकडे एकटक पाहत म्हणाला.

'माझ्या मते, जिथून ते आले तिथे,' नओमी वेगळ्याच आवाजात म्हणाली.

'पण; पण तिथे तर काहीही नाहीये,' मिस्टर सॅटर्थवाइट म्हणाला. कारण, मिस्टर क्विन कड्याच्या टोकापाशी जात होता, जिथे त्यांनी त्याला पहिल्यांदा पाहिलं होतं. 'तूच त्याला जगाचा अंत असं नाव दिलं होतंस, आठवतंय ना?'

त्याने तिला तिची रेखाचित्रांची वही परत दिली.

'खूप चांगलं काढलं आहे,' तो म्हणाला, 'खूपच साम्य दिसतं आहे; पण..; पण तू त्याला फॅन्सी ड्रेसमध्ये का दाखवलं आहेस?'

तिने त्याच्या नजरेला नजर भिडवली, काही क्षणच. 'कारण मला तो तसाच दिसतो, म्हणून,' नओमी कार्लटन स्मिथ म्हणाली.

एडवर्ड रॉबिन्सनचं साहस

‘बिलने एका झटक्यात आपल्या पोलादी बाहूंमध्ये तिला उचललं आणि छातीशी कवटाळलं. तिने एक उसासा टाकून असं काही चुंबन दिलं की, ज्याचा त्याने स्वप्नातही कधी विचार केला नव्हता –’

मिस्टर एडवर्ड रॉबिन्सनने एक सुस्कारा टाकून हातातली *व्हेन लव्ह इज किंग* कादंबरी बाजूला ठेवली आणि ट्रेनच्या खिडकीतून बाहेर पाहिलं. ट्रेन स्टॅमफोर्ड ब्रुकवरून जात होती. एडवर्ड रॉबिन्सन बिलबद्दल विचार करू लागला. बिल अस्सल, शंभर टक्के महिला कादंबरीकारांना प्रिय असलेला ‘मर्द’ नायक होता. एडवर्डला त्याच्या पीळदार स्नायूंचा, चांगल्या रूपाचा आणि त्याच्या विलक्षण उत्कटतेचा मत्सर वाटला. त्याने पुस्तक हाती घेतलं आणि मार्चेसा बियान्काचं (तीच जिने चुंबन घेतले) वर्णन वाचलं. तिचं सौंदर्य एवढं आनंददायी होतं, त्याची धुंदी एवढी मोठी होती की, कोणताही शक्तिशाली पुरुष तिला पाहून गोरामोरा झाला असता आणि तिच्या प्रेमासाठी त्याने काहीही केलं असतं. त्यासाठी असाहाय्य झाला असता.

‘अर्थात,’ एडवर्ड स्वतःलाच म्हणाला, ‘हे सगळं अगदी निरर्थक आहे, फालतू आहे. खोटं आहे; पण तरी, मला वाटतं – ’

तो कल्पनेच्या जगात रमला. जगामध्ये असा वेडेपणा आणि साहस खरंच कुठे असेल का? नशा चढून वेड लागावं असं स्त्रियांचं सौंदर्य खरंच असेल का? ज्योतीवर पतंगाने झोकून द्यावं तसं कुणी स्वतःला झोकून देतं? प्रेमासारखी अशी काही गोष्ट असते का?

‘हे आहे खरंखुरं आयुष्य, वास्तव,’ एडवर्ड म्हणाला, ‘इतर लोकांप्रमाणे मलाही त्याला सामोरं गेलं पाहिजे.’

पण एकंदर विचार करता, त्याच्या मते त्याने स्वतःला नशीबवान तरुण म्हटलं पाहिजे होतं. त्याला चांगली नोकरी होती. तो लिपिक होता. भविष्यात त्याला आणखी वरच्या पदावर जाता आलं असतं. तो निरोगी होता, त्याच्यावर कुणी अवलंबून नव्हतं आणि त्याचा मॉडशी वाङ्‌निश्चयही झाला होता.

पण मॉडच्या विचारासरशी त्याच्या चेहऱ्यावर सावट पसरलं. त्याने कधी तसं मान्य केलं नसलं, तरी तो मॉडला भ्यायचा. हो, त्याचं तिच्यावर प्रेम होतं. पहिल्यांदा ते जेव्हा भेटले, तेव्हा तिने घातलेल्या स्वस्तातल्या पांढऱ्या पोशाखातून तिची गोरी मान त्याला दिसली होती, तेव्हाचा तो थरार त्याला अजूनही आठवायचा. तो थिएटरमध्ये चित्रपट पाहायला गेला असताना, तिच्यामागे बसला होता आणि त्याच्यासोबत असलेला मित्र तिला ओळखत होता. त्यानेच तिची ओळख करून दिली. मॉड सर्वोत्तम होती, यात शंकाच नव्हती. ती सुंदर होती, हुशार होती आणि अगदी लेडीप्रमाणे होती. ती प्रत्येक गोष्टीबाबत कायम बरोब्बर असायची. सगळे जण म्हणायचे, ती अतिशय उत्तम पत्नी होईल.

एडवर्डला प्रश्न पडला की, मार्चेसा बियान्का होईल का उत्तम पत्नी? त्याला शंकाच वाटली. लालचुटूक लिपस्टिक लावलेली, डौलदार बांध्याची कामुक बियान्का मर्दगडी बिलसाठी शर्टाची बटणं शिवून देत असेल, असा विचारच तो करू शकला नाही. नाही, बियान्का मनस्वी, स्वच्छंद होती; पण हे आहे ते खरं आयुष्य. तो आणि मॉड एकत्र खूप आनंदात राहणार होते. ती अतिशय व्यवहारचतुर होती...

पण त्याचबरोबर, त्याला असं वाटलं की, तिने एवढं बुद्धिमान, तीक्ष्ण असू नये. ती कुठल्याही क्षणी त्याच्या अंगावर येईल, असं त्याला वाटायचं.

अर्थात, तिच्या या शहाणपणामुळे असं व्हायचं. मॉड खूपच शहाणी, व्यवहारी होती. तसा एडवर्डही शहाणा होता; पण कधी कधी तो तसं वागायचा नाही – उदाहरणार्थ, त्याला तिच्याशी या ख्रिसमसमध्येच विवाहबद्ध व्हायचं होतं; पण एक किंवा दोन वर्षं आणखी थांबणं हे किती शहाणपणाचं ठरेलं, हे मॉडने त्याला दाखवून दिलं. कारण, त्याचा पगार फार नव्हता. त्याला तिच्यासाठी महागडी अंगठी विकत घ्यायची होती; पण ते पाहून ती भयचकित झाली आणि त्या अंगठीऐवजी स्वस्तातली अंगठी घेण्यास तिने त्याला भरीस पाडलं. तिचे हे गुण अर्थातच सर्वोत्तम होते; पण कधी कधी एडवर्डला वाटे की, तिच्यामध्ये थोड्या त्रुटीही पाहिजे होत्या आणि थोडे दोषही. तिच्या या सततच्या गुणी वागण्यामुळेच त्याला काही वेळा काही उतावळेपणाची कृत्यं करावीशी वाटायची.

उदाहरणार्थ –

अपराधभावाने त्याचा चेहरा लाल झाला. त्याने तिला सांगायला पाहिजे होतं – आणि तेही, लवकरात लवकर. त्याच्या या गुप्त अपराधभावामुळे तो आधीच

विचित्र वागू लागला होता. उद्या सुट्टीच्या तीन दिवसांपैकी पहिला दिवस होता, ख्रिसमसची संध्याकाळ, मग ख्रिसमसचा दिवस आणि मग बॉक्सिंग डे. त्याने तिच्याकडे यावं आणि तिच्या नातेवाइकांसोबत वेळ व्यतीत करावा, असं तिने त्याला सुचवलं होतं आणि त्याने काहीतरी मूर्खासारखं कारण देऊन त्यातून अंग काढून घेतलं होतं. असं कारण ज्याने तिला संशय आला असता. त्याने एक मोठी, खोटी गोष्ट तयार करून सांगितली. गावाकडच्या एका मित्राबद्दल. तो म्हणे त्या मित्रासोबत राहायला जाणार होता.

...आणि तसा कुणी मित्र नव्हताच. होतं ते केवळ त्याचं गुपित.

तीन महिन्यांपूर्वी, एका साप्ताहिकाच्या स्पर्धेमध्ये काही हजार इतर तरुण पुरुषांबरोबर एडवर्ड रॉबिन्सननेही भाग घेतला होता. लोकप्रियतेच्या निकषानुसार बारा मुलींची नावं क्रमाने लिहायची होती. एडवर्डकडे एक चांगली कल्पना होती. त्याची पसंती नक्कीच चुकीची ठरली असती, कारण त्याने अशाच प्रकारच्या स्पर्धांमधून ते अनेकदा पाहिलं होतं म्हणून त्याने त्याच्या गुणवत्तेच्या निकषांनुसार स्वतःची बारा नावांची यादी लिहून काढली, मग त्यानंतर त्याने त्या यादीतलं सर्वांत वरचं एक नाव आणि तळातलं एक नाव असं एक आड एक लिहून ती यादी लिहून काढली.

जेव्हा स्पर्धेचा निकाल लागला, तेव्हा एडवर्डची बारापैकी आठ नावं बरोबर आली आणि त्याला ५०० पौंडांचं बक्षीस मिळालं. हा खरंतर नशिबाचा भाग जास्त होता; पण एडवर्डने याचा संबंध थेट त्याच्या हुशार पद्धतीशी जोडून घेतला. त्याला स्वतःबद्दल जरा जास्तच अभिमान वाटला.

पुढचा प्रश्न होता, ५०० पौंडांचं करायचं काय? मॉड काय म्हणेल, हे त्याला माहीतच होतं. पैसे गुंतव. चांगल्या भविष्यासाठी आणि अर्थात, मॉडचं म्हणणं अगदी योग्य होतं हे त्याला माहीत होतं; पण स्पर्धेमधून पैसे जिंकणं ही काहीतरी वेगळीच भावना होती.

त्याला वारसाहक्कातून पैसे मिळाले असते, तर एडवर्डने ते प्रामाणिकपणे कन्व्हर्जन लोन किंवा सेव्हिंग्ज सर्टिफिकेट्स अशा ठिकाणी गुंतवले असते; पण केवळ एक यादी लिहून, नशिबाने आणि विलक्षण अशा योगायोगाने मिळालेले पैसे हे मुलाच्या हाती दिलेल्या खाऊच्या पैशांसारखे असतात. 'त्याच्यासाठीच फक्त, त्याला हवे तसे खर्च करायला.'

...आणि रोज एका महागड्या दुकानासमोरून कार्यालयामध्ये जाताना, त्याला त्याचं अविश्वसनीय स्वप्न दिसायचं. दोन सीटर छोटी कार, चमकणारी... सुंदर... जिच्यावर तिची किंमत स्पष्टपणे लिहिलेली होती – ४६५ पाउंड.

एडवर्ड त्या कारला रोज म्हणायचा, 'मी जर श्रीमंत असतो, तर तू माझी झाली असतीस.'

...आणि आता तो श्रीमंत झाला नसला, तरी किमान त्याच्याकडे त्याचं स्वप्न पूर्ण करण्याएवढे तरी पैसे आले होते. जर त्याने पैसे चुकते केले असते, तर ती सुंदर कार त्याची झाली असती.

त्याने मॉडला पैशांबद्दल सांगणं आवश्यक होतं. एकदा त्याने तिला सांगितलं की, ती त्याला मोहापासून दूर ठेवणार हे नक्की. मॉडचा भयचकित चेहरा पाहिल्यानंतर त्याच्या वेडेपणामागे धावण्याचं साहस त्याला कधीही झालं नसतं; पण झालं असं होतं, की मॉडमुळेच तो जास्त इरेला पेटला होता. तो एकदा तिला चित्रपट पाहायला घेऊन गेला होता आणि तेही चित्रपटगृहातल्या सर्वोत्तम सीटचं तिकीट काढून. तिने त्याला प्रेमाने पण ठामपणे त्याचं असं वागणं किती भयंकर चूक आहे हे दाखवून दिलं होतं. साध्या स्वस्तातल्या सीटवर बसूनही चित्रपट तितकाच चांगला पाहता आला असता, त्यासाठी जास्तीचे पैसे वाया कशाला घालवायचे, असं तिचं म्हणणं होतं.

एडवर्डने तिचं म्हणणं त्रासिकपणे पण गप्प राहून ऐकून घेतलं. तिचा त्याच्यावर प्रभाव पडतोय, एडवर्डला आपण अशा अतिखर्चिक पद्धतीने वागू देत नाहीयोत, याचं मॉडला समाधान वाटलं. तिचं एडवर्डवर प्रेम होतं; पण तो कमकुवत आहे हेही तिला कळलं होतं, त्यामुळे इथून पुढे कायमच आपण त्याला असे वायफळ खर्च करण्यापासून रोखलं पाहिजे, असं तिला वाटलं. त्याचं एखाद्या गांडुळाप्रमाणे चूप राहणं तिला समाधान देऊन गेलं.

एडवर्ड खरंच गांडुळासारखा होता. गांडुळासारखाच तो कुठूनही कसाही वळू शकायचा. तिच्या शब्दांमुळे त्याच्या मनाच्या ठिकऱ्या उडाल्या असल्या, तरीही त्याच क्षणी त्याने मन वळवलं आणि ती कार विकत घ्यायचीच असं ठरवलं.

'मरू दे ते सगळं,' एडवर्ड स्वतःशीच पुटपुटला, 'आयुष्यात एकदा तरी आपण आपल्याला हवं ते करू या. मॉडला म्हणू देत काय म्हणायचं ते!'

...आणि दुसऱ्या दिवशी सकाळी, तो त्या काचेच्या महालात शिरला होता. चमकत्या एनॅमल आणि झळाळत्या धातूच्या जगात त्याने स्वतःलाच चकित करणाऱ्या अलिप्तपणे कार विकत घेतली. कार विकत घेणं, ही जगातली सर्वांत सोपी गोष्ट वाटली त्याला!

या गोष्टीला चार दिवस होऊन गेले होते. तो बाहेरून जरी शांत दिसत असला, तरी आतून अत्यानंदात न्हाऊन निघाला होता आणि मॉडला त्याने एका शब्दानेही काही सांगितलं नव्हतं. चार दिवस, दुपारी जेवणाच्या वेळात, ती सुंदर कार कशी चालवायची याचे धडे तो घेत होता. तो पटापट शिकणारा चांगला शिष्य होता.

उद्या म्हणजे ख्रिसमसच्या संध्याकाळी तो तिला - कारला बाहेर घेऊन जाणार होता. तो मॉडशी खोटं बोलला होता आणि गरज पडल्यास तो पुन्हा खोटं बोलणार होता. तो शरीराने आणि मनाने जणू या नव्या कारचा गुलाम झाला

होता. त्याच्यासाठी ते स्वच्छंदतेचं, मनस्वीपणाचं, साहसाचं प्रतीक होतं. ज्या ज्या गोष्टींसाठी तो खूप काळ झुरत होता आणि त्याला ज्या कधीही मिळाल्या नव्हत्या, त्या सगळ्याचं ती कार प्रतीक होती. उद्या, तो आणि त्याची प्रिय मैत्रीण, कार एकत्र बाहेर जाणार होते. ते लंडनमधल्या चिंता, काळज्या आणि वेगवान आयुष्य सगळं काही मागे सोडून – थंड हवेतून, मोकळ्या मुक्त अवकाशामध्ये...

त्या क्षणी, एडवर्डला माहीत नसलं, तरी तो कवी होण्याच्या अगदी जवळ येऊन पोहोचला होता.

उद्या –

त्याने त्याच्या हातातल्या पुस्तकाकडे पाहिलं – *व्हेन लव्ह इज किंग.* तो हसला आणि त्याने ते आपल्या खिशात कोंबलं. कार आणि मार्चेसा बियान्काचे लाल ओठ आणि बिलचा विलक्षण शक्तिशाली मर्दपणा सगळं काही एकत्र झाल्यासारखं वाटलं. उद्या –

हवामानानेही एडवर्डवर मेहेरबानी केली. नाहीतर बऱ्याचदा त्याच्या स्वप्नांवर ते पाणी फिरवायचं; पण आजचा दिवस त्याच्यासाठी स्वप्नील होता, झळाळलेला थंडगार दिवस, फिकट निळं आकाश आणि पिवळा तेजाळ सूर्य.

त्याची मनःस्थिती साहसी होती. तो लंडनमधून कारने बाहेर पडला. हाइड पार्कच्या कोपऱ्यावर थोडी अडचण आली आणि पुटनी ब्रिजच्या जवळ *जरा उशिरा* लागला. त्याला नीट गियर टाकता आले नाहीत, काही वेळा जोरात ब्रेक दाबावा लागला आणि इतर वाहनांच्या चालकांनी एडवर्डवर शिव्यांचा मुक्त वर्षाव केला; पण त्याने ते तितकं मनाला लावून घेतलं नाही. नवशिक्या चालकाच्या मानाने तो बराच चांगला चालवत होता. आता तो शहराबाहेरच्या एका चांगल्या मोठ्या रस्त्यावर आला. कारचालकाला आनंद देणारा सुंदर रस्ता. तिथे आज फारशी रहदारी नव्हती. एडवर्ड कार चालवत पुढे पुढे जात राहिला, त्या वेगवान गाडीवर स्वामित्व मिळवण्याची नशा डोक्यात भिनवत राहिला, देवाप्रमाणे हर्षोत्फुल्लपणे तो गार पांढऱ्या जगातून वेगाने जात राहिला.

तो दिवस बेभान होता. तो जुन्या पद्धतीच्या एका विश्रांतीगृहात जेवायला थांबला आणि त्यानंतर चहा घेण्यासाठी. मग नाइलाजाने तो परत निघाला – पुन्हा लंडनकडे, मॉडकडे, स्पष्टीकरणं आणि आरोप-प्रत्यारोपांकडे...

त्याने तो विचार सुस्कारा टाकत झटकून टाकला. उद्याचं उद्या बघू. आजचा दिवस त्याचा होता आणि याहून चित्तवेधक काय असू शकणार होतं? समोरच्या अंधारातून हेडलाइटच्या प्रकाशात मार्गक्रमण करत जाणं... हे सर्वांत भारी होतं!

रात्रीच्या जेवणासाठी थांबायला त्याच्याकडे वेळच उरला नसल्याचं त्याला समजलं. अंधारातून कार चालवत जाणं हे त्याच्यासाठी तसं अवघड काम होतं.

त्याच्या अपेक्षेपेक्षा त्याला लंडनला पोहोचायला जास्त वेळ लागणार होता. त्याने हाइंडहेड सोडलं, तेव्हा आठ वाजले होते आणि तो डेव्हिल्स पंच बाउलच्या दरीपाशी पोहोचला होता. सुंदर चंद्रप्रकाश होता आणि दोन दिवसांपूर्वी पडलेला बर्फ अजूनही वितळला नव्हता.

त्याने कार थांबवली आणि बाहेर पाहत राहिला. मध्यरात्रीपर्यंत तो लंडनला पोहोचला नाही, तरी काय फरक पडणार होता? तो जर पुन्हा परत गेलाच नाही, तर काय झालं असतं? तो लगेच तरी तिथून जाणार नव्हता.

तो कारमधून बाहेर पडला आणि दरीकडे जाऊ लागला. जवळून एक पायवाट वळणं घेत खाली जात होती. त्याला खुणावत होती. एडवर्ड तिला भुलला. त्यानंतर अर्धा तास तो वेड्यासारखा त्या बर्फाळ जगात फिरत राहिला. त्याने तशी कधी कल्पनाही केली नव्हती आणि ते जग त्याचं होतं, त्याचं स्वतःचं. जे त्याला त्याच्या तेजाळत्या मैत्रिणीने बहाल केलं होतं, ती वरच्या रस्त्यावर त्याची एकनिष्ठपणे वाट पाहत होती.

तो वर चढून आला, कारमध्ये बसला आणि निघाला. त्या अप्रतिम सौंदर्याची धुंदी अजूनही त्याच्या मनावर होती. अत्यंत गद्य असलेल्या माणसांनाही असं सौंदर्य कधीतरी गवसतंच.

मग, एक सुस्कारा टाकत, तो पुन्हा वास्तव जगात आला आणि त्याने कारमधल्या पुढच्या पॉकेटमध्ये हात घातला. तिथे त्याने आदल्या दिवशी एक जास्तीचा मफलर ठेवला होता; पण तिथे मफलर नव्हता. पॉकेट रिकामं होतं. नाही, पूर्णतः रिकामं नव्हतं; पण त्यामध्ये काहीतरी खरखरीत आणि कठीण लागत होतं. खड्यांसारखं.

एडवर्डने त्याचा हात आणखी आत घातला. पुढच्या मिनिटाला तो बधिर झाल्यागत पाहत राहिला. त्याच्या हातात आलेली, त्याच्या बोटांमध्ये लटकणारी ती वस्तू चंद्रप्रकाशात ज्वाळेसारखी चमकत होती. तो एक हिऱ्यांचा हार होता.

एडवर्ड पाहत राहिला आणि पाहतच राहिला. त्याचा विश्वास बसत नव्हता; पण ते सत्य होतं. तो हिऱ्यांचा हार काही हजार पाउंडांचा तरी (हिरे चांगले मोठे होते) असावा. तो कारच्या पॉकेटमध्ये असाच ठेवलेला होता.

पण तो तिथे कोणी ठेवला? तो शहरामधून निघाला, तेव्हा तरी तो तिथे नक्कीच नव्हता. तो बर्फातून भटकत होता, तेव्हा नक्कीच कुणीतरी तिथे आलं असणार आणि तो आत कोंबला असणार; पण का? *हीच* कार का? हिऱ्यांच्या हाराच्या मालकाने चुकीने ठेवला असेल का? किंवा हा हार – हा हार *चोरलेला* असू शकतो?

...आणि मग, त्याच्या मनात हजारो विचारांची गर्दी झाली. एडवर्ड अचानक ताठरला, थंड पडला. ती त्याची कार नव्हती.

हो, ती त्याच्या कारसारखीच बरीचशी होती. तिचाही रंग लाल होता – मार्चेसा बियान्काच्या ओठांना लावलेल्या लिपस्टिकसारखा होता. तिचं नाकही तसंच लांब आणि झळाळतं होतं; पण छोट्या छोट्या खाणाखुणांवरून एडवर्डला समजलं की, *ही कार त्याची नव्हती.* इथे तिथे तिच्या नवेपणावर ओरखडे उमटले होते, त्याच्या खुणा अस्पष्ट असल्या तरी दिसत होत्या. कार बरीच वापरल्याच्या खुणा होता त्या. तसं असेल तर...

एडवर्डची धांदल उडाली. त्याने कार चालू केली. वळवायला घेतली; पण वळवणं काही त्याला अजून नीट येत नव्हतं. त्याने कार उलटी नेली; पण चुकीच्या दिशेने! शिवाय तो सारखा ॲक्सिलरेटर आणि पायाचा ब्रेक यांत गोंधळत होता, त्यामुळे कार वाट्टेल तशी पुढे जात होती. शेवटी कसंबसं त्याला नीट चालवण्यात यश आलं आणि त्याची कार त्या टेकडीवरचा रस्ता पुन्हा एकदा चढू लागली.

एडवर्डला आठवलं की, मगाशी त्याच्यापासून काही अंतरावर आणखी एक कार उभी होती. त्या वेळी त्याला काही ते लक्षात आलं नव्हतं. तो भटकून आला ते वेगळ्या पायवाटेवरून, तो खाली गेला ते वेगळ्या वाटेने. दुसऱ्या वाटेने तो रस्त्यावर आला, तेव्हा त्याला वाटलं होतं की, समोरची गाडी आपलीच आहे; पण ती कार नक्कीच ही दुसरी असणार.

तो जिथे थांबला होता, त्या ठिकाणी दहा मिनिटांनी तो पुन्हा आला; पण आता रस्त्यावर कार वगैरे काही नव्हतं. ही कार ज्या कुणाची होती त्याने नक्कीच एडवर्डची कार नेली असली पाहिजे – कदाचित सारखेपणामुळे त्याचीही फसगत झाली असावी.

एडवर्डने त्याच्या खिशातून हिऱ्याचा हार काढला आणि बोटांमधून फिरवला.

आता पुढे काय? जवळच्या पोलीस स्टेशनात जायचं का? जे घडलं ते सगळं सांगायचं, हार द्यायचा आणि स्वतःच्या कारचा नंबर पोलिसांना द्यायचा?

ते सगळं ठीकच; पण त्याच्या कारचा क्रमांक काय होता? एडवर्डने विचार केला, खूप आठवलं; पण आयुष्यात पहिल्यांदाच त्याला काहीही आठवत नव्हतं. तो कोरा झाला होता. त्याच्या अंगातून थंडगार शिरशिरी वाहत गेल्याचं त्याला जाणवलं. पोलीस स्टेशनमध्ये गेल्यावर तो जगातला सर्वांत मूर्ख माणूस ठरला असता. त्या क्रमांकामध्ये आठ आहे, एवढंच त्याला आठवत होतं. अर्थात, ते इतकं काही महत्त्वाचं नव्हतं – किमान... त्याने अस्वस्थ होत हिऱ्यांकडे पाहिलं. ते असा विचार करतील का किंवा... नाहीदेखील करणार आणि पुन्हा कदाचित करतीलही – की, त्यानेच ती कार आणि हिरे चोरले असले पाहिजेत? कारण, कुणीही नीट विचार केला, तर लक्षात आलं असतं की, कोण असा हिऱ्यांचा किमती हार निष्काळजीपणे कारच्या पॉकेटमध्ये ठेवून देतं?

एडवर्ड बाहेर आला आणि त्या कारच्या भोवती फिरू लागला. तिचा क्रमांक होता XR10061. त्याच्या कारचा क्रमांक हा नक्कीच नव्हता, हे सत्य होतं. त्या क्रमांकावरून त्याला फार काही समजलं नाही. मग त्याने काळजीपूर्वकरीत्या सगळी पॉकेट्स शोधली. ज्या कप्प्यामध्ये त्याला हिऱ्यांचा हार सापडला होता, त्यात त्याला कागदाचा एक तुकडा सापडला. त्यावर पेन्सिलीने काही शब्द लिहिले होते. कारच्या हेडलाइट्सच्या प्रकाशात, एडवर्डला ते सहज वाचता आले –

'ग्रीएन, सॉल्टर्स लेनच्या कोपऱ्यावर मला भेट, दहा वाजता.'

त्याला ग्रीएन हे नाव आठवलं. आदल्या दिवशी त्याने रस्त्यांवरच्या पाट्यांवर ते वाचलं होतं. मिनिटभरात, त्याच्या मनाने ठरवलं. तो ग्रीएन गावी जाऊन सॉल्टर्स लेन शोधणार होता आणि ज्या माणसाने ती चिठ्ठी लिहिली होती, त्याला भेटून घडलेलं सारं काही सांगणार होता. स्थानिक पोलीस स्टेशनमध्ये मूर्ख ठरण्यापेक्षा ही योजना जास्त चांगली होती.

त्याने आनंदातच कार चालू केली. शेवटी, हेही एक साहसच होतं. अशा गोष्टी काही दररोज घडत नसतात. त्यात हिऱ्यांच्या हारामुळे ही घटना आणखी सनसनाटी आणि रहस्यमय झाली होती.

ग्रीएन गाव शोधायला त्याला थोडी अडचण आली आणि सॉल्टर्स लेन शोधायला आणखी अडचण आली; पण दोन लहान घरांची दारं ठोठावून चौकशी केल्यावर त्याला ती जागा सापडली.

ठरवलेल्या वेळेनंतर दहा मिनिटांनी तो पोहोचला. तो त्या अरुंद रस्त्यावरून काळजीपूर्वकच गेला. सॉल्टर्स लेनला फाटा फुटत होता त्या बाजूला, त्याच्या डावीकडे त्याचं सगळं लक्ष होतं.

अचानक त्याच्यासमोर एक वळण आलं आणि तो पुढे गेल्या गेल्या, अंधारातून एक आकृती त्याच्या पुढ्यात आली.

'आलास एकदाचा!' एक मुलगी जोरात म्हणाली, 'एवढा वेळ तू कुठे होतास, गेराल्ड!'

बोलता बोलता ती मुलगी हेडलाइट्सच्या प्रकाशझोतामध्ये शिरली आणि एडवर्डचा श्वास रोखला गेला. त्याने एवढी सुंदर मुलगी कधीही पाहिली नव्हती.

ती बरीच तरुण होती, केस काळेभोर होते आणि तिने लालचुटूक रंगाची लिपस्टिक लावली होती. तिने लपेटलेला जाड कोट समोरून उघडला आणि एडवर्डला दिसलं की, तिने सुंदर पोशाख केला होता – ज्वाळांच्या रंगाचा तो ड्रेस तिच्या अंगावर घट्ट बसला होता. त्यातून तिच्या शरीराचे उठाव अगदी नीट दिसत होते. तिच्या गळ्याभोवती उंची मोत्यांची माळ होती.

अचानक त्या मुलीने निरखून पाहिलं.

'अरे! तू गेराल्ड नाहीयेस!' ती ओरडली.

'नाही,' एडवर्ड त्वरेने म्हणाला, 'मला जरा स्पष्टीकरण देऊ दे.' त्याने त्याच्या खिशातून हिऱ्यांचा हार काढून तिच्यासमोर धरला. 'माझा नाव एडवर्ड...' पण त्याला पुढे काही बोलताच आलं नाही. कारण, त्या मुलीने त्याचा हात पकडला आणि बोलायला सुरुवात केली –

'हो, हो अर्थातच एडवर्ड! मला आनंद झाला तुला भेटून; पण त्या मूर्ख जिमीने मला फोनवर सांगितलं की, तो गेराल्डला कार घेऊन पाठवणार आहे. तू आलास ते किती छान झालं. मी तुला भेटायला अधीर होते. मी सहा वर्षांची होते, तेव्हा तुला शेवटचं पाहिल्याचं आठवतंय, त्यानंतर आपली भेटच झालेली नाहीये, आठवतंय ना. हार तर तू बरोबर घेऊन आलायस. आता तो पुन्हा तुझ्या खिशात ठेव. पोलीस इथे येतील आणि कदाचित पाहतील. बाप रे, या गारठ्यात बाहेर थांबणं अशक्य आहे! मला आत येऊ दे.'

जणू काही एखाद्या स्वप्नात असल्यागत एडवर्डने दार उघडलं आणि ती अगदी अलगद आत, त्याच्या शेजारी बसली. तिच्या कोटाची फर त्याच्या गालाला घासली गेली आणि पावसानंतरच्या व्हॉयलेट फुलांसारखा एक अनोळखी सेंटचा गंध त्याच्या नाकात शिरला.

त्याची काही योजना ठरली नव्हती. खरंतर तो आता काही विचारच करत नव्हता. त्याने स्वतःला त्या साहसामध्ये झोकून दिलं. तिने त्याला एडवर्ड म्हणून हाक मारली होती – तो चुकीचा एडवर्ड असला, तरी काय झालं! तिला लवकरच खरं काय ते समजलं असतं; पण तोवर तरी हा खेळ असाच चालू द्यावा. मग तो निघाला.

ती मुलगी मध्येच हसली. तिच्याइतकंच तिचं हास्यही मोहक होतं.

'तुला कार्सबद्दल फार काही समजत नाही, नवा आहेस तू हे अगदी सहज कळतंय. तुमच्या इथे फारशा कार नसतात का?'

'तुमच्या इथे म्हणजे काय बरं असेल?' एडवर्डने विचार केला. मग तो मोठ्याने म्हणाला, 'हं, नाही.'

'मला चालवू देत, ते जास्त चांगलं,' ती मुलगी म्हणाली, 'मुख्य रस्त्याला लागेपर्यंतच्या या गल्ल्या चांगल्या वळणावळणाच्या आहेत, त्यामुळे रस्ता शोधणं तितकं सोपं नाही.'

त्याने आनंदाने आपली जागा तिला दिली. आता ते एकगतीने अंधाराला चिरत जात होते. ती बऱ्याच वेगाने कार चालवत होती आणि एडवर्ड त्या बेफिकिरीमुळे मनातल्या मनात आनंदला. तिने त्याच्याकडे पाहिलं.

'मला वेग आवडतो. तुला? तू अजिबातच गेराल्डसारखा नाहीयेस. तुला त्याचा भाऊ कोण म्हणेल! आणि मी कल्पना केली होती, तसाही तू मुळीच नाहीयेस.'

'मला वाटतं की, मी अगदीच सामान्य आहे. बरोबर ना?' एडवर्ड म्हणाला.

'सामान्य नव्हे – वेगळा. तुझ्याबद्दल मला पटकन मत बनवता येत नाहीये. बिचारा जिमी कसा आहे? वैतागला असेल ना?'

'जिमी ना, बरा आहे,' एडवर्ड म्हणाला.

'बरा आहे असं म्हणणं सोपं आहे; पण घोटा मुरगळला बिचाऱ्याचा. नशीबच वाईट. त्याने तुला सगळी कथा सांगितली का?'

'एका शब्दानेही नाही. मला काहीच कल्पना नाही. तू सांग ना.'

'अरे, स्वप्नवतच होतं ते. जिमी पुढच्या दरवाजातून आत गेला, त्याने मुलीचे कपडे घातले होते. मी त्याला एक–दोन मिनिटं दिली आणि मग खिडकीवर चढले. ॲग्नेस लॅरेलाची नोकराणी ॲग्नेसचा पोशाख, दागिने आणि बाकी सगळं काढून ठेवत होती तिथे. खाली एकाएकी मोठा आरडाओरडा ऐकू आला. जिमीने गुपचूप फटाका फोडला असणार आणि त्यामुळे प्रत्येक जण आग आग म्हणत ओरडू लागला. नोकराणी पटकन बाहेर धावली आणि मी झटकन खोलीत उडी मारून हार घेऊन निघाले, पटकन घराबाहेर पडले आणि पंच बाउलला परतले. मी तो हार तिथल्या एका कारच्या पॉकेटमध्ये ठेवला आणि कुठे भेटायचं याची चिठ्ठीही लिहून आत टाकली. मग हॉटेलमध्ये लुईजला भेटले, अर्थात माझे बर्फाचे बूट बदलून. माझ्यासाठी अगदी योग्य ॲलिबी आहे. तिला काही कल्पना येणार नाही की, मी एवढा वेळ बाहेर होते.'

'आणि जिमीचं काय?'

'ते तुला माझ्यापेक्षा जास्त माहीत.'

'त्याने मला काहीच सांगितलं नाही,' एडवर्ड सहज म्हणाला.

'थोडक्यात सांगायचं, तर त्या सगळ्या गोंधळात स्वतःच्याच स्कर्टमध्ये त्याचा पाय अडकून मुरगळला. त्याला कारमधून न्यावं लागलं. लॅरेलाच्या गाडीचालकाने त्याला कारने नेलं. जर चालकाने त्याचा हात कप्प्यात घातला असता तर, विचार कर!'

एडवर्ड तिच्या बोलण्यावर हसला; पण त्याचं मन विचार करू लागलं. त्याला आता परिस्थिती बऱ्यापैकी समजली. लॅरेला हे नाव त्याला संदिग्धपणे ओळखीचं वाटत होतं. भरपूर श्रीमंत घराणं होतं ते. या मुलीने आणि त्या अनोळखी जिमीने, दोघांनी मिळून हिऱ्यांचा हार चोरण्याचा कट केला आणि त्यात यशस्वीही झाले. पाय मुरगळल्यामुळे आणि लॅरेलाचा चालक सोबत असल्यामुळे जिमीला मुलीला फोन करण्याआधी कारच्या कप्प्यात पाहता आलं नाही. बहुधा, त्याला तशी इच्छाही नव्हती; पण तो गेराल्ड नावाचा कुणीतरी मात्र संधी मिळाल्यावर लगेच कारमध्ये पाहणार होता आणि त्यामध्ये, त्याला सापडणार होता तो एडवर्डचा मफलर!

'चांगलं चाललंय,' मुलगी म्हणाली.

त्यांच्यासमोरून वेगाने एक ट्राम गेली. ते आता लंडनच्या बाहेरच्या भागात आले. ते वाहतुकीतून वाट काढत जात होते. एडवर्डचं तोंड आश्चर्याने उघडं पडलं. ती मुलगी अप्रतिम चालक होती; पण ती तितकाच धोका पत्करत होती!

त्यानंतर तासाभराने ते एका चौकातल्या मोठ्या घरासमोर थांबले.

'रिट्सनमध्ये जाण्याआधी, आपण इथे आपले कपडे बदलू शकतो,' मुलगी म्हणाली.

'रिट्सन?' एडवर्ड उद्गारला. त्याने त्या नाइटक्लबमध्ये कधी जाता येईल, अशी कल्पनाही केली नव्हती.

'हो, गेराल्डने तुला सांगितलं नाही?'

'नाही सांगितलं,' एडवर्ड म्हणाला, 'पण माझ्या कपड्यांचं काय?'

तिच्या कपाळावर आठ्या पडल्या.

'त्यांनी तुला *काहीच* सांगितलं नाही का? आपण करू काहीतरी. आपल्याला हे शेवटपर्यंत निभावून न्यायचं आहे.'

एका बटलरने दार उघडलं आणि त्यांना आत शिरण्यासाठी जागा करून द्यायला तो बाजूला झाला.

'मिस्टर गेराल्ड शॅम्पनीजनी आपल्याला फोन केला होता, बाईसाहेब. ते तुमच्याशी बोलण्याकरता खूप अधीर झाले होते; पण त्यांनी तुमच्याकरता काही संदेश ठेवलेला नाही.'

'तो बोलायला अधीर का झाला आहे, हे मला समजलं आता,' एडवर्ड स्वतःशी पुटपुटला. 'आता मला माझं पूर्ण नाव तरी समजलं. एडवर्ड शॅम्पनीज; पण ती कोण आहे? जिला तो बाईसाहेब म्हणतोय. तिला तो हार चोरावा का लागला? ब्रिजमधलं कर्ज?'

तो ज्या *कथा* कधी कधी वाचायचा, त्यामध्ये ब्रिजमध्ये झालेल्या कर्जामुळे नेहमी सुंदर आणि उच्चवर्गीय नायिका अशा चोऱ्या करायच्या.

एडवर्डला बटलरने मार्ग दाखवला आणि एका शिष्टाचारी नोकराने त्याला आत नेलं. पंधरा-वीस मिनिटांनी तो हॉलमध्ये पुन्हा एकदा त्याच्या यजमानिणीला भेटला. तोवर त्याने कपडे बदलले होते. त्याच्या मापाचे उत्तम कपडे त्याला देण्यात आले होते.

केवळ स्वर्गीय! काय रात्र आहे!

ते प्रसिद्ध रिट्सनमध्ये कारने गेले. प्रत्येकाप्रमाणेच, एडवर्डने रिट्सनबद्दलच्या सनसनाटी बातम्या वाचल्या होत्या. सर्व प्रसिद्ध व्यक्ती कधी ना कधी रिट्सनला

येत. एडवर्डला भीती एवढीच होती की, खऱ्या एडवर्ड शॅम्पनीजला ओळखणारा कुणीतरी तिथे टपकायला नको; पण त्याने स्वतःला समजावलं की, त्याला समजलं होतं त्यानुसार खरा एडवर्ड काही वर्षांपासून इंग्लंडबाहेर होता.

भिंतीला लागून असलेल्या टेबलापाशी बसून, त्यांनी कॉकटेल्सचे घुटके घेतले. कॉकटेल्स! साध्यासुध्या एडवर्डच्या दृष्टीने ते उच्चभ्रू जगण्याचं आदर्श प्रतिनिधित्व करत होतं. आरामात एकेक घुटके घेणाऱ्या त्या मुलीने अप्रतिम विणकाम केलेली सुंदर शाल अंगाभोवती गुंडाळली होती. अचानक तिने ती शाल खाली टाकली आणि ती उठली.

'चल नाचू या.'

एडवर्ड एक गोष्ट मात्र अगदी नीट करू शकत होता, ती म्हणजे नृत्य. जेव्हा तो आणि मॉड पॅलेस द डान्समध्ये एकत्र नाचायचे, तेव्हा सगळे जण त्यांच्याकडे कौतुकाने पाहायचे.

'मी जवळ जवळ विसरलेच,' मुलगी अचानक म्हणाली. 'हार?' असं म्हणून तिने आपला हात पुढे केला. तिच्या सौंदर्याने चकित झालेल्या, धुंदीत असलेल्या एडवर्डने खिशातून हार काढून तिला दिला. तिने तो शांतपणे आपल्या गळ्याभोवती घातला आणि मग त्याच्याकडे पाहून मादक स्मितहास्य केलं. 'आता,' ती हळुवारपणे म्हणाली, 'आपण नाचू या.'

ते नाचले. सगळ्या रिट्सनमध्ये तितकं परिपूर्ण दृश्य दुसरं कुठलंही नव्हतं.

थोड्या वेळाने ते आपल्या टेबलापाशी आल्यावर, एक वृद्ध गृहस्थ एडवर्डच्या जोडीदाराशी बोलला.

'आह! लेडी नोरीन, नेहमीच नृत्य करता आपण! हो... कॅप्टन फॉलियट आज इथे आले नाहीत का?'

'जिमीचा पाय मुरगळलाय.'

'कसं काय? काय झालं?'

'फार काही कळलं नाहीये अजून तरी,' असं म्हणून ती हसली आणि पुढे गेली.

एडवर्डही तिच्यामागोमाग गेला. त्याचा मेंदू गरगरत होता. ती लेडी नोरीन एलियट होती. हो, साक्षात प्रसिद्ध लेडी नोरीन... ज्या मुलीची चर्चा संपूर्ण इंग्लंडमध्ये होत होती. तिच्या सौंदर्याची, तिच्या नृत्याची. ब्राइट यंग पीपल या नावाने ओळखल्या जाणाऱ्या गटाचं नेतृत्व करणारी लेडी. हाउसहोल्ड कॅव्हलरीचा व्हाइस कॅप्टन, कॅप्टन जेम्स फॉलियट, याच्याशी तिचा नुकताच वाङ्‌निश्चय झाल्याचं जाहीर झालं होतं.

पण हाराचं काय? त्याला अजूनही हाराबद्दल नीट काही समजलं नव्हतं. आता त्याला खरं काय ते जाणून घ्यायचंच होतं, मग त्याला स्वतःबद्दल खरंखरं कबूल करावं लागलं तरी चालेल.

बसल्यावर त्याने हाराकडे बोट दाखवत विचारलं, 'का, नोरीन? का? मला सांग...'

ती स्वप्नील हसली, तिचे डोळे हरवल्यासारखे होते. नृत्याची धुंदी अजूनही तिच्या डोळ्यांत होती.

'मला वाटतं, तुला समजयाला ते जरा कठीणच असेल. एखादा माणूस त्याच त्याच गोष्टीमुळे दमतो, थकतो. सारखी तीच एक गोष्ट करून करून. खजिना शोधायचा खेळ काही काळासाठी छान वाटला; पण नंतर तेही सगळं सवयीचं झालं. 'चोरी करण्याची' कल्पना माझी होती. पन्नास पाउंड प्रवेश फी ठेवली आम्ही आणि बरेच जण जमले. ही माझी तिसरी चोरी आहे. जिमी आणि मला या वेळी ॲग्नेस लॅरेलाचं नाव मिळालं. तुला नियम माहिती आहेत का? ठरल्याच्या दिवसापासून तीन दिवसांच्या आत चोरी करायची आणि लुटलेला माल किमान तासभर तरी सार्वजनिक ठिकाणी परिधान करायचा. तसं न केल्यास, तुमची प्रवेश फी जप्त आणि शिवाय शंभर पौंडांचा दंड. जिमीचा पाय मुरगळला बिचाऱ्याचा; पण आम्ही सगळं काही नीट निभावून नेलं. आम्ही जिंकणार नक्की!'

'अच्छा,' खोल श्वास घेत एडवर्ड म्हणाला. 'बरं.'

अचानक नोरीन उठली. तिने अंगाभोवती शाल लपेटली. 'कारमधून मला कुठेतरी ने. बंदरं असतात ना तिथे. कुठेतरी भयंकर; पण उत्तेजित करणाऱ्या ठिकाणी. थांब एक मिनिट...' तिने गळ्यातून तो हिऱ्यांचा हार काढला. 'तो तू तुझ्याकडेच ठेवलेला बरा. मला यासाठी माझा खून झालेला नकोय.'

ते दोघंही रिट्सनमधून बाहेर पडले. छोट्याशा, अरुंद आणि काळोख्या रस्त्यावर कार उभी होती. कारकडे जायला ते कोपऱ्यापाशी वळले, तितक्यात आणखी एक कार वेगात येऊन थांबली आणि त्यामधून एक तरुण बाहेर आला.

'देवा, सापडलीस एकदाची नोरीन! एकदाचं तुला शोधलं मी,' तो ओरडला. 'कोणीतरी दुष्टपणा केलाय. त्या मूर्ख जिमीने चुकीच्या कारमध्ये हार ठेवला. याक्षणी ते हिरे नक्की कुठे आहेत कुणास ठाऊक? आपण भयंकर अडचणीत सापडलोय.'

लेडी नोरीनने त्याच्याकडे पाहिलं.

'काय बोलतोयेस तू? आपल्याला हिरे मिळालेत – एडवर्डकडे आहेत की.'

'एडवर्ड?'

'हो,' तिने खुणेनेच तिच्या शेजारच्या माणसाकडे निर्देश केला.

'बापरे, खरंतर मीच मोठ्या संकटात सापडलोय आता,' एडवर्डला वाटलं. 'हा गेराल्ड असणार!'

त्या तरुणाने त्याच्याकडे वरपासून खालपर्यंत नीट पाहिलं.

'काय बोलतेयेस? एडवर्ड तर स्कॉटलंडमध्ये आहे.'

'काय!' ती मुलगी ओरडली. तिने एडवर्डकडे पाहिलं, 'अरे बापरे!' ती पांढरी पडली आणि मग तिचे गाल लाल झाले.

'म्हणजे तू...?' ती दबक्या आवाजात म्हणाली. एडवर्डला सगळं लक्षात यायला क्षणभराचा वेळ लागला.

त्या मुलीच्या डोळ्यात चकित झाल्याचे भाव होते; पण त्यात कौतुकही होतं का? त्याने स्पष्ट करावं का सगळं? एवढं कंटाळवाणं नको वागायला! तो शेवटपर्यंत खेळ खेळणार होता.

त्याने सन्मानपूर्वक खाली झुकून अभिवादन केलं.

'लेडी नोरीन, मी तुझे आभार मानले पाहिजेत,' तो उच्चवर्गीय सभ्यतेनुसार बोलला. 'या सुंदर, आनंददायी संध्याकाळीसाठी,' दुसरा तरुण उभा होता, त्याच्या बाजूला असलेल्या कारकडे त्याने पटकन एकदा पाहिलं. चमकणारी कार. लाल रंगाची. झळाळतं बॉनेट. त्याची कार!

'...आणि तुला शुभ संध्याकाळ!' असं म्हणून तो एका झटक्यात त्याच्या कारमध्ये बसला. क्लचवर पाय ठेवला. कार लागलीच सुरू झाली. गेराल्ड शक्तिपात झाल्यागत उभा होता; पण ती मुलगी जलद होती. कार वेगाने पुढे जाऊ लागताच तिने झेप घेतली आणि कारपाशी आली.

कारने एकदम दिशा बदलली, वळणावर अचानक पुढे जाऊन मग थांबली. नोरीन अजूनही धापा टाकत होती. तिने तिचा हात एडवर्डच्या हातावर ठेवला.

'तू मला द्यायला पाहिजेस तो, मला दे. मला तो ॲग्नेस लॅरेलाला परत केला पाहिजे. आपण चांगली संध्याकाळ व्यतीत केली ना एकमेकांबरोबर. आपण छान नाचलो. आपण एकमेकांचे मित्र झालोय. मला देणार नाही का? मला?'

जिच्या सौंदर्याने तुम्ही धुंद होता अशी एक स्त्री...

अशा स्त्रिया खरोखरच असतात तर...

...आणि असंही एडवर्डलाही त्या हारापासून सुटका करून घ्यायची होतीच. चांगली आणि उदार कृती करण्यासाठी ही स्वर्गीय संधी चालून आली होती. त्याने आपल्या खिशातून तो हार काढला आणि तिच्या हातात ठेवला.

'आपण मित्र आहोत,' तो म्हणाला.

'आह!' तिचे डोळे उजळले.

मग आश्चर्यकारकरीत्या ती त्याच्या जवळ आली. क्षणभरासाठी त्याने तिला धरलं, त्याचे ओठ तिच्या ओठांना भिडले... मग तिने दूर उडी मारली. ती लाल गाडी झेप घेत वेगाने गेली.

रोमान्स!

साहस!

ख्रिसमसच्या दिवशी बारा वाजता, एडवर्ड रॉबिन्सन क्लॅफॅम इथल्या एका घरातल्या छोट्या खोलीत उभा होता. मेरी ख्रिसमस असं म्हणत त्याने नेहमीसारख्या शुभेच्छा दिल्या, अभिवादन केलं.

ख्रिसमसचं झाड नीटनेटकं करत मॉडने त्याचं थंड स्वागत केलं.

'तुझ्या मित्रांबरोबर चांगली मजा केलीस का?' तिने विचारलं.

'हे बघ,' एडवर्ड म्हणाला, 'मी खोटं बोललो तुझ्याशी. मी एक स्पर्धा जिंकलो. त्यात मला ५०० पौंडांचं बक्षीस मिळालं. त्यातून मी कार विकत घेतली. मी तुला सांगितलं नाही. कारण, तुला ते मुळीच पटलं नसतं. ही झाली पहिली बाब. आता मी कार विकत घेतली आहे आणि त्याबद्दल आता बोलण्यासारखं काही नाहीये. दुसरं म्हणजे मी आता आणखी काही वर्षं थांबू शकत नाही. माझ्याकडे पुरेसे पैसे आहेत आणि मला पुढच्या महिन्यात तुझ्याशी लग्न करायचं आहे. करणार आहेस का?'

'ओह!' मॉडने क्षीण उद्गार काढला.

हा एडवर्डच आहे! असा अधिकारवाणीने बोलणारा...!

'करशील का?' एडवर्ड म्हणाला, 'हो का नाही?'

ती मंत्रमुग्ध होऊन त्याच्याकडे पाहत राहिली. तिच्या डोळ्यांत आश्चर्य होतं, कौतुक होतं. त्या नजरेने एडवर्ड धुंद झाला. तिच्या डोळ्यातला तो संयमी मातृत्वाचा भाव गेला होता, ज्यामुळे त्याची सतत चिडचिड व्हायची.

लेडी नोरीननेही त्याच्याकडे असं आदल्या रात्री पाहिलं होतं; पण आता लेडी नोरीन फार लांब राहिली होती, मार्चेसा बियान्काप्रमाणे दूरच्या स्वच्छंद जगात. हे खरं होतं, वास्तव. ही मुलगी – मॉड – त्याची होती.

'हो का नाही?' त्याने पुन्हा विचारलं आणि एक पाऊल जवळ आला.

'अं... हो-हो,' मॉड म्हणाली, 'पण अरे एडवर्ड, काय झालंय काय तुला? आज तू वेगळाच आहेस.'

'हो,' एडवर्ड म्हणाला, 'गेले चोवीस तास मी गांडुळाऐवजी पुरुष झालो होतो – आणि देवा, त्यामुळे फायदाच झालाय बघ!'

मर्दगडी बिल जसं करेल, त्याप्रमाणेच त्याने तिला आपल्या बाहुपाशात ओढलं.

'मॉड, माझ्यावर प्रेम करतेस ना? मला सांग, करतेस ना?'

'एडवर्ड,' मॉड धाप लागल्यागत म्हणाली, 'खूप प्रेम करते मी तुझ्यावर...'

ख्रिसमसचं साहस

खुल्या, मोठ्या शेकोटीमध्ये लाकडं छानपैकी जळत होती आणि त्यांचा कडकड आवाज येत होता; पण त्याही आवाजापेक्षा मोठा आवाज करत सहा जण एकमेकांशी बोलत होते. त्याचा एक कोलाहल झाला होता. तरुण लोकांची हाउसपार्टी रंगात आली होती. ख्रिसमसच्या निमित्ताने ते आनंद साजरा करत होते.

तिथे उपस्थितांपैकी बरेच जण जिला एमिली काकू म्हणून ओळखायचे, त्या वृद्ध मिस एंडिकॉटने त्या गोंधळाकडे पाहून मंद स्मित केलं.

'पैज लावू या – तू सहा मिन्सपाय खाऊ शकत नाहीस, जीन.'

'खाऊ शकते मी.'

'नाही, खाऊ शकत.'

'डुकरासारखी चरतेयस तू!'

'असू दे. *शिवाय* मी तीन ट्रायफल *आणि* दोन प्लम पुडिंग खाणार.'

'पुडिंग चांगलं झालं असावं, अशी आशा,' मिस एंडिकॉट चिंतातूरपणे म्हणाली. 'पण ती तीन दिवसांपूर्वीच तयार केली आहेत. खरंतर ख्रिसमसची पुडिंग ख्रिसमसच्या खूप आधी बनवून ठेवली पाहिजेत. मी लहान असतानाचं मला आठवतं...'

मिस एंडिकॉट बोलताना सगळे काही क्षण गप्प झाले. गेलेल्या दिवसांच्या उरल्यासुरल्या आठवणींमध्ये तिथल्या तरुण लोकांना फार कमी रस होता खरंतर, तर त्यांच्या यजमाणीनबाईकडे जरा तरी लक्ष दिलं पाहिजे म्हणून ती तरुण मुलं तिचं काही क्षण ऐकत होती. ती थांबल्या थांबल्या, गप्पांचा कोलाहल पुन्हा वाढला. मिस एंडिकॉटने सुस्कारा सोडला आणि खोलीतल्या एकमेव वयस्कर पुरुषाकडे कटाक्ष टाकला. जणू काही ती सहानुभूतीचा शोध घेत असावी. तो लहानखुरा पुरुष होता, ज्याचं डोकं अंडाकृती होतं आणि त्याच्या मिश्या आकडेबाज होत्या.

पूर्वीसारखी तरुण मंडळी आता राहिलेली नाहीत, मिस एंडिकॉटला वाटलं. जुन्या काळात आदर व्यक्त करणारी मुलं शांतपणे गोलाकारात बसलेली असायची. ते त्यांच्यापेक्षा वयाने मोठ्या असलेल्यांकडून शहाणपणाचे काही मोती पदरात पाडून घेण्यासाठी उत्सुक असायचे. त्याऐवजी इथे होता तो अर्थहीन बडबडीचा गलका, ज्यातलं फारच थोडं कळत होतं. त्याबरोबरच ती सगळी मुलं तिला प्रियही होती! एकेकाकडे पाहताना तिची नजर प्रेमळ झाली – उंच, वांगाचे डाग असलेली जीन, लहानशी, जिप्सी लोकांसारखं सौंदर्य असलेली गडद वर्णाची नॅन्सी कार्डेल, शाळेतून सुट्टीसाठी आलेली दोघं – जॉनी आणि एरिक व त्यांचा मित्र, चार्ली पीझ आणि गोरी, सुंदर एव्हलिन हॉवर्थ... तिचा विचार करताना तिची भुवयी किंचित आक्रसली आणि तिचे डोळे तिचा सर्वांत मोठा पुतण्या रॉजर कुठे आहे हे शोधू लागले. तो सुतकी चेहरा करून घुम्यागत बसला होता, मौजमजेत भाग घेत नव्हता. त्याची नजर त्या सुंदर, गोऱ्यापान तरुण मुलीकडे लागली होती.

‘भारी हिम पडतंय ना?’ जॉनी खिडकीकडे जात ओरडला. ‘अस्सल ख्रिसमसची हवा. चला, बर्फगोळे करून त्यांनी मारामारी करू या. जेवणाला अजून बराच वेळ आहे, हो ना एमिली काकू?’

‘हो, रे. आपण दोन वाजता जेवू या. त्यावरून आठवलं, मी टेबल लावलं पाहिजे सगळं,’ असं म्हणून ती घाईने खोलीतून बाहेर गेली.

‘मी एक सांगू. आपण ना स्नोमॅन करू या,’ जीन किंचाळली.

‘हो, कित्ती मजा! आपण ना मिस्टर प्वारोचा बर्फाचा पुतळा बनवू या. ऐकलंत का, मिस्टर प्वारो? महान गुप्तहेर, एर्क्युल प्वारो. सहा प्रसिद्ध कलावंतांकडून बर्फात घडवलेला त्याचा पुतळा!’

खुर्चीवर बसलेल्या लहानखुऱ्या पुरुषाने त्यांच्या म्हणण्याला पसंती दर्शवली. त्याचे डोळे लुकलुकत होते.

‘मुलांनो, त्याला जरा सुंदर करा,’ त्याने विनंती केली, ‘प्लीज.’

‘हो, नक्की!’

वाऱ्याच्या वेगाने तो चमू गायब झाला. जाता जाता दारातून येणाऱ्या बटलरवर ती मुलं आदळली. बटलरच्या हातातल्या ट्रेमध्ये एक लखोटा होता. बटलरने स्वतःला शांतपणे सावरलं आणि तो प्वारोकडे गेला.

प्वारोने तो हातात घेऊन फाडला. बटलर निघून गेला. आतली चिठ्ठी त्याने दोनदा वाचली, मग घडी करून खिशात ठेवली. त्याच्या चिठ्ठीतला मजकूर पुरेसा चकित करणारा असूनही त्याच्या चेहऱ्यावरची रेषाही हलली नाही. अशिक्षिताने लिहिल्याप्रमाणे वाईट अक्षरातले शब्द होते : *‘प्लम पुडिंग खाऊ नको.’*

‘इंटरेस्टिंग,’ मिस्टर प्वारो स्वतःशीच पुटपुटला, ‘आणि अगदी अनपेक्षित.’

त्याने शेकोटीच्या दिशेने पाहिलं. इतरांबरोबर एव्हलिन हॉवर्थ बाहेर गेली नव्हती. ती विचारात गुंग होऊन आगीकडे पाहत बसली होती. उदासपणे तिच्या डाव्या हातातल्या तिसऱ्या बोटातली अंगठी गोल गोल फिरवत होती.

'तू विचारांत हरवून गेली आहेस, मिस,' शेवटी तो म्हणाला, 'आणि ते विचार काही आनंदीही वाटत नाहीत, हो ना?'

तिने त्याच्या दिशेने दचकून पाहिलं, अनिश्चितपणे. त्याने प्रोत्साहनपर मान हलवली.

'गोष्टी जाणून घेणं हे माझं काम आहे. नाही, तू आनंदी नाहीस. मीही. मीही फार आनंदात नाही. आपण एकमेकांना का ते सांगायचं का? असं पाहा, मला खूप खूप वाईट वाटतंय. कारण, माझा मित्र, खूप वर्षांपासूनचा माझा मित्र, समुद्रापार दक्षिण अमेरिकेत गेला. कधी कधी जेव्हा आम्ही एकत्र असायचो, तेव्हा माझा हा मित्र माझ्या संयमाची परीक्षा पाहायचा, त्याच्या मूर्खपणाचा मला राग यायचा; पण आता तो गेल्यावर, मला त्याचे चांगले गुण तेवढेच आठवत आहेत. जीवन असंच असतं, नाही का? आणि आता, मिस, तुझा त्रास काय तो सांग. तू माझ्यासारखी नाहीस, एकटी आणि म्हातारी. तू तरुण आहेस आणि सुंदरही आणि तुझं ज्याच्यावर प्रेम आहे, त्याचंही तुझ्यावर प्रेम आहे. हो, खरंच. मी गेल्या अर्ध्या तासापासून पाहतो आहे.'

त्या मुलीचा चेहरा लाल झाला.

'म्हणजे तुम्ही रॉजर एंडिकॉटबद्दल म्हणताय का? ओह, मग तुम्ही चुकताय, कारण माझा रॉजरशी वाङ्निश्चय झालेला नाहीये.'

'नाही, तुझा मिस्टर ऑस्कर लिव्हरिंगशी वाङ्निश्चय झालाय. मला ते माहितेय; पण त्याच्याशी का झाला, जर तुला दुसरं कुणीतरी आवडतंय तर?'

त्याच्या या बोलण्याने त्या मुलीला राग आला नाही. त्याच्या बोलण्याच्या पद्धतीमध्येच असं काहीतरी होतं, ज्यामुळे ती रागावू शकली नाही. तो प्रेमळपणा आणि अधिकारवाणी या दोन्हींचं मिश्रण करून असं बोलला, ज्याला अव्हेरणं अशक्य होतं.

'मला त्याबद्दल सांग,' प्वारो हळुवारपणे म्हणाला आणि तो पुन्हा एकदा म्हणाला की, 'गोष्टी समजून घेणं हे माझं काम आहे.' त्यामुळे त्या मुलीला आणखी बोलायला आरामदायी वाटलं.

'मी एवढी दुःखी आहे, मिस्टर प्वारो - खूप दुःखी. तुम्हाला माहीत आहे, कधीकाळी आम्ही श्रीमंत होतो. मी संपत्तीची वारसदार असले असते आणि रॉजर हा फक्त लहान भाऊ होता आणि - आणि त्याला माझ्याबद्दल प्रेम वाटायचं हे मला खात्रीने माहीत होतं, तरी त्याने त्याबद्दल कधी काहीच सांगितलं नाही, उलट तो ऑस्ट्रेलियाला गेला.'

'ज्या पद्धतीने इथे विवाह ठरवले जातात ती पद्धत गमतीशीरच आहे,' मिस्टर प्वारो मध्येच म्हणाला. 'काही पद्धत नाही. सगळं काही असंच, झालं तर झालं. अनमानधपक्याने.'

एव्हलिन पुढे सांगू लागली, 'मग अचानक आमचे पैसे गेले. माझ्याकडे आणि माझ्या आईकडे एक छदामही उरला नाही. आम्ही एका लहानशा घरात राहायला गेलो. कसाबसा चरितार्थ चालवत होतो; पण मग माझी आई खूप आजारी पडली. तिला वाचवण्याचा एकच मार्ग होता, तो म्हणजे मोठी शस्त्रक्रिया करण्याचा आणि बाहेर उबदार ठिकाणी कुठेतरी राहायला जाण्याचा. आमच्याकडे तर पैसे नव्हते, मिस्टर प्वारो, कंगाल होतो आम्ही! म्हणजे याचा अर्थ असा की, तिने मरायचं! मिस्टर लिव्हरिंगने मला त्याआधी एकदा-दोनदा लग्नाची मागणी घातली होती. त्याने पुन्हा एकदा त्याबद्दल विचारलं आणि माझ्या आईसाठी जे काही करता येईल, ते तो करेल, असं वचनही दिलं. मी होकार दिला. मी काय करू शकत होते? पर्यायच नव्हता दुसरा. त्याने त्याचा शब्द पाळला. सर्वांत चांगल्या तज्ज्ञाकरवी शस्त्रक्रिया पार पडली आणि आम्ही हिवाळ्यामध्ये इजिप्तला गेलो. एक वर्षापूर्वीची ही गोष्ट. माझ्या आईची तब्येत आता चांगली आहे आणि मी – मी ख्रिसमसनंतर मिस्टर लिव्हरिंगशी लग्न करणार आहे.'

'अच्छा,' मिस्टर प्वारो म्हणाला, 'आणि दरम्यानच्या काळात, मिस्टर रॉजरचा मोठा भाऊ मरण पावला आणि तो इथे परतला आहे – त्याचं स्वप्न भंग झालेलं पाहायला; पण त्याचबरोबर लक्षात ठेव, मिस तुझं लग्न अजून झालेलं नाहीये.'

'हॉवर्थ दिलेला शब्द मोडत नाहीत, मिस्टर प्वारो,' ती मुलगी गर्वाने म्हणाली. असं बोलल्यावर लगेच दार उघडलं आणि एक मजबूत चणीचा पुरुष आत आला. त्याचा चेहरा निमुळता, लाल-तपकिरी होता, डोळे रेखीव होते आणि त्याला पूर्ण टक्कल पडायला आलं होतं.

'इथे का बसून कुढते आहेस एव्हलिन? चल, बाहेर फिरायला.'

'चालेल, ऑस्कर.'

ती उठायचं म्हणून उठली. प्वारोही उठून उभा राहिला.

मग त्याने नम्रपणे विचारलं, 'मिस लिव्हरिंगना अजूनही बरं नाहीये का?'

'हो, मला सांगायला खेद वाटतो की, ती अजूनही अंथरुणातच आहे. ख्रिसमसच्या दिवशी असं होणं जरा वाईटच.'

'हो, खरंच,' गुप्तहेराने नम्रपणे मान्य केलं.

बर्फाचे बूट आणि आणखी काही थंडीचे कपडे घालण्यासाठी एव्हलिनला थोडा वेळ लागला. मग ती आणि तिचा भावी पती बर्फाने आच्छादलेल्या बाहेरच्या अंगणात गेले. तो आदर्श ख्रिसमस दिवस होता, करकरीत ऊन असलेला.

हाउसपार्टीतले बाकीचे लोक स्नोमॅन उभा करण्यात व्यग्र होते. लिव्हरिंग आणि एव्हलिन ते पाहण्यासाठी थोडं थांबले.

'प्रेमिक पक्षी आले, ये!' असं ओरडून जॉनीने त्यांच्या अंगावर बर्फाचा गोळा टाकला.

'एव्हलिन, तुला कोण वाटतोय हा?' जीनने ओरडत विचारलं.

'मिस्टर एर्क्युल प्वारो, महान गुप्तहेर.'

'मिशी लावेपर्यंत जरा थांब,' एरिक म्हणाला, 'नॅन्सी तिचे केस थोडे कापून मिशी म्हणून लावणार आहे. *बेल्जियन लोकांचा विजय असो!* पॉम पॉम!'

चार्ली गमतीत म्हणाला, 'घरात खराखुरा गुप्तहेर आहे! मस्त ना. एखादा खूनही व्हावा आता, काय!'

'ओ, ओ!' जीन नाचतच म्हणाली, 'मला एक कल्पना सुचलीय. चला एक खून घडवून आणू या म्हणजे असाच खोटा खोटा आणि त्यात त्याला पण ओढू. ओ, चला करू या ना.'

पाच जण एकाच वेळी बोलू लागले. 'काय करायचं आपण?'

'अरे बापरे!'

'नाही, मूर्खा इथे बाहेर.'

'बर्फावर पावलांचा खुणा, अर्थात.'

'जीन तिच्या नाइटीत.'

'तू लाल रंग आणून लाव.'

'तुझ्या हाताला – आणि डोक्याला.'

'आपल्याकडे पिस्तूल असती तर किती बरं झालं असतं.'

'बाबा आणि एम काकू यांना ऐकू येणार नाही. त्यांच्या खोल्या घराच्या पलीकडच्या बाजूला आहेत.'

'नाही, बाबांना काही वाटणार नाही, खेळ आवडतो त्यांना.'

'हो; पण कोणता लाल रंग? एनॅमल?'

'आपल्याला गावात कुठेतरी मिळेल.'

'अरे बावळटा, आज ख्रिसमसच्या दिवशी नाही मिळणार.'

'नाही, जलरंग.'

'जीन ते करेल.'

'थंडी वाजली तरी काही *हरकत* नाही. फार वेळ लागणार नाही.'

'नको, नॅन्सी चालेल. नॅन्सीकडे उंची पायजमा आहे.'

'ग्रेव्हजला रंग कुठे असतात हे माहीत आहे का पाहू या जरा.'

आणि मग घरात धाड पडली.

'तपकिरी अभ्यासिकेत का एंडिकॉट?' हसत हसत लिव्हरिंगने विचारलं.

रॉजर दचकून उठला. त्याने जे काही घडलं, त्यातलं फारसं काहीच ऐकलं नव्हतं.

'मला एक प्रश्न पडलाय की...' तो शांतपणे म्हणाला.

'कोणता प्रश्न?'

'तो म्हणजे मिस्टर प्वारो इथे काय करत आहे?'

लिव्हरिंगला जरा धक्का बसल्यासारखा झाला; पण त्या क्षणी थाळी वाजवल्याचा आवाज कानावर येऊन आदळला आणि सगळे जण ख्रिसमसचं जेवण करायला गेले. जेवायच्या खोलीतले पडदे उघडण्यात आले, दिवे लावण्यात आले. क्रॅकर्स आणि इतर सजावटीने भरलेलं भलमोठं टेबल उजळून निघालं. जुन्या पद्धतीचं ख्रिसमसचं जेवण होतं ते. टेबलाच्या एका बाजूला, लालबुंद चेहऱ्याचा आणि मैत्रीपूर्ण जमीनदार होता; त्याच्या बरोबर समोर त्याची बहीण बसली होती. त्या प्रसंगाचा पाहुणा होता, मिस्टर प्वारो. त्याने लाल रंगाचा वेस्टकोस्ट घातला होता. त्याचा जाडगेलेपणा आणि एका बाजूला कललेली मान पाहून, रॉबिन रेडब्रेस्ट पक्ष्याची आठवण होत होती.

जमीनदाराने भराभर टर्की कापली आणि प्रत्येक जण त्यावर तुटून पडला. दोन्ही टर्कींचे उरलेसुरले भाग आवरण्यात आले आणि एक निःशब्द शांतता पसरली. मग बटलर ग्रेव्हज कामाला लागला. त्याने प्लम पुडिंग उचलून आणलं – ते मोठालं पुडिंग सजवलं होतं आणि त्याखाली ज्वाळा दिसत होत्या. सगळ्या जणांच्या तोंडून ओ, अहाहा असे उद्‌गार बाहेर पडले.

'लवकर. ओह! माझा तुकडा पहिल्यांदा येणार. लवकर ग्रेव्हज नाहीतर ती ज्वाळा विझेल आणि माझी इच्छा पूर्ण होणार नाही.'

मिस्टर प्वारोच्या ताटलीमध्ये पुडिंगचा तुकडा आल्यावर त्याच्या चेहऱ्यावर उमटलेली उत्सुकतेची छटा पाहायला कुणाकडेही वेळ नव्हता. त्याने सगळ्या टेबलावर क्षणात टाकलेला कटाक्ष कुणालाही समजला नव्हता. कपाळावर आठ्या घालत, विचार करत तो पुडिंग खाऊ लागला. प्रत्येक जण पुडिंगचा आस्वाद घेऊ लागला. संभाषण काही काळासाठी तरी खुंटलं. अचानक जमीनदाराच्या तोंडून उद्‌गार बाहेर पडला. त्याचा चेहरा जांभळा झाला आणि त्याचा हात तोंडापाशी गेला.

'आश्चर्य वाटलं मला एमिली!' तो गरजला, 'तू पुडिंगमध्ये खानसाम्याला काच का घालू दिलीस?'

'काच?' मिस एंडिकॉट चकित होत ओरडली.

जमीनदाराने आपल्या तोंडामधून ती वस्तू बाहेर काढली.

'माझा दात तुटला असता,' तो गुरगुरला, 'नाहीतर मी ती गिळली असती आणि माझ्या पोटाला काहीतरी झालं असतं.'

प्रत्येक व्यक्तीच्या समोर पाण्याने भरलेलं छोटंसं हात धुवायचं भांडं ठेवलं होतं. सिक्सपेन्सेस आणि ट्रायफलमध्ये लपवलेल्या इतर वस्तू ठेवायला ती भांडी होती. मिस्टर एंडिकॉटने त्यांच्या भांड्यात काचेचा तुकडा टाकला, धुतला आणि वर धरून पाहू लागला.

'अरे देवा,' तो म्हणाला, 'सजावटीतल्या ब्रुचेसमधला हा एक लाल रंगाचा खडा आहे.'

'मी पाहू का?' मिस्टर प्वारोने त्वरेने तो घेतला आणि लक्षपूर्वक पाहू लागला. जमीनदाराने सांगितल्याप्रमाणे तो मोठा लाल खडा होता. माणकाच्या रंगाचा. तो जरा इकडेतिकडे वळवला की, त्याच्या कोपऱ्यांमधून प्रकाश चमकत होता.

'अरे, खरा वाटतोय हा,' एरिक म्हणाला.

'मूर्ख मुला!' जीनने त्याची खरडपट्टी काढली, 'या आकाराच्या माणकाची किंमत काही हजारो, हजारो पाउंड्स असेल. हो ना, मिस्टर प्वारो?'

'क्रॅकर वगैरे गोष्टी किती अप्रतिमरीत्या सजवल्या आहेत,' मिस एंडिकॉट पुटपुटली. *'पण त्याच्या समजावटीतला हा खडा पुडिंगमध्ये आला कसा?'*

अर्थातच तो प्रश्न कळीचा होता. प्रत्येकाने आपले तर्क, गृहीतकं सांगितली. फक्त मिस्टर प्वारो काही बोलला नाही; पण काहीतरी दुसराच विचार करत असल्यागत त्याने निष्काळजीपणे तो खडा आपल्या खिशात टाकला.

जेवण झाल्यानंतर तो स्वयंपाकघरात गेला.

स्वयंपाकीण थोडी गांगरली. हाउसपार्टीतल्या एका सदस्याने आणि त्यातही परदेशी माणसाने तिची चौकशी करावी! पण तिने त्याच्या प्रश्नांना जितकी नीट देता येतील, तितकी नीट उत्तरं दिली. सगळी पुडिंग तीन दिवसांपूर्वी तयार केली होती. 'ज्या दिवशी तुम्ही इथे आलात, तो दिवस, सर.' प्रत्येक जण ते ढवळून त्यानंतर इच्छा मागण्यासाठी स्वयंपाकघरात आला होता. कदाचित, ही जुनी रीत असावी, परदेशात नव्हती का? पुडिंग्ज वाफवल्यानंतर, ती फडताळाच्या सर्वांत वरच्या फळीवर ठेवण्यात आली होती. हे पुडिंग इतरांपासून वेगळं... काही होतं का? नाही, तिला तसं काही वाटलं नाही. फरक इतकाच की, ते ॲल्युमिनिअमच्या थाळीत होतं, तर दुसरी चिनी मातीच्या. ख्रिसमसच्या दिवसासाठीच हे पुडिंग तयार केलं होतं का? हा प्रश्न विचारणं जरा गमतीचं होतं. नाही, खरंतर! ख्रिसमसचं

पुडिंग नेहमी मोठ्या चिनी मातीच्या भांड्यात, हॉलीच्या पानांच्या नक्षीदार भांड्यात वाफवलं जातं; पण आज सकाळी (हे सांगताना तिचा चेहरा रागाने लाल झाला) स्वयंपाकघरातल्या नोकराणीने, ग्लॅडीसने शेवटची एक वाफ देण्यासाठी ते काढलं आणि खाली पडून फुटलं. 'अर्थातच, त्यामध्ये चिनी मातीच्या भांड्याचे तुकडे असतील असा विचार करून, मी ते खायला टेबलावर पाठवलं नाही. त्याऐवजी ॲल्युमिनिअमच्या भांड्यामधलं पुडिंग पाठवलं.'

मिस्टर प्वारोने तिचे दिलेल्या माहितीकरता आभार मानले. मग स्वतःशीच हसत तो स्वयंपाकघरातून बाहेर आला. जणू काही त्याने मिळवलेल्या त्या माहितीवर तो खूश होता. त्याच्या उजव्या हाताची बोटं त्याच्या खिशातल्या कशाशीतरी चाळा करू लागली.

'मिस्टर प्वारो! मिस्टर प्वारो! उठा! काहीतरी भयंकर घडलंय!'

दुसऱ्या दिवशी पहाटे लवकर जॉनी आला. मिस्टर प्वारो पलंगावर उठून बसला. त्याने नाइट कॅप घातली होती. त्याचं एकंदर गंभीर राहणीमान आणि बेफिकीरीने घातल्यासारखी तिरकी कॅप हे फारच विसंगत दिसत होतं आणि गमतीशीरही; पण जॉनीवर त्याचा इतका परिणाम होण्यासारखं काही नव्हतं. तरीही त्याला कशाचीतरी प्रचंड गंमत वाटत असावी असं त्याच्या वागण्यावरून वाटत होतं; पण तो बोलत होता ते वेगळंच. खरंतर खोली बाहेरूनही हसू दाबल्यासारखे आवाज येत होते.

'पटकन खाली या,' जॉनी म्हणाला. त्याचा आवाज हसू दाबल्यासारखा जरासा कापत होता. 'कुणाला तरी मारलंय.' तो वळला.

'ओह, गंभीर आहे हे!' मिस्टर प्वारो म्हणाला.

तो उठला आणि घाई न करता, नीट तयार झाला. त्यानंतर तो जॉनीबरोबर जिना उतरून खाली गेला. बागेत जाणाऱ्या दरवाजापाशी हाउसपार्टी गोळा झाली होती. त्यांच्या चेहऱ्यावरचे भाव भीतीचे होते. त्याला पाहताच एरिक भयंकर हसू लागला.

जीन पुढे आली आणि तिने आपला हात मिस्टर प्वारोच्या दंडावर ठेवला.

'बघा,' तिने नाट्यमयरीत्या उघड्या दरवाजातून समोर दाखवलं.

'अरे देवा!' प्वारो उद्गारला, 'हे तर रंगमंचावरचं दृश्य वाटतं आहे.'

त्याची ही टिप्पणी योग्यच होती. रात्रभरात आणखी जास्त हिमवर्षाव झाला होता, त्यामुळे पहाटेच्या अंधूक प्रकाशात सगळं जग पांढरट आणि भुताटकीसारखं भासत होतं आणि त्या पांढऱ्या बर्फावर एक लाल डाग पसरला होता.

बर्फामध्ये नॅन्सी कार्डेल निश्चल पडली होती. तिने लाल रंगाचा रेशमी पायजमा घातला होता, तिचे लहानसे पाय अनवाणी होते, तिचे हात पसरले होते. तिचं डोकं एका बाजूला वळलं होतं आणि ते तिच्या काळ्या केसांच्या जंजाळात लपलं होतं. ती निश्चल पडली होती आणि तिच्या डावीकडून वर आलेली दिसत होती ती खंजिराची मूठ, तसंच बर्फावर वाढत जाणारा लाल रंगाचा मोठा डाग होता.

प्वारो बर्फात चालत गेला. तो मुलीचा मृतदेह जिथे पडला होता तिथे थांबला नाही, तर पुढे गेला. पुरुष आणि बाई अशा दोघांच्या पावलांचे ठसे दिसत होते. केवळ पुरुषाच्या पावलांचे ठसे विरुद्ध दिशेने परत आले होते. आपल्या हनुवटीवर हात ठेवून विचार करत प्वारो तिथेच उभा राहिला.

अचानक ऑस्कर लिव्हरिंग घरातून बाहेर आला. 'देवा रे देवा!' तो ओरडला, 'हे काय आहे?'

इतरांच्या शांतपणाच्या पार्श्वभूमीवर त्याचं हे ओरडणं विरोधी भासलं. 'हा खून वाटतोय,' मिस्टर प्वारो विचार करून म्हणाला.

एरिकने पुन्हा एकदा खोकल्याची मोठ्ठी उबळ आल्याचं भासवत हसू दाबलं.

'आपण काहीतरी केलं पाहिजे,' इतर जण म्हणाले, 'काय करावं?'

'एकच गोष्ट आपण करायला पाहिजे,' मिस्टर प्वारो म्हणाला, 'पोलिसांना निरोप पाठवा.'

'ओह,' सगळे जण एकाच वेळी उद्गारले.

मिस्टर प्वारोने त्यांच्याकडे चौकस नजरेने पाहिलं.

'अर्थातच,' तो म्हणाला, 'एव्हढी एकच गोष्ट केली पाहिजे. कोण जाईल?'

शांतता पसरली. मग जॉनी पुढे आला, 'गंमत पुरे झाली,' त्याने सांगितलं. 'मी सांगतो, मिस्टर प्वारो सगळं. तुम्ही आमच्यावर रागावणार नाही ही आशा. ही गंमत होती, जोक. आम्ही केलेली गंमत. केवळ तुमचे पाय ओढायला. नॅन्सी नाटक करतेय फक्त.'

अलिप्तपणे, कोणतीही भावना न दर्शवता मिस्टर प्वारोने त्याच्याकडे पाहिलं; पण त्याचे डोळे लुकलुकत होते.

'तुम्ही माझ्यासाठी हे नाटक केलंत, बरोबर ना?' त्याने शांतपणे विचारलं.

'खरंच मला क्षमा करा. आम्ही असं करायला नको होतं. फालतूपणा झाला हा. मी क्षमा मागतो. मनापासून.'

'तू क्षमा मागण्याची गरज नाही,' प्वारो वेगळ्याच आवाजात म्हणाला.

जॉनी त्या दिशेने वळला.

'नॅन्सी, उठ आता,' तो ओरडला, 'दिवसभर तिथे झोपायचं नाहीये.'

पण ती आकृती काही जमिनीवरून उठेना. 'ऊठ,' जॉनी पुन्हा एकदा ओरडला.

तरीही नॅन्सी उठली नाही आणि अचानक अव्यक्त, भयंकर भीतीची भावना त्या मुलाला स्पर्शली. त्याने प्वारोकडे पाहिलं.

'काय – काय झालं? ती उठत का नाहीये?'

'माझ्याबरोबर ये,' प्वारो तुटकपणे म्हणाला.

तो बर्फातून चालत गेला. त्याने हातानेच इतरांना मागे थांबायला सांगितलं. आधीच्या पावलांचे ठसे बिघडू नयेत, याबाबत त्याने काळजी घेतली. तो मुलगा त्याच्या मागे गेला, भ्यायला होता तो. त्याचा विश्वास बसत नव्हता. प्वारो त्या मुलीपाशी खाली वाकून बसला. मग जॉनीकडे पाहून त्याने सांगितलं.

'तिचा हात बघ. नाडी.'

मुलगा खाली बसला. त्याने तिचा हात पाहिला आणि जोरात किंचाळत उठला. हात कडक आणि थंडगार होते आणि नाडीचे ठोके लागत नव्हते.

'ती मेलीये,' तो उद्गारला. 'पण कशी? का?'

मिस्टर प्वारोने प्रश्नाच्या पहिल्या भागाकडे दुर्लक्ष केलं आणि म्हणाला, 'का? मलाही हाच प्रश्न आहे.' मग तो अचानक त्या मृत मुलीच्या देहाच्या दुसऱ्या बाजूला गेला. त्याने तिची वळलेली मूठ सोडवली. त्यामध्ये काहीतरी वस्तू घट्ट धरली होती. तो आणि मुलगा, दोघांच्याही तोंडून उद्गार बाहेर पडला. नॅन्सीच्या मुठीत लाल खडा होता, जो प्रकाशात चमकत होता.

'आहा!' मिस्टर प्वारो म्हणाला. एका झटक्यात त्याचा हात खिशात गेला आणि रिकामाच बाहेर आला.

'क्रॅकरचा खडा,' जॉनी प्रश्नार्थक नजरेने म्हणाला. मग प्वारो खंजिराची आणि रक्ताच्या डाग असलेल्या बर्फाची तपासणी करण्यासाठी खाली वाकला, तेव्हा जॉनी ओरडला, 'नक्कीच हे रक्त असू शकत नाही, मिस्टर प्वारो. रंग आहे हा. केवळ रंग.'

प्वारो उभा राहिला. 'हो,' तो शांतपणे म्हणाला. 'तुझं म्हणणं बरोबर आहे. रंग आहे हा केवळ.'

'मग – ' जॉनी म्हणाला. प्वारोने त्याचं वाक्य पूर्ण केलं. 'ती कशी मेली? तेच आपण शोधून काढलं पाहिजे. आज सकाळी तिने काही खाल्लं किंवा प्यायलं होतं का?'

तो रस्त्यावरून उलटपावली परतला. आतमध्ये त्याच्याशी बोलायला सगळे जण अधीर झाले होते. जॉनी त्याच्या मागेच होता.

'तिने कपभर चहा घेतला होता,' मुलगा म्हणाला, 'मिस्टर लिव्हरिंगनी तिच्यासाठी तयार केला. त्यांच्या खोलीत स्पिरिटचा दिवा आहे,' जॉनीचा आवाज स्पष्ट आणि मोठा होता. लिव्हरिंगने ते शब्द ऐकले.

'मी नेहमी माझ्यासोबत स्पिरिटचा दिवा ठेवतो,' त्याने सांगितलं, 'हाताशी असावी अशी वस्तू. माझ्या आजारी बहिणीचा फायदाच झाला त्यामुळे या वेळी. तिला सारखं नोकरचाकरांना त्रास द्यायला आवडत नाही.'

जवळपास खजील झाल्याचं भासवत मिस्टर प्वारोने नजर खाली वळवली आणि मिस्टर लिव्हरिंगचे पाय निरखले. त्याचे पाय कार्पेट स्लिपर्समध्ये होते.

'तुम्ही तुमचे बूट बदलले असं दिसतंय,' तो हळू आवाजात म्हणाला.

लिव्हरिंगने त्याच्याकडे पाहिलं.

'पण मिस्टर प्वारो,' जीन ओरडली, 'आपण काय करायचं?'

'मी म्हणालो तसं एकच गोष्ट करण्यासारखी आहे आता, पोलिसांना बोलवायचं.'

'मी जातो,' लिव्हरिंग म्हणाला, 'बूट घालायला एक मिनिटही लागणार नाही. तुम्ही या गारठ्यापासून लांब राहिलेलंच बरं,' असं म्हणून तो घरात गायब झाला.

'मिस्टर लिव्हरिंग सगळ्यांचा किती विचार करतो, नाही,' प्वारो हळुवारपणे पुटपुटला. 'त्यांचा सल्ला आपण घ्यायचा का?'

'बाबांना आणि इतरांना उठवायचं का?'

'नको,' मिस्टर प्वारो तत्काळ म्हणाला, 'त्याची अजिबात गरज नाही. पोलीस येईस्तोवर कशालाही हात लावायला नको. आपण आत जाऊ या का? ग्रंथालयात? मला थोडा इतिहास तुम्हाला सांगायचा आहे, त्यामुळे जरा तुमचं लक्षही दुसरीकडे वळेल.'

तो निघाला आणि त्याच्या मागोमाग इतरही जण गेले.

'ही गोष्ट एका माणकाबद्दलची आहे,' मिस्टर प्वारोने सांगितलं आणि तो आरामदायी खुर्चीत जाऊन विसावला, ' एका विख्यात माणसाकडे एक प्रसिद्ध माणिक होतं. मी तुम्हाला त्याचं नाव सांगणार नाही; पण पृथ्वीवरील महान माणसांपैकी एक होता तो. हो आणि हा महान माणूस लंडनमध्ये आला. गुप्तपणे. वेगळं नाव धारण करून आणि जरी तो महान होता, तरी तो तरुण आणि मूर्खही होता, त्यामुळे त्याचं एका सुंदर स्त्रीवर मन जडलं. त्या सुंदर स्त्रीला त्या माणसाबद्दल काहीच वाटायचं नाही; पण तिला त्याच्याकडच्या किमती वस्तूंशी घेणंदेणं होतं. एवढं की, एक दिवस ती पिढ्यान्‌पिढ्या त्याच्या घराण्याशी संबंधित असलेला तो ऐतिहासिक माणिक घेऊन गायब झाली. त्या बिचाऱ्या माणसाची मोठी पंचाईत

झाली. कारण, त्याचं एका मोठ्या घराण्यातल्या राजकुमारीशी लग्न होणार होतं. त्याला काही या प्रकरणाला नको ती प्रसिद्धी मिळायला नको होती, त्यामुळे पोलिसांकडे जाणं अशक्य असल्याने, तो माझ्याकडे, एर्क्युल प्वारोकडे आला. तो म्हणाला, 'मला माझा माणिक मिळवून द्या.' मला त्या तरुणीबद्दल थोडीफार माहिती आहे. तिला एक भाऊ आहे आणि त्या दोघांनी मिळून चातुर्याने अशा अनेक *चोऱ्या* केल्या आहेत. ख्रिसमसकरता ते कुठे राहणार आहेत, हे मला माहीत झालं. मिस्टर एंडिकॉट यांच्या प्रेमळपणामुळे मीही त्यांच्या पाहुण्यांपैकी एक झालो; पण जेव्हा त्या तरुणीला मी येत असल्याचं समजलं, तेव्हा ती सावध झाली. ती हुशार तर होतीच आणि तिला मी माणकामागे आहे हेही माहीत होतं. तिने तो सुरक्षित स्थळी लपवणं आवश्यक होतं आणि आता जरा विचार करा तिने तो कुठे लपवला असेल – प्लम पुडिंगमध्ये! हो, तुम्हाला आश्चर्य वाटलं असेल. तिने इतरांबरोबर ते ढवळत असताना तो माणिक ॲल्युमिनिअमच्या भांड्यात टाकला. ते भांडं इतरांपेक्षा वेगळं होतं आणि फार विचित्र योगायोगाने तेच भांडं ख्रिसमसच्या दिवशी खायला आणलं गेलं.'

घडलेली दुःखद घटना काही क्षण सगळे जण विसरले आणि त्याच्याकडे तोंडाचा आ वासून पाहू लागले.

'मग त्यानंतर,' तो लहानखुरा माणूस बोलू लागला, 'ती झोपायला गेली.' त्याने आपलं घड्याळ काढून त्यात पाहिलं. 'घरातले सगळे उठू लागलेत. मिस्टर लिव्हरिंगना पोलिसांना घेऊन यायला फारच वेळ लागतोय, नाही का? माझ्या मते त्याची बहीणही त्याच्यासोबत गेली आहे.'

एव्हलिन ओरडत उठली. तिचे डोळे प्वारोवर खिळले, 'आणि मला असंही वाटतंय की, ते काही परतणार नाहीत. ऑस्कर लिव्हरिंग बऱ्याच काळापासून कायद्यापासून पळत होता आणि आता हे शेवटचं. तो आणि त्याची बहीण त्यांचे कारनामे परदेशात जाऊन वेगळ्या नावाने करतील. सकाळी मी त्याला भीतीही घातली आणि मोहाला बळी पाडलं. सगळं सोंग बाजूला सारून तो माणिक मिळवू शकला असता, कारण आपण सगळे घरात होतो. त्याने पोलिसांना आणायला जाण्याचं नाटक केलं; पण त्याचे परतीचे सगळे दोर कापले गेलेत पण तरी त्याच्यावर खुनाची केस लावली जाईल हे पाहता त्याला पळावंच लागलं.'

'त्याने नॅन्सीला मारलं का?' जीन कुजबुजली. प्वारो उठला.

'आपण परत एकदा गुन्हा घडल्याच्या ठिकाणी जायला हवं,' त्याने सांगितलं.

तो चालू लागला आणि त्याच्या मागोमाग इतर जणही; पण घरातून बाहेर गेल्यावर त्यांच्या तोंडातून एकमागोमाग एक आश्चर्योद्गार बाहेर पडले. तिथे घडलेल्या दुःखद घटनेचा मागमूसही नव्हता, बर्फ नेहमीसारखा पांढराशुभ्र होता.

'काहीही!' एरिक पायऱ्या उतरून खाली जात म्हणाला. 'हे सगळं स्वप्न तर नव्हतं ना?'

'विलक्षण,' मिस्टर प्वारो म्हणाला, 'गायब झालेल्या मृतदेहाचं रहस्य,' त्याचे डोळे हळूच लकाकले.

जीन त्याच्याकडे तत्काळ साशंकपणे पाहू लागली. 'मिस्टर प्वारो, तुम्ही... तुम्ही पूर्ण वेळ आम्हाला वेड्यात काढलं, हो ना? हो, तुम्ही तसं केलं असं मला खात्रीने वाटतं.'

'खरंय, मुलांनो. मला तुमच्या नाटकाबद्दल माहीत होतं आणि असं पाहा, त्यावरून मी आणखी एक नाटक स्वतःच रचलं. ही पाहा नॅन्सी आली! तिच्या अप्रतिम अभिनयाला दाद द्यायला हवी.'

नॅन्सी कार्डेल खरोखरीच जिवंत, सदेह आली. तिचे डोळे चमकत होते आणि ती अगदी निरोगी दिसत होती.

'तुला सर्दीपडसं तर नाही ना झालं? मी तुझ्यासाठी खोलीत ठेवलेला चहा प्यायलीस का?' प्वारोने विचारलं.

'मी एक घोट घेतला. तेवढा पुरेसा होता. मी ठीक आहे. मी सगळं नीट पार पाडलं ना, मिस्टर प्वारो? माझा हात दुखला जरा.'

'तू *अप्रतिम* काम केलंस, शंकाच नाही; पण मी इतरांना सविस्तर सांगू का? मला वाटतं, ते अजूनही संदेहात आहेत. मुलांनो, मी मिस नॅन्सीला भेटलो. तुमचं नाटक काय आहे हे मला *माहीत* असल्याचं तिला मी सांगितलं आणि माझ्यासाठी काम करेल का, असं विचारलं. तिने हुशारीने ते काम केलं. तिने मिस्टर लिव्हरिंगला तिच्यासाठी चहा करण्यास उद्युक्त केलं आणि त्याला नाटकात काम करायला भाग पाडलं. त्याच्या पायाच्या खुणा बर्फावर उमटल्या पाहिजेत, हेही पाहिलं, त्यामुळे जेव्हा त्याला ती खरोखरीच मृत झाल्याचं वाटलं, तेव्हा माझ्याकडेही त्याला घाबरवण्यासाठी सगळं काही तयार होतं. मिस, आम्ही घरात गेल्यानंतर काय काय घडलं?'

'तो आपल्या बहिणीसह खाली आला, माझ्या हातून त्याने माणिक घेतलं आणि घाईघाईने पळून गेला.'

'पण मिस्टर प्वारो, माणकाचं काय?' एरिकने किंचाळून विचारलं, 'म्हणजे त्यांना ते रत्न घेऊन तुम्ही जाऊ दिलं?'

प्वारोचा चेहरा पडला. कारण, त्याच्याकडे सगळे जण आरोपीच्या नजरेने पाहत होते.

'पण तरीही मी तो परत मिळवीन,' तो क्षीणपणे म्हणाला; पण त्यांच्या नजरेत तो उतरला आहे हे त्याला समजलं.

'मला वाटतं, त्यांना माणिक घेऊन जाऊ देणं...' जॉनी बोलू लागला.

पण जीन अधिक हुशार होती. 'तुम्ही पुन्हा आम्हाला फसवत आहात,' ती ओरडली. 'हो ना, सांगा!'

'माझ्या डाव्या खिशात बघ तर जरा!'

जीनने उत्सुकतेने हात आत घातला आणि पुन्हा एकदा विजयी आरोळी ठोकत तिने तो बाहेर काढला. तिने अप्रतिम लाल रंगाचं ते माणिक वर धरून दाखवलं.

'पाहिलंस,' प्वारोने विशद केलं, 'हा दुसरा माणिक. हा तंतोतंत नक्कल होता, जो मी लंडनहून आणला होता.'

'किती हुशार आहेत ना हे?' जीनने आनंदाने विचारणा केली.

'आणखी एक गोष्ट तुम्ही आम्हाला सांगितली नाही,' जॉनी अचानक म्हणाला. 'तुम्हाला आमच्या नाटकाबद्दल कसं समजलं? नॅन्सीने सांगितलं का?'

प्वारोने आपली मान हलवली.

'नाही, मग कसं समजलं?'

'माझं कामच आहे गोष्टी जाणून घेणं,' मिस्टर प्वारो म्हणाला, तेव्हाच त्याला एव्हलिन हॉवर्थ आणि रॉजर एंडिकॉट रस्त्यावरून एकत्र चालताना दिसले आणि त्याच्या चेहऱ्यावर स्मित उमटलं.

'हो; पण आम्हाला सांगा ना. कृपया सांगा! *मिस्टर प्वारो,* सांगा कृपया आम्हाला!'

त्याच्याभोवती उत्सुक चेहऱ्यांचं वर्तुळ गोळा झालं. 'हे रहस्य मी तुमच्यासाठी उलगडावं असं तुम्हाला खरंच वाटतं का?'

'हो.'

'मी सांगू शकेन, असं मला वाटत नाही.'

'का नाही?'

'*विश्वास ठेवा,* त्यामुळे तुम्हाला निराशाच वाटेल.'

'ओह, सांगा आम्हाला. तुम्हाला *कसं* कळलं ते सांगा.'

'बरं, असं पाहा, मी ग्रंथालयात होतो – '

'तर?'

'आणि तेव्हाच तुम्ही तुमच्या योजनेबद्दल बाहेर चर्चा करत होता – आणि ग्रंथालयाची खिडकी उघडी होती.'

'एवढंच?' एरिक म्हणाला, 'एवढं सोपं!' त्याची निराशा झाली.

'का?' मिस्टर प्वारो स्मित करत म्हणाला.

'आता आपल्याला सगळं माहीत झालं आहे,' जीन समाधानी आवाजात म्हणाली.

'खरंच समजलं आहे आपल्याला?' मिस्टर प्वारो स्वतःशीच पुटपुटला आणि घरात गेला. '*मला* नाही समजलंय आणि माझं कामच आहे गोष्टी समजून घेणं.'

...आणि बहुधा विसाव्यांदा त्याने आपल्या खिशामधून तो घाणेरडा कागदाचा तुकडा काढला.

'प्लम पुडिंग खाऊ नकोस-'

मिस्टर प्वारोने आपलं डोकं हलवलं. त्याच वेळी त्याला त्याच्या पायाच्या अगदी जवळ काहीतरी हालचाल जाणवली. त्याने खाली पाहिलं आणि त्याला प्रिंटेड कापडाचा पोशाख केलेली एक लहानखुरी मुलगी दिसली. तिच्या डाव्या हातात सुपलं आणि उजव्या हातात झाडू होता.

'आणि तू कोण आहेस, *बाळा?*' मिस्टर प्वारोने विचारणा केली.

'ॲनी लिक्स, सर. नोकराणींपैकी एक.'

मिस्टर प्वारोला एकदम काहीतरी सुचलं. त्याने तिला ती चिठ्ठी दिली. 'हे तू लिहिलंएस का ॲनी?'

'मला त्रास नव्हता द्यायचा, सर,' ती म्हणाली.

त्याने तिच्याकडे पाहून स्मित केलं.

'अर्थातच नाही. तू मला सगळं काही सांगितलं पाहिजेस असं नाही वाटत?'

'सर, ते दोघं होते - मिस्टर लिव्हरिंग आणि त्याची बहीण. आमच्यापैकी कुणीही त्यांना सहन करू शकत नाही आणि ती जराही आजारी नव्हती - आम्ही ते सांगू शकत होतो, त्यामुळे मला वाटलं की, काहीतरी वाईट घडणार आहे आणि मी तुम्हाला स्पष्टच सांगते सर की, मी दारामागून ऐकलं आणि ते सरळ स्वच्छ होतं, 'हा प्वारो आपल्या मार्गातून पहिल्यांदा बाजूला व्हायला पाहिजे' आणि तो तिला म्हणाला की, तू कुठे टाकलं आहेस ते? आणि ती म्हणाली की, पुडिंगमध्ये आणि मला वाटलं की, त्यांनी ख्रिसमसच्या पुडिंगमध्ये विष घातलं असावं आणि काय करावं हे मला काही समजलं नाही. स्वयंपाकीण तर माझं काही ऐकत नाही. मग मला वाटलं की, लिखित चिठ्ठी पाठवून सावध करावं आणि मी ती चिठ्ठी हॉलमध्ये अशा ठिकाणी बरोब्बर ठेवली, जी पाहून मिस्टर ग्रेव्हज ती तुमच्याकडे घेऊन येतील.'

ॲनी बोलताना थांबली. तिला धाप लागली होती. काही मिनिटं प्वारोने तिचं निरीक्षण केलं.

'तू बऱ्याच कादंबऱ्या वाचतेस वाटतं, ॲनी,' तो शेवटी म्हणाला, 'पण तुझं मन चांगलं आहे आणि अर्थातच तुझ्याकडे हुशारीसुद्धा आहे. मी लंडनला गेलो की, तुला घरकामाबद्दलचं एक अप्रतिम पुस्तक पाठवीन, तसंच लाइव्हज ऑफ द सेंट्सही आणि महिलांची आर्थिक स्थिती यावरही एक पुस्तक आहे तेही पाठवेन.'

तो वळला आणि हॉलमध्ये आला. ॲनी मात्र थक्क होऊन त्याच्याकडे पाहत राहिली. त्याला ग्रंथालयामध्ये जायचं होतं; पण उघड्या दरवाजामधून त्याला एक गडद रंगाचं डोकं आणि एक गोरं डोकं, एकमेकांच्या अगदी जवळ उभे असलेले दिसलं आणि तो तिथल्या तिथे थांबला. अचानक त्याच्या गळ्याभोवती दोन हात पडले.

'जर तू मिसलटोच्या खाली उभा राहशील तर...!' जीन म्हणाली.

'मी पण,' नॅन्सी म्हणाली.

मिस्टर प्वारोने त्या सगळ्याचा आनंद घेतला. अगदी पुरेपूर.

अनुवादक परिचय

लेखक, अनुवादक आणि संपादक म्हणून प्रणव सखदेव हे मराठी साहित्य वर्तुळात सुपरिचित आहेत. त्यांचे दोन कथासंग्रह आणि दोन कादंबऱ्या प्रकाशित असून त्यांना वाचकांचा उत्स्फूर्त प्रतिसाद लाभला आहे. विविध दैनिकांमधून, नियतकालिकांमधून आणि दिवाळी अंकांमधून त्यांचं लेखन प्रकाशित होत असतं. याशिवाय त्यांनी ॲलेक्झांडर ड्यूमास, एच.जी. वेल्स, एपीजे अब्दुल कलाम, जेरी पिंटो यांसारख्या मान्यवर लेखकांची पुस्तकं मराठीत अनुवादित केली आहेत. २०१५-१६ या वर्षाकरिता त्यांना अनुवादासाठी कुसुमाग्रज प्रतिष्ठान, नाशिक यांची अभ्यासवृत्ती मिळाली होती.